धर्म-ईश्वर चिकित्सेकडून निरिश्वरवादाकडे

मानव-विजय

शरद बेडेकर

डायमंड पब्लिकेशन्स

मानव-विजय
शरद बेडेकर

Manav-Vijay
Sharad Bedekar

प्रथम आवृत्ती : एप्रिल २०१७

ISBN : 978-93-86401-05-2

मुखपृष्ठ
संदिप देशपांडे

अक्षरजुळणी
संध्या कामत

प्रकाशक
डायमंड पब्लिकेशन्स
२६४/३ शनिवार पेठ, ३०२ अनुग्रह अपार्टमेंट
ओंकारेश्वर मंदिराजवळ, पुणे–४११ ०३०
☎ ०२०-२४४५२३८७, २४४६६६४२
info@diamondbookspune.com

ऑनलाईन पुस्तक खरेदीसाठी भेट द्या
www.diamondbookspune.com

मनोगत

या पृथ्वीतलावर मानवजातीने गेल्या दशसहस्र वर्षांपूर्वीच्या रानटी अवस्थेपासून आधुनिक, सुसंस्कृत जीवन जगण्यापर्यंतचा जो काही विजय मिळविलेला आहे, त्याचे कर्तृत्व व श्रेय मानवाचे नसून ते मानवाला निर्माण करणाऱ्या ईश्वराचे आहे, असे साधारणपणे मानले जाते. म्हणजे एकदा का ईश्वर आहे आणि तोच जगातील प्रत्येक घटनेचे आदिकारण आहे असे मानले की, माणसाला त्याचे म्हणून काही कर्तेपण व श्रेयही उरत नाही आणि त्याच्यावर काही जबाबदारीही राहत नाही. अशी ही दैववादी विचारसरणी लहानपणापासूनच मला पटत नव्हती, पसंत नव्हती. त्यामुळे मी अधिकाधिक चिकित्साखोर बनत गेलो आणि 'कुठे आहे तो ईश्वर?' असा त्याचा शोध सातत्याने घेऊ लागलो.

जगातील सर्व धर्मांची बहुतेक माणसे असे मानतात की, या जगामागे कुणी एक स्वयंभू ईश्वर आहे आणि त्याने माणसाला निर्माण केलेले आहे. परंतु एकोणिसाव्या शतकाच्या मध्यावर डार्विन या शास्त्रज्ञाने असे दाखवून दिले की, माणूस आज जसा आहे तसा निर्माण झालेला नसून तो प्राणीसृष्टीतून उत्क्रांत होत जाऊन त्याला आजचे रूप-गुण मिळालेले असावेत. पुढील पन्नास-शंभर वर्षांत डार्विनच्या या म्हणण्याला पुष्टी देणारे पुष्कळ प्रत्यक्ष पुरावे मिळाले. त्यामुळे जगात काही थोड्या माणसांना 'ईश्वर' हे गृहीतक अनावश्यक वाटू लागले. म्हणजे देव, धर्म, पंथ, संप्रदाय, ईश्वर, भक्ती, श्रद्धा या सर्वच बाबी उत्क्रांतीने बुद्धी आणि कल्पकता प्राप्त झालेल्या माणसाच्याच करामती आहेत, असे वाटू लागले. वयाच्या तिशीपर्यंत केलेल्या भरपूर वाचन आणि चिंतनामुळे मीही अशाच काही माणसांच्या पंक्तीला जाऊन बसलो होतो.

पण माझे हे बदललेले विचार, माझ्या आजूबाजूच्या माणसांना पटत नसल्याचे मला दिसू लागले. तसा काही मी लेखक वगैरे नव्हतो, पण स्वतःचे विचार जास्तीत जास्त लोकांना सांगावेत आणि लिहून प्रकाशित करून विस्तृत जनमनापुढे मांडावेत, असे वयाच्या पन्नाशीनंतर मात्र मला प्रकर्षाने वाटू लागले. त्याप्रमाणे पुढील दोन-अडीच दशकांमध्ये निरीश्वरवादी विचारांची सात-आठ पुस्तके मी लिहिली. त्यांना

मिळालेल्या प्रतिसादावरून काही लोकांना तरी माझे विचार पटत असल्याचे मला दिसून आले; काही पुरस्कारही मिळाले. त्यानंतर सप्टेंबर २०१४ला पुण्यात झालेल्या दै. 'लोकसत्ता' पुरस्कृत 'बदलता महाराष्ट्र' या उपक्रमाच्या 'श्रद्धा व अंधश्रद्धा' या सत्रात 'अंधश्रद्धाच नव्हे, तर श्रद्धासुद्धा नाकारा' अशा आशयाची भूमिका मांडण्याची मला संधी मिळाली. त्यानंतर २०१५ सालाकरिता याच विषयावर साप्ताहिक स्तंभलेखन करण्याची संधी 'लोकसत्ताने' मला दिली आणि 'मानव-विजय' या शीर्षकाखाली मी ५१ लेख लिहिले. त्या वर्षी अनेक लोक माझ्या सोमवारच्या स्तंभाची वाट पाहत असल्याचे मला आढळून आले. डायमंड पब्लिकेशन्सच्या मदतीने त्या लेखांना आता पुस्तकरूप मिळाले आहे.

या पुस्तकात मी जे काही लिहिले आहे, ते थोडक्यात असे : उत्क्रांतीने प्राप्त झालेल्या गुणांनी व क्षमतांनी माणसाने संपूर्ण पृथ्वी व्यापली. शेती, कोठारे, घरे इत्यादींद्वारे वर्षभराच्या अन्न-पाण्याची सोय करून तो घरात व समाजात स्थिर, सुखी, सुसंस्कृत व प्रगत जीवन जगू लागला. शेवटच्या तीन-चार शतकांमध्ये विज्ञान-संशोधनाद्वारे निसर्गसृष्टीच्या नियमनाचे काहीसे सत्य ज्ञान माणसाने प्राप्त करून घेतले. हेच मानवाचे विजय होत; परंतु शेवटच्या लेखात मी अशी बाजू मांडली आहे की, हे विजय मिळविताना माणसाने लोकसंख्यातिरेक, धर्मातिरेक व प्रदूषणातिरेक असे तीन अतिरेक केलेले असल्यामुळे आता आणखी काही विजय प्राप्त होण्याऐवजी चालू शतकातच मानवजातीचा आणि त्याचबरोबर सबंध सजीवसृष्टीचाही विनाश होण्याची वेळ आलेली आहे; परंतु अनेकांना वाटतो तसला कुणी ईश्वर अस्तित्वात नसल्याने या विनाशापासून स्वतःला आणि जीवसृष्टीला वाचविणे ही मनुष्यजातीची स्वतःची जबाबदारी आहे. वर्षभरातील लेखमालेची मर्यादा हीच या पुस्तकाचीदेखील मर्यादा आहे. पुस्तक करताना मूळ लेखमालेच्या अनुक्रमात मात्र काही बदल केले आहेत. तसेच पुष्कळ लेख एकमेकांना जोडले आहेत. (पुनर्रचना) 'माणसाचे अतिपूर्वज' या दुसऱ्या प्रकरणातील माहितीसाठी डॉ. सुलभा ब्रह्मनाळकरलिखित आणि राजहंस प्रकाशन प्रकाशित 'गोफ जन्मांतरीचे' या अभ्यासपूर्ण ग्रंथाची मदत घेतली आहे. तसेच 'तीन विनाशकारी अतिरेक' या तेराव्या प्रकरणातील पुष्कळ माहिती 'महाविस्फोटक तापमान वाढ – सृष्टीसह मानवजात विनाशाच्या उंबरठ्यावर' या माहीम (मुंबई) येथील ॲड. गिरीश राऊत या कार्यकुशल, विचारवंत समाजकार्यकर्त्याने लिहून विनामूल्य प्रसारित केलेल्या पुस्तिकेतून त्यांच्या परवानगीने घेतली आहे. त्यांचे आभार!

हे पुस्तक वाचणाऱ्या अनेकांना माझे निरीश्वरवादी विचार पटतील व आवडतील, असा मला विश्वास आहे.

– शरद बेडेकर

...चार...

अनुक्रम

पृथ्वीवर माणूस केव्हा आणि कसा आला?

विज्ञान सांगते की, अगणित सूर्यांनी बनलेल्या आपल्या विश्वाचे वय सुमारे तेराशे कोटी वर्षे असून त्यात आपला सूर्य फक्त पाचशे कोटी वर्षांपूर्वी निर्माण झालेला आहे. सुमारे चारशे साठ कोटी वर्षांपूर्वी या सूर्यापासून आपली पृथ्वी बनलेली आहे, पण तेव्हा ती एक अतिउष्ण वायूरूप जळता गोळा होती. ती थंड, घट्ट आणि जलमय व्हायला सुमारे शे-सव्वाशे कोटी वर्षे लागली. त्याच सुमारास म्हणजे सुमारे साडेतीनशे कोटी वर्षांपूर्वी पृथ्वीवर निसर्गत: काही रासायनिक प्रक्रिया होऊन आधी अळी शेवाळ व नंतर केव्हातरी अगदी साधे अमिबा, बॅक्टेरियासारखे जिवाणू किंवा एकपेशी सजीव निर्माण झाले. नंतरची सुमारे दोनशे कोटी वर्षे पृथ्वीवर फक्त अशाच प्रकारचे प्राथमिक अवस्थेतील सजीव होते. तेव्हा पृथ्वीवर आजच्यासारखी जंगले किंवा पशुपक्षी नव्हते. नंतर सुमारे साठ कोटी वर्षांपूर्वीपासून सुमारे वीस कोटी वर्षांपूर्वीपर्यंत पृथ्वीवर बहुपेशीय, पण कमी गुंतागुंतीची शरीरे असलेल्या सजीवांचे 'प्राचीन जीवयुग' होऊन गेले. वीस कोटी वर्षांपूर्वीपासून ते पाच कोटी वर्षांपूर्वीपर्यंत पृथ्वीवर सरपटणारे प्राणी व वेगवेगळे डायनासोर आणि अनेक वनस्पती वगैरेंचे 'मध्य जीवयुग' होऊन गेले. त्यानंतर पाच कोटी वर्षांपूर्वी आज जगात दिसणाऱ्या सस्तन प्राण्यांचे 'नवजीवयुग' सुरू झाले. याच युगात सुमारे सव्वाकोटी वर्षांपूर्वी मानवाचा पूर्वज असलेला, बिनशेपटीचा, चतुष्पाद, पण दोन पायांवर चालण्याचा प्रयत्न करू लागलेला 'मानवपूर्वजमर्कट' पृथ्वीवर वावरत होता. याचे पुरावे उत्खननात मिळालेले आहेत.

पृथ्वी आणि माणूस

वन्यप्राणी असलेली हीच मर्कट जात शेवटची सव्वाकोटी वर्षे उत्क्रांत होत राहिली. ती मागील दोन पायांवर, पण जरा पुढे वाकून चालू लागली आणि पुढील दोन पायांचा हातासारखा उपयोग करू लागली. उदाहरणार्थ, झाडावर चढताना फांद्या धरणे, जमीन खरवडून खाण्यासाठी कंदमुळे काढणे, बीळ खणून लहानसहान प्राणी पकडून खाणे किंवा झाडांच्या फांद्यांचा वा प्राण्यांच्या हाडांचा काठीसारखा हत्यार म्हणून उपयोग करणे वगैरे. या उत्क्रांतीत त्याला निसर्गनियमाने तीन महत्त्वपूर्ण गोष्टी प्राप्त झाल्या. एक, त्याच्या हाताचा आकार बदलला व एका बोटाचा अंगठा बनला, जो इतर बोटांना टेकवता येऊ लागला. दोन, कंठ थोडा उत्क्रांत होऊन तो वेगवेगळे आवाज काढू लागला, ज्यातून पुढे 'शब्द' आणि नंतर 'भाषा' निर्माण झाली. तीन, हाताने अन्नाचे लहान तुकडे करून खाणे शक्य झाल्यावर त्याला मोठ्या जबड्याची गरज उरली नाही. त्यामुळे जबडा लहान होऊ लागल्याने मेंदूची वाढ व्हायला डोक्यात जागा निर्माण झाली, तशी मेंदूची वाढ होऊ लागली.

नंतर अवघ्या दहा-पंधरा लाख वर्षांपूर्वी या ऑस्ट्रेलोपिथेकस् किंवा 'दाक्षिणात्य वानर' यापासून दोन पायांवर सरळ आणि ताठ चालू शकणारा आदिमानव (होमोइरेक्टस) निर्माण झाला. त्यानंतर आजपासून अवघ्या दीड-दोन लाख वर्षांपूर्वी 'होमो सॅपियन' ऊर्फ 'शहाणा मानव' ही आजची मानवजात निर्माण झाली आहे. तिचीही उत्क्रांती होत आहे. आदिमानव असतानाच तो दगडांपासून साधीसुधी हत्यारे बनवायला शिकला. जंगलात किंवा उघड्यावर एकट्यादुकट्याने स्वसंरक्षण करून राहण्यापेक्षा तो माणसांच्या टोळ्या व नंतर संघसमाज बनवू लागला; घरे बांधू लागला. समाजात एकमेकांशी संवाद साधण्यासाठी आवाजापासून काही शब्द बनवू लागला. हळूहळू त्यातून भाषा आकाराला येऊ लागली. सर्वांत महत्त्वाची गोष्ट म्हणजे त्याचा मेंदू वाढीस लागल्याने तो विचार करू लागला. भाषा आणि मेंदू एकमेकांना साहाय्य करू लागले; स्मृती वाढली, विचार वाढले. उत्क्रांतीच्या पुढच्या पायऱ्यांवर स्वतःच्या हाताने हत्यारे बनवू शकणारा, विचार करू शकणारा, भाषेद्वारे एकमेकांशी गुंतागुंतीचे संवाद साधणारा, स्वतःची घरे बांधू शकणारा, पशुपालन करणारा हा मूलतः वन्यप्राणी असलेला आदिमानव नंतर मानवरूपात येऊन काही दशसहस्र वर्षे जीवन जगला. शेवटच्या दहा-बारा हजार वर्षांत तो शेती करून, धान्योत्पादन करून ते साठवूनही ठेवू शकणारा हुशार मानव बनला. या इतक्या कुवती प्राप्त झाल्यामुळे ही द्विपाद मनुष्यजात पृथ्वीवरील इतर सर्व पशुपक्ष्यांपेक्षा वरचढ, समर्थ ठरली. बिनशेपटीच्या एका मर्कट जातीपासून सुरुवात होऊन विकासाचे अनेक टप्पे ओलांडल्यावर अखेर

आजची बुद्धिमान, शहाणी, कुशल व सुसंस्कृत मानवजात बनायला अंदाजे सव्वा कोटी वर्षांचा दीर्घ काळ जावा लागला.

याचा अर्थ चारशे साठ कोटी वर्षांपूर्वी पृथ्वी निर्माण झाल्यापासून सुमारे ४५९ कोटी वर्षांपर्यंत मानवच नव्हे, तर मानवाचा कुणी पूर्वजही पृथ्वीवर नव्हता. म्हणजे मानव नवागत आहे. तो पृथ्वीवर आदिमानव रूपात अवघ्या दहा-पंधरा लाख वर्षांपूर्वी व शहाण्या मानवरूपात अवघ्या दीड-दोन लाख वर्षांपूर्वी आलेला आहे.

गेल्या काही शतकांमध्ये वैज्ञानिकांनी अतिशय परिश्रमाने संशोधन व सिद्ध केलेली ही माहिती आज आपल्याला उपलब्ध आहे, परंतु अवघ्या आठ-दहा हजार वर्षांपूर्वी शेतीचा शोध लागल्याने शरीराची भूक सहजतेने भागवून सुरक्षित व स्थिर मानवी जीवन शक्य झालेल्या आपल्या शहाण्या मानव-पूर्वजांना यापैकी काहीच माहीत नव्हते. त्यामुळे त्यांनी ईश्वर व धर्मविषयक काही कल्पना रचायला सुरुवात केली असावी. आज जगात अस्तित्वात असलेले सगळे मोठे धर्म मनुष्याने मागील चार-पाच हजार वर्षांतच आपल्या कल्पनेने स्थापन करून त्यांचा विस्तार केला आहे. त्यापूर्वी मनुष्य जातीला 'भूक आणि भीती' यांच्याबरोबर 'भगवंत' कल्पनेने गाठले असणे शक्य आहे, पण तत्कालीन ईश्वर-कल्पनांचे संघटित धर्म बनले नाहीत व कुठे बनले असतील, तर ते टिकले नाहीत.

जगातल्या प्राचीन धर्मांसह बहुतेक धर्मांनी अशी कल्पना केली की, आकाशात दिसणारे हे विश्व आणि पृथ्वीवरील जग, निसर्ग हे सगळे निर्माण करणारा कुणी ईश्वर आहे, तसेच दोन पायांवर चालणारा शहाणा माणूस हा इतर प्राणिसृष्टीहून वेगळा आहे, ईश्वराची खास निर्मिती आहे आणि त्याच्या इच्छेनेच जगरहाटी सुरू आहे. त्यांनी असेही मानले की हे सर्व जग ईश्वराने माणसासाठीच निर्माण केलेले आहे. खरे तर विश्व फार जुने आहे, त्या मानाने माणूस त्यात अगदी अलीकडे निर्माण झालेला आहे, हे त्यांना माहीतच नसल्यामुळे, 'आधीच अस्तित्वात असलेल्या पृथ्वीवरील जगाचा नंतर उत्क्रांत झालेला मानव उपयोग करून घेत आहे' हे त्यांना कळलेच नाही. त्यामुळे 'ईश्वराने माणसासाठी जग निर्मिले' असे त्यांनी मानले. माणसाचे एवढे काय महत्त्व आहे की, ईश्वराला खास त्याच्यासाठी योजनापूर्वक जग निर्मिण्याची गरज वाटली असावी? किंवा त्याचे विश्व आधीच अस्तित्वात असेल तर नंतर कोट्यवधी वर्षांनी ईश्वराने त्यात हा माणूस कशासाठी (कोणत्या हेतूने) निर्मिला? भौतिकशास्त्राचे ज्ञान नसलेल्या तत्कालीन माणसाला असे प्रश्नच पडले नाहीत. त्यामुळे तो ईश्वर-कल्पना व धर्मकल्पना रचण्यात गुंग झाला. एकदा ईश्वराचे अस्तित्व मान्य केल्यावर 'तो असा आहे, तसा आहे, तो हे करतो, ते करतो' असे तो म्हणू लागला. जगात वेगवेगळ्या ठिकाणी मोठमोठ्या

नद्यांच्या काठी वेगवेगळ्या मानवसमूहांनी आपापल्या संस्कृती आणि धर्म निर्माण केले. त्यातील काही टिकले व काही कालौघात नष्ट झाले.

माणूस आफ्रिकेत उत्क्रांत झाला

आज जगभर वस्ती करून असलेल्या माणसांमध्ये ढोबळपणे आफ्रिकन लोक काळ्या रंगाचे, युरोपियन गोऱ्या रंगाचे, पूर्व आशियन पिवळसर रंगाचे व भारतीय साधारणत: गहुवर्णीय व संमिश्र रंगाचे आहेत. या वेगवेगळ्या प्रदेशातील लोकांच्या शरीरबांधणीत व चेहरेपट्टीतही पुष्कळ फरक असल्यामुळे ते वेगवेगळ्या मानववंशांचे लोक आहेत, असे अगदी अलीकडेपर्यंत म्हणजे विसाव्या शतकाच्या मध्यानंतरही काही काळ मानले जात होते. त्यांचे नेग्रिटो, आर्य, मंगोलाइड, मेडिटरेनियन (ऊर्फ द्रविड) अल्पाइन वगैरे एकूण सहा वेगवेगळे स्वतंत्र मानववंश आहेत, असेही मानले जात होते. म्हणजे आस्तिक लोकांना असे वाटत होते की, ईश्वराने पृथ्वीवर वेगवेगळ्या वंशांचा, वेगवेगळ्या रंगांचा, शरीरबांध्यांचा व वेगवेगळ्या चेहरेपट्टीचा मानव निर्माण केला. परंतु गेल्या अर्धशतकात जनुकशास्त्रातील (जेनेटिक्स) डीएनए, क्रोमोसोम इत्यादींबाबतच्या प्रगत संशोधनामुळे, वेगवेगळ्या ठिकाणी जमिनीतील उत्खननात सापडलेल्या हाडांच्या पुराव्यांमुळे आणि सध्या जिवंत असलेल्या माणसांच्या डीएनएच्या सखोल अभ्यासामुळे शास्त्रज्ञांनी आता असे सिद्ध केलेले आहे की,

१) आज वेगवेगळ्या वंशांची वाटणारी मानवजात मूलत: एकच असून जगातील सर्व खंडांतील माणसे एकाच मानव प्राणिजातीपासून निर्माण होऊन ती वेगवेगळ्या परिस्थितीत उत्क्रांत होत राहिली. त्यांच्यात आज दिसणारे फरक निर्माण झालेले आहेत.

२) एवढेच नव्हे तर आता असेही सिद्ध झालेले आहे की, जगभर पसरलेली, एकच एक असलेली मानवजात मुळात आफ्रिका खंडात उत्पन्न झाली. तिथून ती जगभर पसरली.

आज जगाची लोकसंख्या सात अब्ज आहे. म्हणजे आज या मानवजातीचे सातशे कोटी नमुने जगात जिवंत आहेत.

सुमारे तेरा ते पंधरा लाख वर्षांपूर्वी आफ्रिकेत आदिमानव वावरत होता. या दोन पायांवर ताठ चालू शकणाऱ्या आदिमानवाने त्याला प्राप्त झालेल्या थोड्याशा अक्कलहुशारीने तेथील जंगलमय खंडतर परिस्थितीशी टक्कर देत जगायला सुरुवात केली. हळूहळू त्याची बुद्धिमत्ता वाढत गेली, तो अधिकाधिक चांगली दगडी हत्यारे बनवू लागला. आपल्या रानटी, टोळी-जीवनात तो बोलण्यासाठी अधिकाधिक शब्दांचा वापर करू लागला. त्याने अग्नीचाही शोध लावला. तो शेकोटी पेटवू शकत होता.

टोळीतल्या एखाद्याचे हाड मोडले तर बाकीचे त्याची काळजी घेत. एखाद्याचा मृत्यू झाला तर टोळी त्याचे दफन करी. नंतर काही काळाने त्यांच्यापैकी काही टोळ्या अन्नशोधार्थ आफ्रिकेबाहेर पडू लागल्या. त्या काळी ईशान्य आफ्रिकेत– आज जिथे सुवेझ कालवा आहे तिथे– आफ्रिका व आशिया खंड एकमेकाला जोडलेले होते. त्यामुळे या आदिमानव जाती आधी मध्य-पूर्वेत, मग वायव्य-उत्तर भारतात आणि तिथून आशिया खंडाच्या पूर्व भागात पोहोचल्या. इंडोनेशियात जावा इथे व चीनमध्ये पेकिंग इथे उत्खननात सापडलेले सांगाडे चार-पाच लाख वर्षांपूर्वीचे असून ते या आदिमानव जातीचेच आहेत. अन्न भाजून खाण्यासाठी अग्नीचा वापर त्यांना माहीत होता आणि काही थोडे शब्द तरी त्यांना नक्की बोलता येत असावेत, असे उत्खननात सापडलेल्या त्यांच्या कवट्यांच्या आतील आकारावरून निश्चित करता येते. पुढे केव्हा तरी हे आदिमानव पृथ्वीतलावरून नष्ट झाले असावेत. त्याची नक्की कारणे मात्र माहीत नाहीत.

आफ्रिकेत मागे राहिलेल्या आदिमानवांची, जे तेथील आव्हानांना तोंड देत चिकाटीने तगून राहिले, संख्या जेमतेम दहा हजार असू शकेल. त्यांच्या जनुकसंचयात व त्यामुळे त्यांच्या शरीरात पुष्कळ बदल होत होत दोन लाख वर्षांपूर्वी ते 'होमो सॅपियन' म्हणजे आजचा 'शहाणा मानव' बनले. आजपासून एक लाख सत्तर हजार वर्षांपूर्वी कडाक्याचे पहिले हिमयुग येऊन गेले. तोवर उत्क्रांत होत असलेली ही मानवजात शिकार करत पाला, फळे, कंदमुळे खाऊन त्यावर कशीबशी गुजराण करत टिकून राहिली.

नंतर सव्वालाख वर्षांपूर्वी (दोन हिमयुगांमधल्या काळात) काहीशे किंवा हजार माणसांच्या काही तुकड्या आफ्रिका सोडून चालत चालत अरेबियाच्या उत्तरेकडील जॉर्डन, लेबेनॉन, सीरिया इत्यादी भागांत गेल्या. परंतु ते लोकही कालौघात फारसे टिकले नाहीत. त्यानंतर पुन्हा एकदा सुमारे पंचाऐंशी हजार वर्षांपूर्वी दुसरे हिमयुग आले. (प्रत्येक हिमयुगात दोन्ही ध्रुवांवरची बर्फाची टोपी रुंदावते. त्यामुळे समुद्र काहीसा मागे जाऊन त्याची पातळी कित्येक मीटर खाली जाते.) त्या काळात आफ्रिकेतून बाहेर पडलेल्या टोळ्यांतले काही होमो सॅपियन लोक अरेबियात स्थिर झाले, तर काही जण तुर्कस्तानमार्गे पश्चिमेला युरोप खंडात गेले. आणखी काही टोळ्या वेगळ्या फुटून भारतात येऊन सिंधू नदीच्या काठाकाठाने तिच्या उगमापर्यंत आणि पुढे पूर्व आशियातील देशांमध्ये गेल्या. काही टोळ्या दक्षिणेकडे पसरल्या. त्यातील काही आकसलेला समुद्र लाकडांच्या तराफ्याने ओलांडून ऑस्ट्रेलियात पोहोचल्या. काही उत्तर-ईशान्येकडून (बेअरिंगच्या आजच्या सामुद्रधुनीत त्या काळी

पाणी नसल्यामुळे व पायवाट असल्यामुळे) चालत चालत आणि शिकार करत करत अलास्कामार्गे अमेरिकेत पोहोचल्या व त्या खंडात पसरल्या. हे सगळे पन्नास-साठ हजार वर्षांत वेगवेगळ्या काळी व स्थळी घडलेले आहे. थोडक्यात, अशा प्रकारे मानवजात पृथ्वीवर सर्व खंडांत जवळजवळ सगळीकडे पोहोचून तिने पृथ्वी व्यापली.

या मानवजातीच्या वेगवेगळ्या समूहांनी, ते ज्या ज्या प्रदेशात स्थिर झाले तिथे तिथे, सुमारे आठ-दहा हजार वर्षांपूर्वी शेतीचा शोध लावला, ते अन्नउत्पादक व संग्राहक बनले. त्यांनी तेथील हवामानाशी व परिस्थितीशी जुळवून घेतले. त्यामुळे त्यांना स्थिर जीवन जगणे शक्य झाले. या लोकसमूहांनी आपापल्या प्रदेशांमध्ये आपापली संस्कृती, विविध देवकल्पना, ईश्वर-कल्पना, धर्मकल्पना व पुराणे, धर्मग्रंथ इत्यादी निर्मिली. हे सर्व संस्कृतिसंवर्धन (सुमारे दहा हजार वर्षांपूर्वी शेतीचा शोध लागल्यानंतर) गेल्या सुमारे पाच-सहा हजार वर्षांतच घडलेले आहे. त्यानंतर अगदी अलीकडे म्हणजे शेवटच्या चार-पाच शतकांमध्ये याच शहाण्या मानवाने विज्ञानाच्या विविध शाखांद्वारे निसर्गाची, विश्वाची आणि विश्वशक्तींची विश्वासार्ह माहिती मिळवून आणि विज्ञान-तंत्रज्ञानाच्या अनेक शाखांतील ज्ञानाचा उपयोग करून घेऊन वाढत्या जनसंख्येला पृथ्वीवर सुखाने जगता येईल, अशी धडपड चालवली आहे. या सर्व वाटचालीत मानवाने प्रत्येक क्षणी सहन केलेल्या अडचणींमुळे, त्याला वाटलेल्या भीतीमुळे आणि त्याने कल्पित ईश्वराचे अस्तित्व गृहीत धरलेले असल्यामुळे जेव्हा जेव्हा त्याला यश मिळाले तेव्हा तेव्हा ते ईश्वराच्या कृपेने मिळाले आणि जेव्हा जेव्हा अपयश मिळाले तेव्हा तेव्हा ते ईश्वराच्या अवकृपेने झाले, असे त्याला वाटले.

माणसाने निर्मिले देव, ईश्वर आणि धर्म

अनेक अडचणींना तोंड देत मानवजात जगभर पोहोचली, पसरली. ही मानव-विजयाची पहिली पायरी होती. जग व्यापताना जिथे जिथे पिण्याच्या पाण्याची व सुपीक जमिनीची-जंगलांची भरपूर उपलब्धता होती, तिथे तिथे स्थायिक होऊन मानवजातीने त्या त्या भूखंडातील सूर्यप्रकाश, हवा, वारा, पाऊस आणि वनस्पती इत्यादींच्या दृष्टीने 'सर्वांना सोयीस्कर अशा जीवनपद्धती' म्हणजे 'संस्कृती' स्थापित केल्या. ते तिथे सुस्थापित, सामाजिक, सुसंस्कृत जीवन जगू लागले. ही मानव-विजयाची दुसरी पायरी होय. मूलत: आफ्रिकेत जन्मलेल्या मानवाने 'ज्या मार्गाने' जगभर पसरावयाला सुरुवात केली, त्याच मार्गावरील मुख्यत्वे मोठमोठ्या नैसर्गिक नद्यांच्या काठी या प्राचीन मानवी संस्कृती निर्माण केल्या. त्यात सुरुवातीला आफ्रिका-इजिप्तमधील नाईल नदी, मध्यपूर्वेतील इराकच्या आसपासच्या टायग्रिस व युफ्रेटिस या नद्या आणि त्यानंतर भारतातील सिंधू नदी इथपर्यंतचा सर्व परिसर येतो. याच

भूभागात पाच ते आठ हजार वर्षांपूर्वी जगातील प्राचीनतम मानवी संस्कृती निर्माण झाल्या असाव्यात, असे मानववंशशास्त्रज्ञ व इतिहास संशोधक मानतात.

या प्राचीनतम संस्कृती निर्माण होण्यापूर्वी भूपृष्ठावरील अनेक भूभागात असाही काळ येऊन गेला की, तिथे त्यावेळी मनुष्य अर्धरानटी अवस्थेत जीवन जगत होता. निसर्गातील ऊन, वारा, पाऊस, ढगांचा गडगडाट, वीज इत्यादींना भीत होता. डोंगर, नदी, वृक्ष यांना संरक्षक देव मानत होता. देव हे कुणी जादूगार आहेत आणि निसर्गनियमांच्या पलीकडे असून ते निसर्गावर प्रभुत्व गाजवू शकतात, असे त्याला वाटत होते. निसर्गपूजेनंतर बहुदेवता पूजा आल्या आणि त्याच्या पुढील पायरीवर माणूस जातीला त्याच्या सांस्कृतिक वाटचालीत एकेश्वरवाद सुचलेला आहे, असे म्हणता येईल.

ईशान्य आफ्रिकेतील नाईल नदी असलेल्या इजिप्तमधील प्राचीन पिरॅमिड्सचे पुरावे हे सुमारे इ.स.पू. तीन ते चार हजार म्हणजे आजपासून पाच-सहा हजार वर्षांपूर्वींचे आहेत. इजिप्तच्या राजाला फॅरोह (हिरीरेह) म्हणत. त्यालाच देव म्हणजे रक्षणकर्ता मानत असत. परंतु देवाधिदेव म्हणजे परमोच्च देव म्हणून 'री' या सूर्यदेवतेला तेथील लोक मानत असत. ते केवळ फॅरोहच नव्हे तर इतरही पुष्कळ लहान-मोठ्या देवदेवता मानत असत. उदाहरणार्थ, वनस्पती व धनधान्याची देवता 'ओसिरिस' ही होती. नंतर आजपासून सुमारे चार हजार वर्षांपूर्वी म्हणजे इ.स.पू. दोन हजारच्या आसपास बॅबिलॉन, टिग्रीस आणि युफ्रेटिस नद्यांच्या खोऱ्यात वसलेल्या भूभागात एक संस्कृती निर्माण झाली. तिला काही इतिहासतज्ज्ञ 'मानवी संस्कृतींची जननी' मानतात. येथील एक राजा हम्मुराबी (इ.स.पू. अठरावे शतक) याची इतिहासाने नोंद घेतलेली आहे. त्याच्या राज्यात काही टोळीप्रमुख, उच्चभ्रू समाज आणि विविध देवतांचे पुजारी दीनदुबळ्या प्रजेच्या अंधश्रद्धांचा गैरफायदा घेऊन त्यांना लुटत व छळत होते. त्याबाबत असे समजले जाते की, हम्मुराबीने ईश्वराज्ञेने उपद्रवी उच्चभ्रूंच्या विरोधात सामान्य जनतेची बाजू घेतली आणि लोकांनी बहुदेवतांची पूजा न करता 'मर्डूक' या एकाच सर्वश्रेष्ठ ईश्वराची पूजा करावी, असे सांगितले. त्याने या आद्य ईश्वराचे भव्य मंदिर बांधले, त्याच्या पूजेला प्राधान्य दिले. पण इतर देवांच्या पूजाही लोकांमध्ये चालू राहिल्या. हम्मुराबीच्या एकेश्वरपूजनाचे इतर कायदे- जे त्याने दगडी खांबांवर कोरून ठेवले होते, ते शिलालेख – १९०२ सालच्या उत्खननात सापडले आहेत.

बॅबिलॉनच्या हम्मुराबीनंतर सुमारे एक हजार वर्षांनी मध्य आशियातून येऊन बहुधा इराणमध्ये स्थायिक झालेल्या आर्यांच्या एका शाखेतील 'झरथुस्त्र' या प्रेषिताने

'अहुरमज्द' हा एकमेव आणि सर्वथा चांगला असा ईश्वर असून 'अहरीमन' हा दुष्ट वृत्तीचा त्याचा विरोधक आहे आणि या दोघांमध्ये जगभर सतत युद्ध चालू असते असे सांगितले. पुढील काळात इस्लाम धर्म स्थापन होऊन मुसलमानांची आक्रमणे सुरू झाल्यानंतर झरथुष्ट्राचे अनुयायी इराण सोडून इतर देशांमध्ये गेले. भारतात आलेल्या त्याच्या अनुयायांना 'पारशी' म्हणतात. हे लोक अग्नीपूजक आहेत. 'अवेस्ता' हा त्यांचा धर्मग्रंथ मूळ स्वरूपात उपलब्ध नसून तो आठवणीने पुनर्लिखित केलेला आहे.

आज जगात लोकसंख्येच्या मापाने सगळ्यात मोठे असलेले दोन धर्म म्हणजे अनुक्रमे 'ख्रिश्चन' व 'इस्लाम' हे होत. यांचा जगभर प्रसार मुख्यत्वे तलवार आणि आक्रमणांच्या जोरावर झालेला आहे. हे दोन्ही धर्म ज्या ज्यू धर्मातून निर्माण झाले, तो मूलत: आशिया खंडाच्या पश्चिम टोकाला असलेल्या पॅलेस्टाइनमधील सेमिटिक वंशाच्या हिब्रुभाषिक इस्रायली किंवा ज्यू लोकांचा धर्म होता. यांचा एक मोठा ईश्वरनिष्ठ प्रेषित (ईश्वरी हुकूम व देणगी प्राप्त झालेला अपवादात्मक पण माणूसच) अब्राहम हा होऊन गेला.

'बायबल' (जुना करार) मधील जेनेसिसप्रमाणे आधी 'आदम', मग 'नोहा', नंतर अब्राहम यांच्यानंतर 'मोझेस' हा ज्यूंचा फार मोठा प्रेषित येशू ख्रिस्ताच्या तेरा शतके आधी होऊन गेला. मोझेस ईश्वराला 'याहवेह' (किंवा जेहोव्हा) म्हणत असे. इजिप्तमध्ये स्थलांतरित झालेल्या हिब्रू लोकांना, ज्यांचा तेथील राजाने अतोनात छळ केला होता, मोझेसने वाचवले. जेहोव्हा हाच साऱ्या जगाचा, विश्वाचा निर्माता आहे आणि याच सर्वश्रेष्ठ ईश्वराने मानवाच्या कल्याणासाठी आपल्याला दहा धर्माज्ञा दिलेल्या आहेत, असे त्याने सांगितले. जेहोव्हाने ज्यू या त्याच्या आवडत्या लोकांसाठी माणसाप्रमाणे बोलून स्वत: प्रकट केलेला हा धर्म आहे असे मोझेसने सांगितले. ज्यू, ख्रिश्चन व इस्लाम या तीन धर्मांना सेमिटिक परंपरेतले धर्म मानले जाते; पण पुढील काळात त्यांच्यात आपापसात हेवेदावे, दुष्टावे, युद्धे आणि कत्तलीसुद्धा झालेल्या आहेत.

ज्यू धर्मानंतर आजपासून सुमारे दोन हजार वर्षांपूर्वी पश्चिम आशियात येशू ख्रिस्त होऊन गेला. तो स्वत:ला आकाशातील 'प्रेमळ बापाचा एकमेव पुत्र' म्हणवीत असे. त्यानंतर अरबस्तानातील टोळ्यांमध्ये इसवीसनाच्या सहाव्या शतकात महम्मद पैगंबर या प्रेषिताचा जन्म झाला. त्याने स्थापन केलेला धर्म हा इस्लाम (मुसलमान) धर्म होय. तो स्वत:ला ईश्वर अल्लाचा 'शेवटचा प्रेषित' म्हणवीत असे. ज्यूंच्या प्रेषितांना ख्रिश्चन व इस्लाम धर्मीय लोक प्रेषितच मानतात. महम्मद यांच्या मते 'येशू ख्रिस्त हा ईश्वराचा प्रेषितच होय, पण तो ईश्वराचा पुत्र नव्हे. ईश्वराचा पुत्र कुणीच नाही; ईश्वराला पुत्र असणे शोभत नाही.'

चीन या मोठ्या आकाराच्या पण एकभाषिक देशात इ.स. सहाव्या शतकापूर्वी ईश्वराला शोधून काढण्याला फारसे महत्त्व नव्हते, पण चीनच्या राजाला मात्र स्वर्गाचा पुत्र मानले जाई. तो स्वर्गाचा प्रतिनिधी असल्यामुळे प्रजेला त्याची आज्ञा शिरसावंद्य होती, पण तो आपली जबाबदारी नीट पार पाडत नसल्यास प्रजेला त्याची उचलबांगडी करण्याचा हक्कही होता. इ.स.पू. सहाव्या शतकात लाओ त्से आणि पाठोपाठ कन्फ्युशियस यांनी अनुक्रमे ताओइझम आणि कन्फ्युशिऑनिझम हे आपले धर्म स्थापन केले. त्यांनीसुद्धा देव-ईश्वर आहे की नाही या वादात न पडता, पण ईश्वराला न नाकारता गौतम बुद्धाप्रमाणे माणसांच्या गरजांकडे व दु:ख कमी करण्यावर लक्ष केंद्रित केले. त्यामुळे बौद्ध धर्म चीनमध्ये गेला, तेव्हा सर्वांनीच त्याचे स्वागत केले, त्याच्याशी मिळतेजुळते घेतले.

याच इ.स.पू. सहाव्या शतकात भारतात महावीर जैन व गौतम बुद्ध हे दोन धर्म संस्थापक होऊन गेले. महावीराने ईश्वराचे अस्तित्व नाकारले आणि गौतम बुद्धाने त्याच्याविषयी बोलण्याचे नाकारले. परंतु या दोघांच्याही दोन हजार वर्षे आधी वेद रचणारा आर्यनिर्मित धर्म– ज्याला आज 'हिंदू धर्म' म्हणतात– निर्माण झाला होता.

माणसाचे अतिपूर्वज

अनेकांच्या मनात अशी शंका असते की, १) अतिगुंतागुंतीचे तरीही अतिकुशल, पण प्राणधारी, स्वयंचलित जैविक यंत्ररूप शरीर ज्याला प्राप्त झालेले आहे, २) अजब मेंदू व अजब क्षमता असलेला, ३) असे जीवन, अशा संस्कृती व असे धर्म स्थापन करू शकणारा, ४) निसर्गाचा व निसर्ग-नियमांचा एवढा उपयोग करून घेऊन, निसर्गातील एवढ्या अडचणींना तोंड देऊन, पन्नास-शंभर वर्षे आनंदाने जगू शकणारा आणि ५) पृथ्वी व्यापून शिवाय जमिनीवरून अंतराळात झेप घेऊ शकणारा, असा हा माणूस वैज्ञानिक सांगतात त्या केवळ उत्क्रांतीने बिनशेपटीच्या माकडापासून निर्माण झाला आणि त्याने स्वकर्तृत्वाने पृथ्वीवर आपले राज्य स्थापले, हे पटावे तरी कसे? काही जणांना वाटते की, 'माकडापासून माणूस आणि बोकडापासून बैल' (हे त्यांचेच शब्द बरे का!) अशी उत्क्रांती, असे पृथ्वीवरील सजीव सृष्टीच्या समृद्धीचे-जैवविविधतेचे स्पष्टीकरण हे विज्ञानाचे निव्वळ कल्पनारंजन आहे. शिवाय त्यांना असेही वाटते की, 'ज्याच्यापासून माणूस उत्क्रांत झाला ती माकडीण काय एके दिवशी अचानक माणूस प्रसवली? मग आज तसे का होत नाही? आज माकडाला माकड व माणसाला माणूस पिल्लू असेच होते, ते का? शिवाय त्याहून मोठा प्रश्न असा की, आधी ती माकडीण कशी निर्माण झाली? ती जर घुशीपासून निर्माण झाली असेल तर ती घूस कशी निर्माण झाली? मुळात दगड, माती, हवा, पाणी या निर्जीव भौतिक वस्तूंपासून अन्नग्रहण करणारा आणि त्यामुळे वाढू, जगू, टिकू शकणारा, स्वेच्छेने हालचाल करू शकणारा प्राणधारी प्राथमिक सजीव तरी

कसा अस्तित्वात आला?' अशा प्रश्नांची संशोधकांनी शोधलेली उत्तरे अगदी थोडक्यात समजून घेऊ.

सजीवता

पृथ्वीवरील आपले जग अनेक प्रकारचे सजीव म्हणजे वनस्पती, पशू, पक्षी, कीटक, मानव इत्यादींनी गजबजलेले आहे. त्यातील वनस्पती सोडून इतर सर्व सजीवांची म्हणजे प्राणी, पक्षी, मासे, मानव अगदी क्षुद्र जीवजंतूंची शरीरे कमालीच्या गुंतागुंतीची, पण स्वत: हालचाल करू शकणारी स्वयंचलित यंत्रे आहेत. शिवाय त्यातील प्रत्येक यंत्र पुनरुत्पादनाने स्वत:सारखी यंत्रे स्वत:च तयार करू शकते आणि हे सर्व एका अतिसूक्ष्म पेशीतील रेणूत गुंफलेल्या आज्ञावलीनुसार घडते. त्यानुसार विविध निर्जीव मूलद्रव्यांच्या अणू-रेणूंपासून या सजीवाचे शरीर घडवले जाते, काही काळ ते चालते. त्या शरीरातील 'जिनोम' या 'आज्ञावली संग्रहा'ची प्रत पुढील पिढीकडे सुपूर्द केली जाते आणि मृत्यूनंतर ते म्हणजे शरीर पंचमहाभूतात मिसळून जाते. 'जेनेटिक्स' हे आधुनिक, प्रगत जीवशास्त्रीय विज्ञान आपणाला असे सांगते की, प्रत्येक सजीव ही डीएनए व प्रथिने या दोहोंनी एकत्र येऊन केलेली निर्मिती आहे. प्रत्येक सजीवाच्या गाभ्यात प्रत्येक पेशीत डीएनएची आज्ञावली असते आणि त्या सजीवाचे वैशिष्ट्यपूर्ण शरीर हे त्या आज्ञावलीनुसार प्रथिनांनी बनलेले असते. डीएनए व प्रथिने हे दोन्ही गुंतागुंतीचे निर्जीव रेणू एकत्र आल्यावर शरीर घडवू शकतात. डीएनए व प्रथिने यांना एकत्र जोडू शकणारा आरएनए हा तसाच एक रेणू त्या दोहोंचाही पूर्वज आहे, त्यात त्या दोहोंचेही काही गुणधर्म आहेत. आपली पृथ्वी ४.६० अब्ज वर्षांपूर्वी वायूंच्या जळत्या गोळ्याच्या स्वरूपात निर्माण झाल्यानंतर ती थंड व घट्ट होऊन तिच्यावर कुठलाही जीव-मासा नाही अशा पाण्याचे समुद्र निर्माण होण्याकरता सुमारे एक अब्ज वर्षे लागली. याचा अर्थ असा की, सुमारे साडेतीन अब्ज वर्षांपूर्वी पृथ्वी घन व थंड झालेली असूनही तिच्यावर कुठलेच सजीव नव्हते. तेव्हा पृथ्वीवर फक्त पाणी, वायू व दगडमाती म्हणजे निर्जीव रासायनिक मूलद्रव्ये होती. आकाशात विजा चमकत होत्या, पृथ्वीवर मोठमोठी जलाशये बनली होती. सूर्यप्रकाश नीलकिरणांसह येत होता. त्या काळी आजच्यासारखे ऑक्सिजन व हवेचे वातावरण अस्तित्वात नव्हते. अगदी क्षुद्र सजीवसुद्धा नव्हते. वातावरणात हैड्रोजन, कार्बनडाय ऑक्साइड, अमोनिया, मिथेन व आणखी काही सेंद्रिय वायू होते. ओझोनचे कवच नसल्यामुळे सूर्याकडून वातावरणात अतिनील किरण भरपूर येत होते, आकाशात विजेचे तांडव होते. या सर्वांच्या एकत्रित परिणामांनी एका टप्प्यावर समुद्रात काही गुंतागुंतीचे रेणू (एकाहून अधिक वेगवेगळ्या अणूंचे रासायनिक

एकत्रीकरण) तयार झाले. समुद्रात व किनाऱ्यावर अशा रेणूंचे जे द्रावण बनले, त्याला शास्त्रज्ञ 'प्रायमिव्हल सूप' असे म्हणतात. ते अनेक खळग्यांत, पाण्यात, जमिनीवर कमीअधिक द्रव घनस्थितीत साठून राहिले. त्यावर पुन्हा विजा, अतिनील किरणे इत्यादींचा परिणाम होऊन त्यात अधिक गुंतागुंतीचे रेणू बनले. कोट्यवधी वर्षांनी त्यात असा एक रेणूंचा साचा तयार झाला की, त्याने आसपासच्या मूलद्रव्यांची एकमेकांत गुंफण करून आपल्या स्वतःसारखाच दुसरा नवीन साचा तयार केला. थोडक्यात, एकाचे दोन, दोनाचे चार व चाराचे आठ होऊ शकले. म्हणजे या 'रेप्लिकेटर्स'कडे पुनरुत्पादनाचा गुण आला. यातूनच पुढे केव्हा तरी आरएनएचे थोडेसे सक्षम रेणू बनले. त्यातून पुढे डीएनए व प्रथिनांचे रेणू अशी वाटचाल घडून सूक्ष्म सजीवांची निर्मिती शक्य झाली. आजच्या माणसाच्या शरीरातील प्रत्येक कार्यक्षम अवयव (डोळा, हात, पोट, त्वचा, हृदय, मेंदू वगैरे) हा कोट्यवधी सजीव पेशी विशिष्ट तऱ्हेने एकमेकांना जोडून बनलेला असतो. त्यातील प्रत्येक पेशीच्या केंद्रात असा डीएनए असतो, जो योग्य प्रथिने बनवतो, त्यांना त्या त्या अवयवांच्या पेशी बनवण्याचा हुकूम देतो. त्या त्या पेशींनी आपल्या शरीराचे ते ते कार्यक्षम अवयव बनतात. कार्बन या मूलद्रव्यात वेगवेगळ्या रेणूंची माळ त्यांना चिकटवून गुंफण्याचा गुणधर्म आहे. त्यामुळे वेगवेगळ्या रेणूंची लांबच लांब माळ गुंफली जाऊन त्याद्वारे माहिती, आज्ञावली साठवण्याची क्षमता निर्माण झाली आणि या निर्जीव पृथ्वीवर सजीवांचे जग बनले. सायटोसाइनसारख्या ज्या न्यूक्लिओटाइडच्या माळा पुनरुत्पादनाच्या स्पर्धेत टिकल्या, त्या माळा म्हणजेच 'आरएनए' व तीच जनुके. ती काही अमिनो आम्ले असलेली प्रथिने तयार करू शकतात. आरएनए असलेल्या काही पेशींमध्ये जेव्हा स्थिर व सक्षम डीएनए तयार झाला, तेव्हा त्या पेशीत आरएनएच्या मदतीने मोठमोठी प्रथिने व नवनवीन क्षमता उत्क्रांत होणे शक्य झाले. रासायनिक पसारा वाढला. डीएनए व आरएनए असलेल्या पेशींच्या जिनोमचा (पेशी केंद्रातील ४६ गुणसूत्रांचा–क्रोमोसोम्सच्या संग्रहाचा) आकार व त्यांच्या क्षमता प्रत्येक पिढीत वाढत गेल्या. वरील प्रत्येक पायरीला कोट्यवधी वर्षे लागली.

थोडक्यात, काही निर्जीव रासायनिक मूलद्रव्यांपासून रेप्लिकेटर्स, त्यांच्यापासून आरएनए व त्यांच्यापासून पुढे आज्ञावली जशीच्या तशी साठवून टिकवू शकणारा व त्याची हुबेहूब प्रत काढू शकणारा डीएनए हा 'तज्ज्ञ', तर ती माहिती कृतीत आणणारी 'प्रथिने' (अनेक अमिनो आम्ले एकमेकांना जोडून बनते, ते प्रथिन होय.) हे 'तंत्रज्ञ' आणि या दोघांना जोडणारा दुवा म्हणजे आरएनए, हे सर्व एकत्र येऊन निसर्गात पहिल्या सजीव पेशी बनल्या. त्या एकत्र जोडल्या जाऊन सजीव प्राण्यांचे कार्यक्षम

अवयव व शरीरे बनली. सजीवांचा पहिला जो एक 'वैश्विक समान पूर्वज' असेल, (ज्याला शास्त्रज्ञांनी 'ल्युका' म्हटले) तो म्हणजे डीएनएची आज्ञावली व त्यानुसार बनलेले प्रथिनांचे आवरण एवढाच असणार. तो निर्जीव–सजीवांच्या सीमारेषेवर असावा. निसर्गातील अतिसूक्ष्म अणुरेणूंनी बनलेली ही सर्व रहस्ये वा सत्ये फार गुंतागुंतीची आहेत. १९३० साली लागलेल्या अतिसूक्ष्म कण अडीच लाखपट मोठे करून दाखवणाऱ्या इलेक्ट्रो मायक्रोस्कोपच्या शोधामुळे व शास्त्रज्ञांच्या कष्टमय संशोधनामुळे ही रहस्ये आपल्याला कळू तरी शकली.

अतिपूर्वज

या सजीव आदिपेशींतील डीएनएमधील थोड्याफार फरकांमुळे पुढेपुढे त्यांच्या वंशजांमध्ये कमालीची विविधता निर्माण झाली. हे सजीव (जिवाणू) जगण्यासाठी नानाविध युक्त्या वापरून वेगवेगळी रसायने मिळवून प्रथिने बनवण्यात तरबेज झाले. निर्जीव पृथ्वीवर आणखी एक अब्ज (१०० कोटी) वर्षे फक्त अशा जिवाणूंचेच राज्य होते. या काळात त्यांनी जगण्याच्या अनेक क्लृप्त्या शोधल्या. नंतर त्यांचा आकारही शेकडो–हजारोपट मोठा झाला. तसेच काही विनाकेंद्रीय पेशींमधून केंद्र असलेल्या पेशी निर्माण झाल्या व वाढल्या. आजच्या मलेरियासारख्या आजारांचे जीवजंतू हे सुरुवातीच्या एकपेशीय जीवांचेच वंशज आहेत.

केंद्र असलेल्या पेशी निर्माण होत असतानाच दुसऱ्या दोन प्रकारच्या जीवजंतूंनी चयापचयासाठी लागणारी ऊर्जा निर्माण करण्याच्या युक्त्या शोधून काढल्या होत्या. पहिले सायनोबॅक्टेरिया (म्हणजे क्लोरोप्लास्ट किंवा हरितद्रव्य) हे केवळ सूर्याची ऊर्जा वापरून स्वतःचे अन्न तयार करू शकत होते; तर दुसरे सेंद्रिय द्रव्ये खाऊन ऊर्जा निर्माण करू शकत होते; पण त्यांना ऑक्सिजन आवश्यक होता. सायनोबॅक्टेरियांनी कर्बग्रहणाच्या प्रक्रियेतील टाकाऊ पदार्थ म्हणून बाहेर टाकलेला ऑक्सिजन, त्या दुसऱ्या प्रकारच्या जीवजंतूंना उपयोगी पडू लागला. या जीवजंतूंची नैपुण्ये प्राप्त करण्यासाठी काही सकेंद्रीय पेशींनी त्यांना चक्क गिळून ती क्षमता प्राप्त केली. ज्या पहिल्या गटातल्या पेशींमध्ये हरितद्रव्य आले, त्या झाल्या 'वनस्पतीज' पेशी व दुसऱ्या गटातल्या पेशी झाल्या 'प्राणिज' पेशी. वनस्पतीज पेशींतील हरित द्रव्यामुळे सर्व वनस्पती सूर्यप्रकाशाच्या साहाय्याने आणि जमिनीत आपली मुळे पसरवून स्वतःचे अन्न उभ्या जागी स्वतःच निर्माण करू लागल्या. प्राणिज पेशींना मात्र अन्न मिळवण्यासाठी हालचाल करावी लागू लागली. वनस्पतीज पेशींनी निर्माण केलेला ऑक्सिजन प्राणिज पेशींना उपलब्ध होऊ लागल्यापासून, दोन अब्ज वर्षे धिम्या गतीने चालणाऱ्या उत्क्रांतीला वेग प्राप्त झाला. वनस्पतीज पेशींतून विविध वनस्पती आणि प्राणिज

पेशींतून विविध प्राणी उत्क्रांत होऊ लागले. त्यामुळे पृथ्वीवर जैवविविधता तयार झाली.

साडेतीनशे कोटी वर्षांपूर्वी प्रत्यक्ष अस्तित्वात असलेल्या 'अल्गि शेवाळ'चे (जी वनस्पतींची पूर्वज होती) जीवाश्म (फॉसिल) ऑस्ट्रेलियात सापडलेले आहेत; परंतु पाण्यात व काठावर वनस्पती फोफावू लागल्या त्याचा प्रत्यक्ष पुरावा फक्त ५०–६० कोटी वर्षांपूर्वीचा आहे. शिवाय त्या वनस्पतींना आजच्यासारखी फळे, फुले अथवा बिया नव्हत्या. फुले, फळे असलेल्या वनस्पती फक्त दहा ते बारा कोटी वर्षांपूर्वी बनलेल्या आहेत. तत्पूर्वी पृथ्वीवर वनस्पतींची आजच्यासारखी जंगलेसुद्धा नव्हती.

प्राणिज पेशींपासून प्रथम अमिबासारखे एकपेशीय प्राणीजीव निर्माण झाले. अन्नकण गिळणाऱ्या अशा अमिबांच्या जवळजवळ पाच हजार जाती आहेत. एकपेशी जीवांतून पुढे अनेक प्रकारचे बहुपेशीय सूक्ष्म जीव बनले. त्यातील काही मोठे झाले, काहींनी विविध क्षमता प्राप्त केल्या. आश्चर्य वाटेल, पण माणूस जसा सामाजिक प्राणी आहे, तशा मुंग्या आणि मधमाशाही सामाजिक प्राणी आहेत. त्या समूहाने राहतात, समूहाचे नियम पाळतात, कामाची विभागणी करतात, एकमेकांना साह्य करतात, कुटुंबनियोजनही करतात. टाचणीच्या टोकाएवढा मेंदू असलेली मधमाशी सांकेतिक नाचातून इतर मधमाशांशी कामापुरता संवाद साधू शकते. कुत्र्याचे घ्राणेंद्रिय माणसाच्या घ्राणेंद्रियाहून अनेक पट सक्षम आहे. माणूस फक्त विशिष्ट कंपनसंख्येचे ध्वनी ऐकू शकतो. वटवाघळाची ही क्षमता माणसापेक्षा कितीतरी पट जास्त आहे.

आजपासून चव्वेचाळीस कोटी वर्षांपूर्वी माणसाचे पूर्वज 'माशाचे जीवन' जगत होते. तेव्हा आपण म्हणजे आपल्या पूर्वजांचे पूर्वज किंवा आपले अतिपूर्वज चक्क मासे होते, हे आश्चर्याचा धक्का बसावा असे आहे, पण सत्य आहे. नंतर साधारण चौतीस कोटी वर्षांपूर्वी आपले हे मत्स्य पूर्वज समुद्रातून बाहेर येऊन जमिनीवर आले, उभयचर बनले. त्यांच्या जनुकांमध्ये उत्परिवर्तन होऊन आधी हवेच्या पोकळ्या व मग त्यांची प्राथमिक फुप्फुसे बनली असावीत. म्हणजे पाण्याप्रमाणेच जमिनीवरच्या हवेत जगण्याची क्षमता त्यांना प्राप्त झाली. तेव्हा विषुववृत्तावर फुले नसलेल्या वनस्पती निर्माण झाल्या होत्या, दक्षिण ध्रुवावर बर्फ जमू लागला होता. इतरत्र हवामान साधारण आजच्यासारखे असावे. अशा वेळी चार पायांचा टेट्रापॉड जमिनीवर उत्क्रांत झाला. त्याच्यापासून पुढे चार प्रकारच्या जीवजाती उत्क्रांत झाल्या. त्या अशा –१) बेडकासारखे उभयचर प्राणी, २) सरपटणारे प्राणी, ३) उडणारे पक्षी आणि ४) आपल्यासारखे सस्तन प्राणी. या प्रत्येक जातिसंघात हजारो प्रकारचे प्राणी पृथ्वीवर आहेत.

नंतर साधारण बावीस कोटी वर्षांपूर्वी जेव्हा जमिनीवर जीवसृष्टी पसरत होती, तेव्हा एक नैसर्गिक आपत्ती आली, जिला 'पर्मियन विध्वंस' म्हटले जाते. म्हणजे ज्वालामुखी अचानक जागे होऊन दहा लाख वर्षे आग ओकत राहिले, खंडांचे आकार व स्थाने बदलू लागली. ज्वालामुखींच्या धूरधुळीने सूर्यप्रकाश अडला, हिमयुग सुरू झाले. जमिनीवर बर्फच बर्फ, पाऊस पडला तरी आम्लयुक्त पडायचा, खायला काही नाही. तेव्हा बहुतांश जीवसृष्टी नष्ट झाली.

त्यातून वाचलेल्या काही वेगवेगळ्या आकारांच्या सरड्यासारख्या प्राण्यांपासून हळूहळू आकाराने मोठे होत गेलेले विविध प्राणी पृथ्वीवर वावरू लागले. हाच तो सुप्रसिद्ध डायनासोरचा काळ. हे प्राणी राक्षसी सरड्यांसारखे महाकाय होते. त्यातील कुणी शाकाहारी, कुणी मांसाहारी, कुणी एकमेकांना खाणारे, कुणी पाण्यात, कुणी जमिनीवर राहणारे, तर कुणी उडू शकणारे. जवळजवळ दहा कोटी वर्षे ते पृथ्वीवर सर्वांत बलिष्ठ प्राणी म्हणून वावरले, मात्र सुमारे सहा-साडेसहा कोटी वर्षांपूर्वी अचानक आणखी एका नैसर्गिक आपत्तीमुळे ते (बहुधा प्रचंड उल्का वर्षावाने) पृथ्वीवरून नष्ट झाले. या आपत्तीला 'क्रेटेशियन विध्वंस' या नावाने ओळखले जाते.

डायनासोरच्या काळी आपले म्हणजे माणसाचे अतिपूर्वज हातभर चिचुंद्री किंवा घुशीसारखे दिसणारे, लहान आकाराचे व संख्येने कमी असलेले प्राणी होते. दिवसा ते भीतीमुळे गुहांमध्ये लपून राहायचे. रात्र होऊन डायनासोर झोपले की, हे निशाचरासारखे बाहेर येऊन भक्ष्य शोधायचे. या दहा कोटी वर्षांत त्यांच्यातही महत्त्वाचे बदल होत होते.

ज्या कुणा सस्तन प्राणिवर्गातील पुच्छविहीन मर्कट जातीपासून पुढे मानव उत्क्रांत झाला, तो सहा किंवा चार कोटी वर्षांपूर्वीपासून भूतलावर माकडासारखा वावरत असावा. तो अन्न, निवारा व स्वसंरक्षणासाठी जंगलात वृक्षांवर राहत होता. बहुधा दोन-अडीच कोटी वर्षांपूर्वी तो मागचे दोन पाय चालण्यासाठी आणि पुढचे दोन पाय हातासारखे वापरण्याचा प्रयत्न करू लागला असावा. उत्क्रांतीच्या या पायरीचा प्रत्यक्ष पुरावा 'रामपिथेकस' असे नाव दिलेल्या, भारत व पूर्व आफ्रिकेत सापडलेल्या जीवाष्माच्या रूपाने उपलब्ध आहे. या किंचित उत्क्रांत पुच्छहीन वानराचा पुरावा एक कोटी वीस लक्ष वर्षांपूर्वीचा असून तो जरा वाकून, पण दोन पायांवर चालू शकत होता. त्यापुढे आजपासून सुमारे ७० लक्ष वर्षांपूर्वी गोरिला व चिम्पाझी यांचे पूर्वज व माणसाचा वानर पूर्वज हे तीन 'ऑस्ट्रेलोपिथेकस' आधीच्या वानर पूर्वजांपासून उत्क्रांत झाले. (आजच्या प्रगत 'जेनेटिक्स' या विज्ञानाने असे दाखवून दिलेले आहे की, 'मानव, चिम्पाझी व गोरिला' या तिघांच्या शरीरातील प्रथिने, हीमोग्लोबिन्स

व डीएनए यात कमालीचे साम्य आहे.) त्यानंतर पन्नासेक लाख वर्षांनी म्हणजे आजपासून १५-२०लाख वर्षांपूर्वी 'होमो हॉबिलिस' ही हातांचा काहीसा वापर करू लागलेली 'वानर-मानव' जात, त्यानंतर आजपासून दहा किंवा १२-१३ लाख वर्षांपूर्वी दोन पायांवर ताठ चालणारी 'होमो इरेक्ट्स' ही 'आदिमानव जात' आणि फक्त दीड-दोन लाख वर्षांपूर्वी होमो सॅपियन (शहाणा मानव) ही जात उत्क्रांत होऊन, ते मानव सबंध पृथ्वीवर पसरले.

प्रचंड आकाराच्या व शक्तीच्या डायनासोरांनी या पृथ्वीवर सर्वांत बलिष्ठ प्राणी म्हणून दहा कोटी वर्षे(!) राज्य केले, ते जर या पृथ्वीवरून एका झटक्यात नष्ट होऊ शकले, तर काल आलेल्या दुबळ्या माणूस प्राण्याने (ज्याने गेल्या दोन-तीन शतकांत अक्षम्य चुका करून सबंध पृथ्वीवरचे वातावरण कार्बनडाय ऑक्साइडने भरून टाकले आहे) आपली ही मानवजात अजून काही लाख किंवा हजार किंवा निदान शंभर वर्षे तरी या पृथ्वीवर टिकून राहिल, असा विश्वास बाळगू नये! कारण काही घोटाळा झालाच, तर आपल्याला वाचवायला, टिकवायला आपल्या कल्पनेतल्या देवासारखा निसर्ग काही दयाळू, प्रेमळ वगैरे नाही! त्यामुळे देवांची देवळे बांधून व त्यांच्या प्रार्थना करून काही उपयोग नाही. पृथ्वीवरील सर्व सजीवांचा विध्वंस, सर्वनाश नको असेल तर आधी निसर्गला सांभाळावे. त्याला जपावे! उत्क्रांतीने मेंदू, बुद्धी प्राप्त झालेला एकमेव सजीव म्हणून ते माणसाचे 'कर्तव्य' आहे.

आत्मा (?)

मूलत: निर्जीव असलेल्या आपल्या भौतिक विश्वात स्वयंचलित व पुनरुत्पादनक्षम सजीवांची-माणसासह सर्व सजीवांची-निर्मिती ही कुणा ईश्वराच्या इच्छेने, हुकमाने, जादूने झालेली नसून, अतिदीर्घकालीन उत्क्रांतीने ती आपोआप (म्हणजे कुणा ईश्वरी हस्तक्षेपाशिवाय) घडून आलेली आहे. मनुष्य जेव्हा रानटी किंवा निमरानटी अवस्थेत प्रतिकूल परिस्थितीत टिकून राहण्याचा प्रयत्न करत होता, तेव्हा भय, भूक आणि निसर्गविषयीचे अज्ञान यांनी बेजार होऊन त्याने मानसिक आधारासाठी ईश्वर कल्पना रचली. ईश्वर दिसत नसल्यामुळे तो अदृश्य, अमर, सर्वशक्तिमान व दयाळू आहे, असे त्याने ठरवले. दुसरी अडचण अशी होती की, माणसाला स्वत:चा 'जिवंतपणा' किंवा 'प्राण' म्हणजे नेमके काय व 'मृत्यू होतो' म्हणजे नेमके काय होते, हे कळत नसल्यामुळे त्याने स्वत:ची सजीवता किंवा प्राण ही त्या ईश्वराची खास देणगी आहे. ती आपल्या शरीरात कुठे तरी, बहुधा हृदयात सूक्ष्म किंवा अदृश्य रूपात त्याने ठेवलेली आहे, असे कल्पिले. त्या कल्पनेला 'आत्मा' हे नाव दिले. आत्म्याचा पुनर्जन्म होतो, ही कल्पना जरी भारताबाहेर निर्माण झालेल्या कुठल्याही धर्मात नसली

तरी आत्म्याचे अस्तित्व मात्र ईश्वराचे अस्तित्व मानणाऱ्या जगातील एकूण एक धर्मांमध्ये आहे. त्यामुळे माणसाला अत्यंत दु:खदायक असलेल्या त्याच्या मृत्यूनंतर कुठे तरी स्वर्गात, ईश्वराच्या राज्यात त्याला पुन्हा सुखाचे जीवन आहे, अशी कल्पना करता येणे शक्य झाले. माणसाने नेमके तेच केले. माणसाने ईश्वराकडून मिळालेला आत्मा एकमेवाद्वितीय, अदृश्य (भौतिकापलीकडील) व अमर आहे, असे मानले. त्यामुळे जगातील सर्व धर्मांनी अशा आत्म्याचे अस्तित्व ठामपणे सांगितले आहे, पण हे झाले आध्यात्मिक अस्तित्व. याला खरे अस्तित्व म्हणता येईल का? की ती केवळ एक मानवी कल्पना आहे? खरेच 'आत्मा' अशी काही वस्तू किंवा शक्ती आपल्या शरीरात कुठे तरी असली, तर ती अमर असेल का? समजा आत्मा असलाच तर तो आपल्या शरीरात नेमका केव्हा प्रवेश करतो? तो बाळाच्या पित्याच्या वीर्यात असतो की मातेच्या स्त्रीबीजात असतो? की तो गर्भ वाढताना निर्माण होतो? बाळाची नाळ सुटून प्रत्यक्ष जन्म होताना आत्मा त्याच्या शरीरात शिरतो? आत्मा शरीरातून जातो केव्हा? मृत्यूनंतर? म्हणजे हृदय बंद पडल्यावर? एखाद्याचे बंद पडलेले हृदय जर पुन्हा चालू होऊ शकले तर तो आत्मा परत येतो का? कधी कधी ब्रेन डेड माणूस भाजीपाल्यासारखा अनेक वर्षे जिवंत राहू शकतो. मग अशा माणसाला आत्मा असतो की नसतो? आत्मा कोमात जाऊ शकतो का? अमीबासारखे काही सूक्ष्म सजीव स्वत:च एकाचे दोन होऊन नवा जीव निर्माण करू शकतात. तर एकाचे दोन झालेल्या त्या अमीबांना दोन आत्मे असतात का? दुसरा आत्मा कुठून व कसा येतो? सजीवांची शरीरे ज्या पेशींनी बनलेली असतात, त्यांना वेगळ्या करून स्वतंत्रपणे टिकवता, वाढवता येऊ शकते. आता एका शरीरात जर अब्जावधी पेशी असतात, तर त्यांना प्रत्येकी एक असे अब्जावधी आत्मे असतात का? सध्या जीवशास्त्रातील आनुवंशिकता शास्त्रात चाललेल्या 'स्टेमसेल्स रिसर्च', 'क्लोनिंग' इत्यादींविषयी आपण ऐकलेले, वाचलेले आहे. आता प्रश्न असा पडतो की, बिनबापांचा व तीन आयांचा काही अंश असलेल्या सुप्रसिद्ध 'डॉली' या क्लोन मेंढीला 'आत्मा' कुठून मिळाला? की मेंढीला आत्माच नसतो? माणसाचा क्लोन बनवला तर त्याचा आत्मा कुठून व कसा येईल? मृत व्यक्तीचे डोळे मृत्यूनंतर दोन तासात काढले, तर ते गरजू अंधाला उपयोगी पडू शकतात. मग त्या डोळ्यात जीवित्व नाही का? त्या जीवित्वाला आत्मा नसतो का? की त्यात आत्म्याचा काही अपूर्णांश शिल्लक असतो? काही रोगांचे अतिसूक्ष्म विषाणू, ज्यांच्या पेशी नसतात, ते स्वत: पुनरुत्पादन करू शकत नाहीत, त्यांना सजीव म्हणायचे का? त्यांना आत्मा असतो का? सजीव वनस्पतींमध्ये जर आत्मा असेल, तर प्रत्येक बीमध्ये एकेक आत्मा असतो का? एखाद्या वृक्षावर जर

शेकडो फळे व त्यात हजारो बिया असल्या तर त्यात तेवढे आत्मे असतात का? ते त्यात केव्हा येतात? आत्मे अमर कसे होतात? जगातील ईश्वर मानणाऱ्या सर्वच धर्मांनी माणसाची सजीवता त्याच्या आत्म्यामुळे असते, असे सांगितलेले आहे. पण ते विविध धर्मांनी सांगितलेले आत्मे परस्परभिन्न आहेत.

१) ज्यू, ख्रिस्ती, इस्लाम व झरथुष्ट्राचा धर्म यांत अमर आत्मा फक्त माणसालाच असतो, तर हिंदू धर्मात मात्र माणसाबरोबर सर्व प्राणी, पक्षी, क्षुद्र जीव आणि अगदी वनस्पतींनासुद्धा दैवी आत्मा आहे. २) ज्यू, ख्रिस्ती, इस्लाम व पारशी धर्मातील आत्मा हा ईश्वराने शून्यातून किंवा कशातून तरी निर्माण केलेला आहे, तर हिंदू धर्मात मात्र ईश्वराने तो स्वत:मधून निर्माण केलेला आहे. ३) हिंदू धर्मातील आत्म्याला मोक्ष मिळण्यापूर्वी लाखो पुनर्जन्म घ्यावे लागतात, तर पश्चिम आशियातील उगमाच्या धर्मातील आत्म्यांना प्रत्येकी एकेकच जन्म असतो. ४) हिंदूंचे आत्मे एकेकटे व वेळोवेळी स्वर्गनरकात जातात, तर पश्चिमी उगमाच्या धर्मातील आत्म्यांचा एकदम निवाडा होऊन कयामतच्या दिवशी सगळे एकदमच स्वर्ग वा नरकात जातात. ५) पारशी धर्मात विश्वाच्या अंती अगदी सर्व आत्म्यांना ईश्वर स्वर्गसुख देणार आहे, तर इतर कुठल्याही धर्मातील आत्म्यांना तशी गॅरंटी नाही.

थोडक्यात, सर्व धर्मांच्या आत्म्यांबाबतच्या कल्पना इतक्या परस्परभिन्न आहेत की, त्या त्या धर्माच्या गूढ पारलौकिक जीवनासाठी रचलेल्या त्या मानवी कल्पना आहेत असे वाटते. सर्व धर्मांमधील आत्मा अमर आहे, एवढे मात्र खरे. कारण आत्मा ही कल्पना रचली गेली ती त्याच्या अमरत्वासाठीच. 'मृत्यू' या अटळ व दारुण वास्तवावर उपाय म्हणून आत्मा ही कल्पना अस्तित्वात आली. जनजीवनातील अगणित अन्याय, अपार दु:ख व अत्याचार यांचे सर्वमान्य स्पष्टीकरण देता येत नसल्यामुळे सर्वच माणसांना त्यांच्या चांगल्या-वाईट कर्माची फळे भोगण्यासाठी मृत्यूनंतर दुसरे महत्त्वपूर्ण जीवन असणे आवश्यक होते, मग ते स्वर्ग-नरकात असो की पुनर्जन्मात असो. त्यासाठी मृत्यूने मरत नाही, असे काही तरी शरीरात असणे आवश्यक होते. त्यासाठीच आत्मा आलेला आहे आणि म्हणून सर्व धर्मांनी तो अमर आहे, असे सांगितले आहे. सजीवांच्या प्राणाचे-जीवित्वाचे कोडे आज संपूर्ण उलगडलेले आहे, असा दावा विज्ञानसुद्धा करत नाही. परंतु जीवशास्त्रानुसार माणसाचा जीव हा शरीरातील कुठल्या एका भागात केंद्रित झालेला नसून तो कोट्यवधी पेशींच्या स्वरूपात सर्व शरीरभर पसरलेला असतो. आपला श्वासोच्छ्वास, रक्ताभिसरण इत्यादी प्रक्रियांद्वारे या असंख्य पेशींना ऊर्जापुरवठा होऊन त्या सजीव बनून राहतात. या सर्व भौतिक रासायनिक क्रिया म्हणजेच सजीवत्व आहे. या सर्व क्रिया बंद होऊन

ऊर्जापुरवठा थांबतो, तेव्हा पेशींचे कार्यही थांबते आणि आपली प्राणज्योत मालवते. दिव्यातील तेल संपल्यावर दिवा विझतो तसे. आधुनिक प्रगत मेंदूविज्ञानानेही आता सिद्ध केलेले आहे की, आपल्या मेंदूच्या व मनबुद्धीच्या प्रक्रिया या केवळ मेंदूतील पेशींच्या रचना आणि त्यांच्या भौतिक व रसायनशास्त्रीय नियमांनी घडतात. तेव्हा आपली जीवनप्रक्रिया आणि मेंदू व मनबुद्धी (म्हणजे जाणिवा, संवेदना, व्यक्तिमत्त्व वगैरे) यांची कार्ये चालवण्यासाठी आपल्या शरीरात कुणी आत्मा असण्याची आणि मृत्यूनंतर तो निघून कुठे तरी जाण्याची काहीएक गरज नाही.

आपले जिवंत असणे, हा आत्म्याच्या अस्तित्वाचा पुरावा होऊ शकत नाही. मनुष्य आपला भौतिक, क्षणभंगुर मर्त्यजीव आणि त्याने स्वतःच कल्पिलेला अमर आत्मा यांची गुंफण करून, त्याच्या अल्पायुषी, दुःखमय सजीवतेला तथाकथित शाश्वत आत्म्याचा मानसिक आधार घेत जगत राहतो, एवढेच खरे आहे.

३.

सिंधुसंस्कृती ते वेदसंस्कृती

१९२०–३०च्या दशकांत सिंधु नदीच्या खोऱ्यात म्हणजे हल्लीच्या पाकिस्तानातील मोहेंजोदारो आणि हडप्पा इथे आणि भारत व पाकिस्तानात इतरत्रही दहा ठिकाणी उत्खनन करून इतिहास संशोधकांनी ज्या 'सिंधुसंस्कृती'चा शोध लावला, ती संस्कृती कोणाची व कशी होती, ते आपण आता पाहू या. तर्कतीर्थ लक्ष्मणशास्त्री जोशी यांनी 'हिंदुधर्माची समीक्षा' या त्यांच्या ग्रंथात 'वेदपूर्व भारतीयांचा धर्म' या शीर्षकाखाली दिलेली सिंधुसंस्कृतीची माहिती साधारणपणे पुढीलप्रमाणे आहे–

सिंधुसंस्कृती

"वैदिक आर्यांच्या पूर्वी हिंदुस्थानात अस्तित्वात असलेल्या सुसंस्कृत समाजांचा हा धर्म होय. या धर्मात व इजिम-इराकमधील पुरातन धर्मात तसेच आशिया मायनर व भूमध्य समुद्रीय संस्कृतीमध्ये आणि तेथील मानववंशामध्ये फार मोठे साम्य आढळते. त्यांच्यात समुद्रमार्गे दळणवळणही होते. ही 'आर्यपूर्व संस्कृती' होय. इजिम, क्रीट व मेसोपोटेमिया येथील संस्कृतीमध्ये शिव, विष्णू, काली या देवता होत्या. (ज्या वैदिक देवतामंडलात नव्हत्या व हिंदू धर्मात त्यांचा फार उशिरा वेदकालानंतर समावेश झालेला आहे.) तसेच त्या संस्कृतीमध्ये नागपूजा, लिंगपूजा, चंद्रपूजा, ग्रहपूजा, पितृपूजा व मातृपूजा आहेत, ज्यांचा वेदात मात्र मुळीच उल्लेख नाही (ऋग्वेदात तर लिंगपूजेचा निषेध आहे). नाईल, युफ्रेटिस, तैग्रिस आणि सिंधु नद्यांच्या तीरावर वाढलेल्या या प्राचीन संस्कृतीचा वारसा हिंदू समाजाकडे अजूनही चालू आहे. हीच 'वेदपूर्व भारतीय संस्कृती'

होय. त्यातील धर्म आजच्या हिंदू धर्माचा महत्त्वाचा भाग आहे. याच धर्माच्या पायावर अखिल हिंदूंचा समान धर्म हजारो वर्षांपूर्वी निर्माण झालेला आहे.''

या सिंधुसंस्कृतीचा काळ आजपासून पाच हजार वर्षांच्याही पूर्वीचा असावा. शास्त्रीजींनी इतरत्र असेही म्हटलेले आहे की, 'आजच्या हिंदू धर्मात आर्य संस्कृतीपेक्षा आर्येतर किंवा अनार्य संस्कृतीचा सहभाग जास्त आहे.'

भारतात आर्यांचे आगमन होण्यापूर्वी आणि वर उल्लेखलेले भूमध्य समुद्रीय लोक भारतात स्थिरस्थावर होण्यापूर्वी नेग्रिटो, प्रोटो, ऑस्ट्रेलाईड, मंगोलाईड, मुंड, मुखमेर वगैरे दुसरे अनेक वंश वेगवेगळ्या वेळी भारतात येऊन वेगवेगळ्या ठिकाणी स्थिरावले होते. त्यांच्याही संस्कृतींचे विपुल अंश सध्याच्या हिंदू संस्कृतीत अंतर्भूत आहेत. ही सिंधुसंस्कृती केव्हा आणि कशी नष्ट झाली, ते मात्र समजत नाही.

इ.स.पू. तीन हजार म्हणजे आजपासून सुमारे पाच हजार वर्षांपूर्वी केव्हातरी आर्यांचे भारत प्रवेशापूर्वीचे वसतिस्थान उत्तर ध्रुवाजवळ कुठेतरी किंवा युरोपात स्वीडन वा मध्यपूर्व आशियात कुठेतरी असू शकेल (ते निश्चित करता येत नाही), तिथून निघून अफगाणिस्तानातून काबूलमार्गे आर्य भारतात आले. हे आर्य उंच, गोरे, लांब व सरळ नाकाचे, पशुपालनाचा व्यवसाय करणारे, धाडसी व काहीसे भटक्या वृत्तीचे होते. कदाचित आपल्या गुरांना चारा शोधण्यासाठी त्यांना भटकावे लागत असावे. आर्य स्वतःला 'देव' जातीचे म्हणवत असत. इंद्र हा देवांचा राजा-पुढारी होता. तो मोठा शूर आणि लढवय्या होता. कित्येक वर्षे किंवा शतके आर्यांच्या वेगवेगळ्या टोळ्या भारतात येत राहिल्या, परंतु त्यांच्या शेकडो वर्षे अगोदर भारतात येऊन सिंधु नदीच्या परिसरात ज्या भूमध्य समुद्रीय द्रविड लोकांनी आपली स्थिर संस्कृती निर्माण केली होती, त्यांच्याबरोबर आर्यांना संघर्ष करावा लागला. हे अनार्य लोक धान्य-वस्त्र उत्पादक आणि चोख व्यापार करणारे होते. त्यांची फक्त घरे व रस्तेच नव्हे तर किल्ले व कालवेसुद्धा होते. आर्यांचे या लोकांशी शत्रुत्व झाल्यावर आर्य त्यांना वैरबुद्धीने दस्यु, पणी, अनार्य व राक्षस वगैरे म्हणू लागले. आर्य व अनार्यांच्या अनेक युद्धांमध्ये आर्य जिंकले आणि अनार्य हरले, असे दिसते. आर्यांनी अनार्यांचे किल्ले व कालवे फोडून टाकले. हे अनेक शतके, अनेक पिढ्या घडत राहिले. या आर्येतरांचे काही देव, ईश्वर, पूजा-प्रार्थनाही असू शकतील, पण उत्खननात त्यांचे एकही मंदिर मिळालेले नाही. लिहिण्यासाठी त्यांची लिपीसुद्धा होती, पण त्यांच्या लिपीचा अजून उलगडा झालेला नाही.

आर्यांच्या भारतप्रवेशानंतर सुमारे दीड-दोन हजार वर्षे त्यांचा अनार्यांबरोबर संघर्ष, लढाया आणि आर्य व अनार्यांचा संमीलित समाज तयार होण्याची प्रक्रिया

चालू होती. याच काळात हिंदू धर्मात, ज्यांना अपौरुषेय व पूज्य मानले जाते, त्या चार वेदांच्या रचना झाल्या. त्या पाठांतराने टिकवण्यात आल्या (कारण आर्यांजवळ लिहिण्याची लिपी नव्हती). पुढील पाचशे वर्षांत वेदांचेच विस्तार मानले जाणारे 'ब्राह्मणे', 'आरण्यके' व 'उपनिषदे' हे ग्रंथ रचले गेले. त्यापैकी उपनिषदांना 'वेदान्त' असे म्हटले जाते. हा काळ इ.स.पू. ३०००पासून इ.स.पू. १०००पर्यंत असावा. यालाच 'वेदकाळ' किंवा 'ऋग्वेदकाळ' असेही म्हणतात. कारण चार वेदांपैकी ऋग्वेद हा प्रमुख, सर्वांत मोठा व प्रथम रचना सुरू झालेला आणि पूर्णतः स्वतंत्र वाङ्मय असलेला आहे.

ऋग्वेद

या काळाच्या सुरुवातीच्या शतकांमध्ये भारतात आर्य लोकांच्या वस्त्या सात नद्या ओलांडून गंगेच्या खोऱ्यापर्यंत पसरलेल्या होत्या. त्यामुळे विशेषतः उत्तर भारतात त्या काळी काय घडून गेले असावे, ते समजण्यासाठी आपल्याला ऋग्वेदाचाच आधार उपलब्ध आहे. वेगवेगळ्या पिढ्यांतील सुमारे चारशे ऋषींनी सुमारे दीड हजार वर्षांत रचलेला ऋग्वेद मानवजातीचा 'आद्य ग्रंथराज' ठरतो, पण त्याच्या फार प्राचीन भाषेमुळे तो काहीसा दुर्बोध झालेला आहे. अलीकडेच कालवश झालेले रघुनाथ द. जोशी या मोठ्या वेदाभ्यासी पंडिताने अत्यंत चिकित्सक बुद्धीने व ऐतिहासिक दृष्टी ठेवून रचलेल्या 'अनोखा परिचय ऋग्वेदाचा आणि उपनिषदांचा' या टिळक विद्यापीठ पुरस्कारप्राप्त ग्रंथात संकलित केलेली काही माहिती पुढीलप्रमाणे आहे –

१)   इ.स.पू. १२००-१३००च्या सुमारास होऊन गेलेल्या व्यास (म्हणजेच वेदव्यास) या वेदवेत्त्याने त्याच्या काळापर्यंतच्या सुमारे दीड हजार वर्षे पठणात असलेल्या सर्व वेदवाङ्मयाचे ऋग्वेद, यजुर्वेद, सामवेद व अथर्ववेद असे चार भाग केले, असे मानले जाते. व्यासांनी ज्या ऋचांचा संग्रह 'ऋग्वेद' म्हणून निश्चित केला, त्याला 'ऋग्वेद संहिता' असे म्हणतात.

२)   ऋग्वेद संहितेतील दहा मंडलांमध्ये दहा हजारांहून अधिक ऋचा हजाराहून अधिक (१०२८) सुक्तांमध्ये विभागलेल्या आहेत. त्यापैकी बहुतांश सुक्ते इंद्र या प्रमुख देवावर, अग्निदेवतेवर, सोम या उत्तेजित करणाऱ्या एका पेयावर आणि सूर्य, मरुत, उषा इत्यादी देवतांवर आहेत. सर्व ऋषींनी मानवी जीवनाशी संबंधित नैसर्गिक घटनांना विविध देवता व त्यांची कृत्ये असे मानून त्यांच्याकडे केलेल्या मागण्या हेच बहुतेक सुक्तांचे विषय आहेत. त्या मागण्या बहुशः संततीसाठी, अन्नासाठी, संरक्षणासाठी व धनासाठी म्हणजे ऐहिक जीवन सुखी होण्यासाठी आहेत. आर्य लोक निसर्गपूजक, सूर्यपूजक व अग्निपूजक होते.

शिवाय ते जीवनातील साध्यासुध्या वस्तूंनाही देवत्व देत असत. त्यांची कसलीही मंदिरे नव्हती आणि त्यांच्या पुढील काळातील वंशजांप्रमाणे ते मूर्तिपूजकही नव्हते.

३) आर्यांच्या आणि नंतर संमीलित झालेल्या संमिश्र समाजातही स्त्रियांना पुरुषांच्या बरोबरीचे स्थान नसावे, असे दिसते. त्यांनी स्त्रियांची सामाजिक प्रतिष्ठा शूद्रांसारखी कमी मानलेली होती. त्यांच्या दानवस्तूंमध्ये स्त्रियासुद्धा असत.

४) सर्व देवांच्या मागे एकच सर्वश्रेष्ठ शक्ती किंवा मूलतत्त्व असावे, असे काही वेदकर्त्यां ऋषींना वाटत होते. सर्व देवांकडे पोचण्याचा यज्ञ हा त्यांचा जादूसारखा मार्ग होता. यज्ञात अर्पिलेली आहुती अग्नी त्या त्या देवाकडे पोहचवतो, असे त्यांना वाटत होते. त्यांच्या वेदऋचांमध्ये मोठे सामर्थ्य असून, वेदमंत्रयुक्त यज्ञ करून पाऊस पडतो, पुत्रकामेष्टी यज्ञ करून निश्चयाने पुत्रप्राप्ती होते, गायत्री मंत्राने सिद्धी प्राप्त होतात, महामृत्युंजय मंत्राने मृत्यूवर विजय मिळतो अशा त्यांच्या अंधश्रद्धा होत्या. तत्कालीन मनुष्यजातीच्या भौतिक शास्त्रविषयक अज्ञानपातळीमुळे वेदमंत्र सामर्थ्यांवरील त्यांचा विश्वास क्षम्य म्हणता येईल.

५) सूर्याभोवती पृथ्वी नव्हे तर पृथ्वीभोवती सूर्य फिरतो असे तत्कालीन ऋषींना वाटत होते, असे ऋग्वेदातील काही ऋचांवरून स्पष्ट दिसून येते.

आज अस्तित्वात असलेल्या मोठ्या व मुख्य धर्मांमध्ये भारतातील हिंदू धर्म हा जगात सर्वांत प्राचीन धर्म आहे. सुमारे पाच हजार वर्षांपूर्वी आर्यांच्या भारत प्रवेशानंतर लगेच ज्याची रचना सुरू झाली, तो 'ऋग्वेद' (ज्याच्यापासून हिंदू धर्माचा आरंभ मानण्याची परंपरा आहे) सबंध मानव जातीचा आद्य सांस्कृतिक ग्रंथ आहे. हिंदू हा 'एकमेव परमेश्वराने त्याच्या आवडत्या एकमेव प्रेषिताला एकांतात सांगितलेला', अशा प्रकारचा धर्म नसून, तो शेकडो ऋषींनी, शेकडो वर्षे सांगितलेला धर्म आहे. भारतात आलेल्या विविध मानवसमूहांनी, त्यांच्यातील शत्रुत्वानंतर पुढील काळात एकत्र येत, सर्वांच्या स्वकल्पनांचे सहिष्णुतेने संमीलन करत उभा राहिलेला हा धर्म केवळ आर्यांचा नसून संस्कृती संगमाचा विश्वधर्म आहे.

ऋग्वेदकाळी हा धर्म कसा होता?

१) जगभरच्या इतर अनेक प्राचीन मानवसमूहांप्रमाणे या धर्मातील कुटुंबव्यवस्थाही काही ठिकाणी 'स्त्रीप्रधान' असावी. कारण काही जण फक्त आईचेच नाव सांगत असत.

२) आजच्यासारखी विवाहसंस्था आणि आजच्यासारख्या कुटुंब कल्पना त्या काळी अस्तित्वात नव्हत्या.

३) तत्कालीन लोकांचे गट किंवा साम्य संघ असत, ज्यात एक प्रकारची नैसर्गिक लोकशाही प्रचलित होती. म्हणजे संघातील सर्वांना समान हक्क असत. संपत्ती व उपभोग सामायिक होते. 'वैयक्तिक मालकी हक्क', 'खासगी मालमत्ता' आणि 'राजाचे राज्य' या थोड्या उशिरा आलेल्या कल्पना आहेत.

४) या काळात वेदविचारांचे प्रभुत्व होते तरी वेद-यज्ञ विरोधी विचार आणि अगदी 'ईश्वर-अस्तित्व' नाकारणारेही विचार, जरी ते युद्धात हरलेल्यांचे विचार होते आणि आज ग्रंथरूपात उपलब्ध नसले, तरी, समांतरपणे प्रचलित होते.

५) हे लोक आणि त्यांचे ऋषीमुनी निश्चितपणे 'गोमांस भक्षण' करत असत. गोरक्षण आणि गाईचे देवत्व हे पुढील काळातील विचार आहेत.

६) हे लोक जरी अनेक निसर्गदेवता मानत होते आणि त्यांच्या उपासना करत होते, तरी ऋग्वेदात कुठेही 'ईश्वर ब्रह्म' ही कल्पना नाही.

७) या लोकांची देवळे, मंदिरे नव्हती, मूर्तिपूजा नव्हत्या, अवतार-कल्पनाही नव्हत्या; परंतु त्यांच्या इंद्रादी देवता माणसांच्या समारंभात येत, त्यांच्याबरोबर सोमप्राशन करत, अशा त्यांच्या समजुती होत्या.

८) तत्कालीन तीर्थस्थळे, तीर्थयात्रा, जत्रा, मेळे, कुंभमेळे यांचे कुठलेही उल्लेख नाहीत. उपवास, व्रते असेही उल्लेख नाहीत.

९) ऋग्वेदकाळी जातिभेद, चातुर्वर्णभेद नव्हते. आर्यांमध्ये फक्त ब्राह्मण (कमी) व क्षत्रिय (जास्त) हे दोनच वर्ण होते आणि तेही कर्मधारित असावेत. पुढे केव्हा तरी वैश्य वर्ण व वेदकाळाच्या शेवटी केव्हा तरी शूद्र वर्ण बनून चातुर्वर्ण्य बनले असावेत आणि त्यापुढील काळात जातिभेद करणे सुरू झाले असावे.

१०) वेदांमध्ये जरी देव, होमहवने व प्रार्थना आहेत तरी त्या बहुतेक प्रार्थना अन्न, वस्त्र, निवारा, संरक्षण आणि प्रजोत्पत्ती अशा भौतिक गरजा भागवण्यासाठी आहेत आणि त्यांचे इंद्रवरुणादी देव त्या गरजा भागवतील, असे त्यांना वाटत असे. आजच्या हिंदू धर्मात इंद्रवरुणादी देव विस्मृतीत जाऊन ब्रह्मा, विष्णू, महेश आदी देव प्रमुख म्हणून पुढे आलेले असून, आज त्यांच्याच प्रार्थना म्हटल्या जातात.

११) ऋग्वेदात विणकाम, वस्त्रे, दागिने व काही धातूंचे उल्लेख आहेत. त्यातील काही धातूंचे उल्लेख उत्तरकालीन असावेत. ऋग्वेदात व्यापार नाही पण वस्तुविनिमयाचा एक उल्लेख आहे. आर्यांच्या दीड-दोन हजार वर्षांच्या दीर्घ कालखंडातील जीवनात मोठे चढउतार झालेले नसावेत.

१२) आजच्या हिंदू धर्मातील 'आत्मा, पुनर्जन्म, मोक्ष' इत्यादींबाबतचे अत्यंत वैशिष्ट्यपूर्ण विचारमंथन हे ऋग्वेद रचना (इ.स.पू. ३००० ते इ.स.पू. १५००) होईपर्यंत झालेले नव्हते. त्या ऋषींना असे काहीही माहीत नव्हते. म्हणून ऋग्वेदात पुनर्जन्मांचे उल्लेख अजिबात नाहीत.

उपनिषदे

हिंदू धर्म तत्त्वज्ञानाचा गाभा म्हणून ज्या प्राचीन दशोपनिषदांना मानले जाते, ती बहुतेक सर्व इ.स.पू. १०००पर्यंत रचली गेली असावीत. यांना जरी 'वेदान्त' म्हणजे 'वेदांचाच शेवटचा भाग' असे म्हटले जात असले तरी ते संयुक्तिक वाटत नाही. कारण यांचा रचना-काळ हा ऋग्वेद रचनेच्या सुरुवातीनंतर सुमारे दीड हजार वर्षांनंतरचा आहे. त्यामुळे त्यांची भाषाही वेगळी आहे. शिवाय वेदांनी जे विचार सांगितले त्याहून वेगळेच नव्हे तर चक्क विरोधी विचारसुद्धा उपनिषदांनी सांगितले. वेदांची जीवनपद्धती उपनिषदांनी नाकारली. यज्ञाच्या कर्मकांडाचा निषेध केला. यज्ञांना 'फुटक्या होड्या' म्हटले. यज्ञादी कर्मे करणाऱ्या पंडितांची रांग ही आंधळ्यांच्या माळेप्रमाणे आहे, असे मुंडक व कठोपनिषदात म्हटलेले आहे. उपनिषदांचे ऐकायचे ठरवले तर हिंदू धर्मात यज्ञ-होमांना काय स्थान उरेल?

उपनिषदे सांगतात, मनुष्याचा देह व त्याचा आत्मा या दोन वेगवेगळ्या वस्तू असून देहाचा जन्म त्याच्या 'अदृश्य पण अमर' आत्म्यासह होतो. आत्मा हा सर्वव्यापी ब्रह्माचाच अंश असतो. माणसाच्या या आत्म्याने जीवनकाळात ब्रह्मप्राप्ती (म्हणजे ब्रह्मज्ञान प्राप्ती) करून घेणे, हे त्याचे मुख्य ध्येय असून अशी ब्रह्मप्राप्ती करून घेतली तर शरीराच्या मृत्यूसमयी आत्म्याने देहत्याग केल्यावर त्याला पुनर्जन्माने दुसरा देह धारण करावा लागत नाही. कारण तो मोक्ष मिळवून ब्रह्ममय झालेला असतो, पुनर्जन्माच्या साखळीतून सुटलेला असतो.

१) दशोपनिषदे रचली जाण्यापूर्वीच्या वैदिक वाङ्मयात, विशेषत: ब्राह्मण ग्रंथात 'स्वर्गप्राप्ती' हेच माणसाचे सर्वोच्च उद्दिष्ट सांगितले जात होते. त्याऐवजी उपनिषदांनी मोक्ष किंवा ब्रह्मप्राप्ती हे अधिक आकर्षक मुख्य उद्दिष्ट माणसापुढे ठेवून एक वैचारिक क्रांतीच केली. तरीही स्वत: उपनिषदकार त्यांच्या ऐहिक जीवनातील सुखप्राप्तीबद्दल अगदी उदासीन होते, असे काही दिसत नाही.

२) शिवाय उपनिषदांमध्ये स्वर्गासारख्या दुसऱ्या अनेक लोकांचे (म्हणजे स्थानांचे) उल्लेख आहेत. त्यात अंभ, मरीची, आदित्यलोक, हीनतरलोक, पितृलोक, मातृलोक, गंधर्वलोक, मनुष्यलोक, सूर्यलोक आणि चंद्रलोक इत्यादी अठ्ठावीस लोकांचे उल्लेख आहेत. म्हणजे अशी स्थाने (आत्म्यांच्या हंगामी निवासासाठी?)

कुठे तरी प्रत्यक्षात आहेत, असे त्यांना वाटत होते; परंतु हे लोक (स्थाने) कुठे आहेत, ते काही त्यांनी सांगितले नाही.

३) त्याचप्रमाणे विश्वोत्पत्ती व जीवोत्पत्तीबद्दल विविध उपनिषदांमध्ये अनेक वेगवेगळी विधाने आहेत. ती काल्पनिक, असंबद्ध व परस्परविरोधीसुद्धा आहेत, असा त्यांच्याबद्दलचा निष्कर्ष वेदोपनिषदांचे अभ्यासक रघुनाथ द. जोशी यांनी 'अनोखा परिचय ऋग्वेदाचा आणि उपनिषदांचा' या ग्रंथात काढला आहे.

४) उपनिषदकाळी स्त्री-पुरुषांमध्ये काहीही समानता नव्हती, याचे कित्येक पुरावे उपनिषदातच आहेत.

५) उपनिषदकारांचे मानवी शरीरविषयक ज्ञानसुद्धा अगदी मर्यादित असावे असे दिसते. उदा. मनुष्याला कुठलेही ज्ञान होते ते त्याच्या मेंदूला नव्हे तर हृदयातील अंगठ्याएवढ्या आत्म्याला होते, असे त्यांना वाटत होते.

६) उपनिषदातील काही विचार व विधाने निसर्गविषयक प्राथमिक विचार किंवा लहान मुलांना सांगण्यासारख्या गप्पागोष्टी वाटतात.

७) उपनिषदकालीन समाज मोठा सुखी आणि सद्गुणसंपन्न होता, असे काही वाटत नाही. म्हणजे असे की, त्या काळीसुद्धा चांगले-वाईट राजे होते, चोर, मदिराभक्त लोक, व्यभिचारी, गरीब, दरिद्री, भुकेकंगाल, दुराचारी, मूर्ख व अंधश्रद्ध लोकही होते. भुतांप्रमाणे गंधर्वसुद्धा माणसांच्या (बहुधा स्त्रियांच्या) अंगात येत असत.

८) आत्मा, पुनर्जन्म, ब्रह्म आणि मोक्ष या सर्व उपनिषदांनी मांडलेल्या व ठसवलेल्या कल्पना आहेत. खरे तर 'माणसाला पुनर्जन्म आहे' ही (धूर्त) कल्पना म्हणजे काही सिद्धान्त नव्हे, पण आज जवळजवळ सर्वच हिंदू पुनर्जन्म, मोक्ष इत्यादी आध्यात्मिक कल्पना सत्य मानतात.

औपनिषदिक तत्त्वज्ञान बहुतांशी ब्रह्मप्राप्ती, मोक्ष या काल्पनिक, पारलौकिक ध्येयसिद्धीसाठी मांडलेले आणि पूर्णत: वैयक्तिक प्रयत्नसाध्य दिसते. समाजाच्या ऐहिक प्रगतीसाठी मात्र ते उपयुक्त ठरलेले दिसत नाही. शिवाय त्यातील चातुर्वर्ण्य, पुनर्जन्म व सर्व काही ब्रह्मनियंत्रित आहे, या मनुष्य कर्तृत्वाला गौण लेखणाऱ्या दैववादी कल्पना आज समाजाच्या ऐहिक प्रगतीला घातक ठरलेल्या दिसतात.

४.

भारतीय दर्शने

प्राचीन भारतात स्थिर जीवन जगू लागलेले सर्व लोक फक्त एकाच सुरचित हिंदू धर्माचे पालन करत होते किंवा फक्त एकच (आधी वैदिक आणि मग औपनिषदिक) विचारधारा मानत होते, असे मुळीच म्हणता येत नाही. महाभारत युद्धपूर्व भारतात उपनिषदांसह जी एकूण सहा दर्शने किंवा तत्त्वज्ञाने म्हणजे विचारधारा प्रचलित होत्या, त्यांना हिंदू धर्मातील 'षड्दर्शने' असे मानले जाते.

हिंदूंची आस्तिक षड्दर्शने

१) **सांख्यदर्शन :** हे दर्शन विश्वनिर्मिती व विश्वविकासाचा निव्वळ भौतिक दृष्टिकोनातून विचार करणारे आणि त्यासाठी 'कुणा ईश्वराच्या अस्तित्वाची आवश्यकता नाही' असे मानणारे दर्शन आहे. ईश्वर मानत नसले तरी हे दर्शन वेदांना विरोध करत नसल्यामुळे त्याची 'आस्तिक' अशी वर्गवारी केली गेली. मूळ निरीश्वरवादी सांख्यदर्शन आज उपलब्ध नाही. कपिलमुनीने या विचारधारेची दर्शन स्वरूपात मांडणी केलेली असून नंतरच्या काळातील गीतेनेही (सांख्यमतात काही बदल करून) त्यांना मोठा मान दिलेला आहे.

२) **योगदर्शन :** 'सांख्य आणि योग' या दोन सर्वांत जुन्या विचारधारा असाव्यात आणि त्या वेदपूर्व सिंधुसंस्कृतीतून आल्या असण्याची शक्यता आहे. योगात असे मानतात की, मन स्थिर करून व ठेवून ध्यानधारणा केल्यास अनेक मनो-शारीरिक उपलब्धी प्राप्त होतात. योगाची दर्शन-स्वरूप आणि सूत्रमय रचना इ.स.पूर्व दुसऱ्या शतकात

होऊन गेलेल्या पतंजलीमुनीने केलेली आहे. त्यांच्या 'योगश्चित् वृत्तीनिरोध:' म्हणजे 'योग हे चित्तवृत्तीचे नियमन होय,' या योगाच्या व्याख्येत 'ईश्वर' नाही, पण पतंजलीने मन केंद्रित करण्यासाठी एक 'पर्याय' म्हणून ईश्वर सांगितलेला आहे. कुठल्याही कारणाने का असेना, पण 'योगदर्शन ईश्वर मानते' असे साधारणपणे मानले जाते. पुढील काळातील गीतेने तर योग हा 'ध्यानयोग' या नावाने मोक्षप्राप्तीचा मार्ग सांगितला आणि त्याला ईश्वराबरोबर जोडून टाकले. जैन व बौद्ध हे ईश्वर न मानणारे याअर्थी नास्तिक धर्म असूनसुद्धा ते त्यांचे स्वत:चे योगशास्त्र मानतात.

३) **वैशेषिक दर्शन :** कणादमुनी हा चक्क एक वैज्ञानिक वाटतो. त्याचे हे दर्शन खरे तर नास्तिक दर्शन आहे, परंतु वेदांना न नाकारल्यामुळे त्याचीही गणना आस्तिक दर्शनातच झाली. कणादमुनीने असे सांगितले की, जगाची निर्मिती परमाणूपासून होते आणि त्यासाठी कुणा ईश्वराची आवश्यकता नाही.

४) **न्यायदर्शन :** गौतममुनीचे हे दर्शन वादविवादांसाठी वापरले जात असे, म्हणून याला 'वादविद्या' असेही म्हणतात. 'न्याय' म्हणजे 'प्रमाण' ठरवून तत्त्वाची परीक्षा करणे होय. हे दर्शन स्पष्टपणे सर्वज्ञ, सर्वव्यापक व सर्वशक्तिमान ईश्वराचे अस्तित्व मानणारे दर्शन आहे, पण हे दर्शन ईश्वराला सृष्टीचे 'घटकद्रव्यकारण' असे मानत नसून, ते त्याला 'निमित्तकारण' असे मानते.

५) **मीमांसा किंवा पूर्वमीमांसा :** जैमिनी ऋषीच्या या दर्शनाला 'जैमिनीसूत्रे' असेही म्हणतात. हे दर्शन यज्ञ, आत्मा, वेदप्रामाण्य वगैरे सर्व मानते. हे मुख्यत्वे वैदिक यज्ञांच्या कर्मकांडाशीच संबंधित दर्शन आहे, पण जैमिनीच्या मते यज्ञाच्या कर्मफळाचा दाता स्वत: यज्ञ आहे, ईश्वर नव्हे. याअर्थी खरे तर हे दर्शनसुद्धा 'नास्तिक' आहे, पण वेद व यज्ञ यांना मानणारे म्हणून हे दर्शन आस्तिक, प्रतिष्ठित गणले गेले.

६) **उपनिषदे, वेदान्त दर्शन किंवा उत्तरमीमांसा :** हे दर्शन हिंदूंच्या षड्दर्शनांपैकी सर्वांत प्रसिद्ध, प्रमुख व जवळजवळ सर्वमान्य असे दर्शन आहे. यानुसार ईश्वर आणि सृष्टी या दोन वेगवेगळ्या वस्तू नसून, म्हणजे त्या दोघांत 'द्वैत' नसून 'अद्वैत' आहे. संपूर्ण सृष्टी व त्यातील सर्व सजीव ईश्वरमय आहेत. आत्मा व परमात्मा एकच आहेत, असे संपूर्ण अद्वैत मानणारा हिंदू हा जगातील एकमेव धर्म आहे. पारसी, ज्यू, ख्रिस्ती व इस्लाम हे सर्व एकेश्वरवादी धर्म आहेत पण ते त्यांचा तो एकमेव ईश्वर आणि त्याने निर्मिलेली (असे मानलेली) ही सृष्टी यांना वेगवेगळे मानतात. त्याअर्थी ते द्वैतवादी धर्म आहेत. प्रमुख उपनिषदांनंतर

काही शतकांनी 'ब्रह्मसूत्रे' हा त्यांच्यावरील प्रमाण ग्रंथ बादरायणाचार्यांनी रचला. त्यांनी नास्तिक मताला विरोध करून ईश्वरवादाचे म्हणजे ब्रह्मवादाचे समर्थन केले. पुढे हे औपनिषदिक तत्त्वज्ञानच हिंदू धर्माचे मुख्य तत्त्वज्ञान बनले.

जैन व बौद्ध धर्म दर्शने

आजपासून सुमारे अडीच हजार वर्षांपूर्वी म्हणजे इ.स.पूर्व सहाव्या शतकात होऊन गेलेल्या महावीर जैन यांना जैन धर्माचा व गौतम बुद्ध यांना बौद्ध धर्माचा संस्थापक मानण्यात येते. हे दोघेही क्षत्रिय वर्णाचे होते व मगध प्रांतीय म्हणजे आजच्या बिहार राज्यातील वेगवेगळ्या राजघराण्यांत जन्मले. गौतम बुद्ध तर 'ब्राह्मणांहून क्षत्रिय श्रेष्ठ आहेत' असे मानणारा होता, पण कुठलेही जातिभेद, वर्णभेद पाळू नका, असे त्याने सांगितले. हे दोन्ही धर्म हिंदू धर्मातील 'ईश्वर' किंवा 'ब्रह्म' ही संकल्पना मानत नाहीत आणि ते कुणा देवांच्या मूर्तीही बनवत नाहीत. मात्र जैन धर्मीय त्यांच्या तीर्थंकरांना 'मार्गदर्शक' मानून त्यांच्या मूर्ती बनवतात. काही बौद्ध देशांमध्ये बुद्धाच्या (आदिबुद्धाच्या) मूर्ती बनवून त्याला ईश्वर म्हणून पूजतात. शिवाय हे दोन्ही धर्म अहिंसक आहेत. महावीराने तर 'अहिंसा हाच परमधर्म' असे सांगितले. जैन धर्मात वैदिक धर्मातील पशुहिंसेमुळे वेदांना चक्क 'हिंसक श्रुती' असे म्हणतात. त्याचप्रमाणे जैन व बौद्ध या दोन्ही धर्मांना वर्णभेद व जातिभेद मान्य नाहीत.

जैन व बौद्ध हे दोन्ही वेगवेगळे धर्म मानले जात असूनही ते हिंदू धर्माच्याच यज्ञविरोधी, वेदविरोधी, वर्णभेदविरोधी अशा फुटीर शाखा आहेत, असेही म्हणता येते. त्याची काही कारणे अशी—

१) जैन व बौद्ध हे दोन्ही धर्म मूलत: उपनिषदांप्रमाणे निवृत्तीवादी (संन्यासमार्गी) आहेत.

२) या दोन्ही धर्मांनी आचारविचारांचा मोठा वारसा वैदिक धर्माकडून घेतलेला आहे. उदाहरणार्थ – योगविद्या, पण स्वत:ची वेगळी परिभाषा निर्माण करून. त्याचप्रमाणे पुढील काळात हिंदूंच्या पौराणिक कथा, त्यात त्यांच्या धर्माला अनुकूल असे बदल करून त्यांनी उचलल्या.

३) जैन धर्मीयांनी तर हिंदूंचे अनेक संस्कार व मूर्तिपूजा स्वीकारले आहेत. आजही भारतात ते हिंदू धर्मीयांबरोबर समरसतेने व सुखाने राहत आहेत.

ऋषभदेव हा जैनांचा पहिला तीर्थंकर, पार्श्वनाथ हा तेविसावा आणि महावीर हा चोविसावा तीर्थंकर आहे. पार्श्वनाथापूर्वीचे बावीस तीर्थंकर ऐतिहासिक नसून काल्पनिक असावेत, असे त्यांच्या वयांच्या (लाखो वर्षे) व शारीरिक उंचीच्या

(हजारो फूट) वर्णनांवरून वाटते. पार्श्वनाथ हा तेविसावा तीर्थंकर मात्र इ.स.पू. ८००च्या सुमारास नक्की होऊन गेला असावा. सत्य, अहिंसा, अस्तेय (चोरी न करणे) व अपरिग्रह (साठा न करणे) अशा चार यामांचा (म्हणजे नियमांचा) 'चातुर्याम धर्म' पार्श्वनाथाने श्रमणांसाठी म्हणजे मुमुक्षूंसाठी सांगितला होता. या धर्मातच 'ब्रह्मचर्य' या पाचव्या यामाची भर घालून तो महावीराचा पंचमहाव्रतांचा 'जैन धर्म' बनला.

बुद्धाने वैदिकांचे शब्दप्रामाण्य, कर्मकांड व ईश्वरप्रामाण्य साफ नाकारले. त्याला दुःखी व पीडित लोकांना दुःखमुक्त होण्याचा नवीन मार्ग दाखवायचा होता. बुद्धाची चार थोर सत्ये अशी –

१) जग दुःखमय आहे.

२) दुःखाचे कारण तृष्णा हे आहे.

३) तृष्णेच्या त्यागाने दुःखनाश होईल.

४) निर्वाणप्राप्तीसाठी अष्टांगिका मार्ग अवलंबावा.

जैन व बौद्ध हे दोन्ही धर्म मूलतः निरीश्वरवादी आहेत. मात्र जैन धर्मात जीवात्मा या अर्थी आत्म्याचे अस्तित्व व पुनर्जन्महीं मानतात. स्वतः गौतम बुद्ध मात्र आत्म्याचे अस्तित्व न मानणारा होता. 'सतत बदलणाऱ्या या जगात स्वतःला प्रश्न विचारून, चौकशी करून, बुद्धीला जे पटेल तेच स्वीकारा,' असे बुद्धिप्रामाण्यवादी मार्गदर्शन करणारा गौतम हा जगातील एकमेव धर्मसंस्थापक होय.

वैदिक कर्मकांडाला व हिंसक यज्ञांना लोक आधीच कंटाळलेले असताना व उपनिषदांनीही यज्ञविरोधी आवाज उठवलेला असताना, अनेक राजे व त्यांची सैन्ये एकमेकांशी भिडून महाभारत युद्धात प्रचंड मनुष्यहानी झाल्यामुळे हिंसेबद्दल एक प्रकारचा उबग लोकांच्या मनात निर्माण झालेला होता. त्याच काळात जैन व बौद्ध हे सत्य, अहिंसा, शांती अशा थोर मूल्यांवर आधारित धर्म लोकांसमोर आल्यामुळे एक वैचारिक मन्वंतर घडून आले. धन्य तो महावीर आणि धन्य तो गौतम बुद्ध! 'न दिसणाऱ्या ईश्वरामागे धावण्यापेक्षा सदाचार व सद्भावनांनी सर्वांनी सुखी व्हा' असे आवाहन त्यांनी केले. लोकाश्रय व राजाश्रय मिळवून या दोन्ही धर्मांचा तत्कालीन भारतात वेगाने प्रसार झाला.

लोकायत = बार्हस्पत्य = चार्वाक

१) लोकायत किंवा लोकायतिक विचार : लोकायत ही सामान्य लोकांची विचारधारा म्हणून तिला हे नाव पडले असावे. हे सामान्य लोक म्हणजे आर्यांच्या भारतप्रवेशापूर्वी अस्तित्वात असलेल्या सिंधुसंस्कृतीतील लोक असावेत किंवा आर्य

स्वत:ला देव किंवा सुर जातीचे मानत असल्यामुळे जे लोक देव जातीचे नाहीत, ते सगळेच त्यांना सामान्य लोक वाटत असावेत. या देहात्मवादी लोकायत मताप्रमाणे माणसाचा देह हाच आत्मा आहे; देह 'मर्त्य' असून माणसाला निसर्गाकडून 'अमर' आत्मा मिळालेला नाही. माणसाच्या शरीराच्या मृत्यूनंतर त्याच्यापुरते सर्व काही संपते. (त्यामुळे स्वर्ग, नरक, परलोक, देवदेवता, मृत्यूनंतर आत्म्याची स्थिती इत्यादी सर्वच कल्पना भ्रांतिमय आहेत). 'प्रत्यक्ष हेच प्रमाण' मानणारे हे विचार भौतिक आहेत (आध्यात्मिक नव्हेत) आणि याच विचारात 'वैज्ञानिक विचारधारेचे बीज' आहे. तर्कतीर्थ लक्ष्मणशास्त्री जोशी म्हणतात की, समग्र मानवी विचारांचा अभ्यास केला तर 'वैज्ञानिक विचारधारेचे बीज' जगात सर्वप्रथम भारतात व लोकायतिकांनीच पेरले, असे नक्की म्हणता येते.

अतिप्राचीन काळापासून प्रत्यक्ष हेच प्रमाण मानणारे हे प्रचलित मत, प्राचीन उपनिषदांच्या काळी म्हणजे महाभारत युद्धापूर्वीच एक प्रभावी मत म्हणून विद्वानप्रिय नसले तरी लोकप्रिय नक्की होते, असे निश्चित म्हणता येते. मात्र हे विचार यज्ञविरोधी, वेदविरोधी आणि नास्तिक असल्यामुळे आर्य जेते असलेल्या या देशात त्याची उपेक्षा, अनादर व उपहास झाला असावा असे दिसते. किंबहुना या बुद्धिवादी, अनात्मवादी मताचा पाडाव करण्यासाठी 'वेदान्त' (म्हणजे उपनिषदे) या आत्मावादी, पुनर्जन्मवादी दर्शनाची रचना झाली असावी, असेही म्हणता येते. कसे ते पाहू. आत्म्याच्या मरणोत्तर गतीचा तथाकथित सिद्धान्त स्पष्ट रीतीने प्रथम बृहदारण्यक व कठ या उपनिषदांमध्ये मांडण्यात आला. त्यात 'आत्म्याचे मरणोत्तर अस्तित्व असू शकत नाही,' असे लोकायतवादी मत 'पूर्वपक्ष' म्हणून मांडून त्यानंतर त्याविरुद्ध अमर आत्म्याचा सिद्धान्त सांगितलेला आहे, पण तो सिद्ध केलेला नाही. बहुतेक वैदिक दर्शनात, जेव्हा पूर्वपक्ष मांडतात, तेव्हा तो लोकायत मत देऊन मांडतात आणि उत्तरपक्ष म्हणून त्यांचे काही 'अतींद्रिय ज्ञान' म्हणजे त्यांच्या 'अवास्तव कल्पनांना' सिद्धान्त म्हणून सांगितलेले असते. प्रत्यक्ष हेच प्रमाण मानणाऱ्या लोकायतिकांनी मात्र वैदिकांच्या या अतींद्रिय ज्ञानाला 'सत्य' मानण्याचे नाकारले.

शिवाय कठोपनिषदाने असेही म्हटलेले आहे की, 'बुद्धिवादाने या प्रश्नाचा निकाल लागणार नाही. केवळ श्रद्धेनेच परलोकगामी आत्मा गृहीत धरावा लागतो.' म्हणजे झालेच की! देहाहून वेगळ्या आत्म्याचे 'अस्तित्व, अमरत्व व पुनर्जन्म' ही सर्व श्रद्धेने मानण्याची गृहीतके आहेत, सिद्धान्त नव्हेत. सारांश असा की, 'सत्यशोधन श्रद्धेने होऊ शकणार नाही, ते फक्त बुद्धीनेच होऊ शकेल,' असे ठामपणे सांगणारे लोकायत मत ही बुद्धिवादी विचारधारा भारतात अतिप्राचीन काळापासून प्रचलित आहे.

२) **बाहंस्पत्य मत :** बाहंस्पत्य मत म्हणजे बृहस्पतीचे मत. हे लोकायत विचारधारेचेच सिंधुसंस्कृतीनंतरच्या वेदकाळातील पर्यायी नाव आहे. याच नावाने या विचारधारेचे उल्लेख आर्यांच्या वेद आणि वेदान्त वाङ्मयातही आलेले आहेत. वास्तविक इंद्र हा जसा देवांचा–आर्यांचा राजा होता, तसा बृहस्पती हा देवांचा गुरू होता. पुढे बृहस्पती हे गोत्रनाम झाले असणार, जशी कश्यप, वसिष्ठ, भारद्वाज ही गोत्रनामे झालेली आहेत. स्वत: बृहस्पतीने व बृहस्पती गोत्रातील तत्त्वचिंतकांनी लोकायत मत तत्त्वस्वरूपात मांडले असावे आणि म्हणून लोकायत या नावाबरोबर बाहंस्पत्य असा त्याचा उल्लेख वारंवार आलेला असावा. त्या काळी प्रत्येक गोत्रातील पिढ्यांपिढ्यांमधील व्यक्तीचा त्या त्या गोत्रनामाने उल्लेख करण्याची प्रथा प्रचलित होती, हे तर निश्चित.

आता असा प्रश्न पडतो की, देवांचाच गुरू असलेला आणि त्यांच्या यज्ञांचे पौरोहित्य करणारा बृहस्पती 'ईश्वर, देवदेवता, दैव, आत्मा आणि स्वर्ग–नरक हे सर्व खोटे आहे,' असे कसे म्हणेल? 'यज्ञाचे फळ मिळू शकत नाही,' असे कसे म्हणेल? हे तर देवविरोधी, आर्यमतविरोधी विचार झाले. हे असे घडणे कसे शक्य आहे, ते पाहू या. पुढील काळातील पुराणांमध्ये आलेली आणि जिच्यातील मूळ घटनेचा खुद्द ऋग्वेदातही उल्लेख आहे, ती कथा अशी :

एकदा बृहस्पती आणि त्याची पत्नी तारा हे दोघे एका यज्ञाचे पौरोहित्य करत असताना सत्तेमुळे उन्मत्त झालेला देवांचा एक राजा 'सोम' तिथे आला. त्याने ताराला म्हणजे गुरुपत्नीला यज्ञस्थळावरून पळवून नेले. 'माझ्या पत्नीला परत कर,' अशी विनंती बृहस्पतीने सोमला केली; पण तो ऐकेना. शिवाय सोमबरोबर युद्ध करायला देवही बृहस्पतीला मदत करेनात. म्हणून त्याने शंकराच्या मदतीने सोमशी युद्ध केले आणि आपल्या पत्नीला परत आणले. त्या वेळी शंकराने गणेश्वर, यक्षेश्वर, वेताळ, उरग व किन्नर यांचे सैन्य बरोबर घेतले होते.

आता असे पाहा की, त्या वेळी शंकर हा अनार्य (असूर) देव होता. त्याला तेव्हा वैदिक देवता मंडळात स्थान नव्हते. तरीही त्याने बृहस्पतीला मदत केली. याचे एक कारण असे की, तो बृहस्पतीचे वडील अंगिरसमुनी यांचा शिष्य होता आणि म्हणून बृहस्पतीचा तो मित्र असावा. आता झाले असे की, बृहस्पतीवर स्वत:ची पत्नी पळवली जाण्याची वेळ आली तेव्हा त्याच्या बाजूने लढले कोण? देव म्हणजे आर्य नव्हे, तर अनार्य, असूरांनी त्याला मदत केली. त्यामुळे किंवा इतर काही कारणाने असेल, पण आर्य दांभिक आहेत आणि त्यांचे वेदविचार सत्य नव्हेत, असे त्या आर्यगुरूला वाटले असेल. मग त्याने स्वत: अनार्यांची लोकायत विचारधारा

समजून घेतली असावी, ती त्याला पटली असावी आणि ती त्याने बाहंस्पत्य मत म्हणून त्याच लोकांना तत्त्वज्ञान रूपात शिकवली असावी.

परंतु असे काही घडलेच नाही, असे दाखवण्यासाठी कुणा एका पुराणकाराने एक वेगळीच कथा रचली. त्या कथेप्रमाणे 'बृहस्पतीने अनार्यांना दहा वर्षांपर्यंत लोकायत मत शिकवले हे खरे, पण ते शिकवून त्याने त्यांना फसवले, मूर्ख बनवले.' बरोबर आहे! आर्यांचे मत ते ज्ञान व आर्येतरांचे ते अज्ञान! सगळे पुराणकार आर्य संस्कृतीचे पाइक होते ना! ते तर विद्येचे धनी! बाकीच्यांची ती अविद्या.

चार्वाक दर्शन

लोकायत किंवा बाहंस्पत्य विचारधारेलाच वेदकाळापुढील काळात 'चार्वाक तत्त्वज्ञान' असे नाव पडले. कारण तेव्हा किंवा नंतरही चार्वाक नावाचा कुणी तत्त्ववेत्ता होऊन गेल्याचे आढळत नाही. महाभारतात चार्वाकाचा उल्लेख एक राक्षस म्हणून आलेला आहे. युद्ध संपल्यानंतर युधिष्ठिर अश्वमेध यज्ञाच्या तयारीला लागलेला असताना तिथे एक चार्वाक येतो आणि 'बांधवांना मारून मिळवलेला तुझा विजय खरा नव्हे,' असे त्याला सांगतो. त्या वेळी तिथे जमलेले ब्राह्मण त्याच्याबरोबर कुठलाही वादविवाद न करता तो दुर्योधनाचा मित्र, चार्वाक नावाचा एक राक्षस (असूर) आहे, असे सांगून त्याला ठार मारून टाकतात.

महाभारत युद्धानंतर काही शतकांनी आलेल्या बुद्ध काळातही (इ.स.पू. सहावे शतक) काही थोडे विचारक तरी चार्वाक मताचे होते, असे दिसते. उदा. बुद्धाचा समकालीन अजित केशकांबळी. 'कर्मफळासाठी कर्मकांड करायला सांगणारे धूर्त, स्वतःच्या आर्थिक लाभासाठी तसे सांगतात,' असे त्याने सांगितले.

या प्राचीन नास्तिक विचारांना इ.स. सातव्या–आठव्या शतकात 'दर्शन' (सुसंघटित तत्त्वज्ञान) असे स्वरूप मिळाले असावे आणि इ.स. चौदाव्या–पंधराव्या शतकात ते पूर्णावस्थेत पोहोचले असावे, असे चार्वाक दर्शनाचे संशोधक प्रा. सदाशिव आठवले म्हणतात. ही स्वरूपे कोणी दिली, ते माहीत नाही आणि चार्वाकांचे कुठलेही ग्रंथ आज उपलब्ध नाहीत. पुढील काळातील माधवाचार्य, गुणरत्न वगैरेंच्या ग्रंथांवरून असे दिसते की, चार्वाकांनी आत्मा, ईश्वर, पुनर्जन्म, कर्मफळसिद्धान्त, यज्ञ, परलोक, धर्म, मोक्ष वगैरे सर्व काल्पनिक ज्ञान आणि चातुर्वर्ण्यही नाकारले. 'सर्व लोक समान आहेत' आणि 'सर्वांनी कष्टाद्वारे सुख मिळवावे,' असे त्यांनी सांगितले; पण चार्वाक मत सततच वैदिकांच्या द्वेषाचा केंद्रबिंदू राहिल्याने 'कुठल्याही मार्गाने भोग मिळवावेत,' असे त्यांचे म्हणणे होते, असे असत्य पसरवले गेले.

वास्तविक चार्वाकांनी धर्माला जो नकार दिला, तो कर्मकांडाला, चातुर्वर्ण्याला

व इहलोकाऐवजी परलोकाकडे दृष्टी लावून बसण्याला होता. काय चूक होते त्यात? त्यांची सुस्पष्ट जीवनमूल्ये होती. सामाजिक अन्यायाचा त्यांनी निषेध केला होता. वैज्ञानिक विचारसरणीला पायाभूत असलेले हे शुद्ध बुद्धिप्रामाण्यवादी दर्शन जगात आधुनिक विज्ञानयुग येण्यापूर्वीच प्राचीन भारतात प्रचलित होते, हे भारतीयांसाठी, हिंदूंसाठी नक्कीच अभिमानास्पद आहे!

चार्वाकांची निंदा करण्याकरता 'ते अविचारी व भोगवादी होते,' या मताचा पुरावा म्हणून वारंवार सांगितला जाणारा, 'कर्ज काढून तूप प्या,' असे सांगणारा त्यांचा सर्वदर्शन संग्रहात आलेला मूळ श्लोक असा आहे:

यावत्जीवेत् सुखं जीवेत्, ऋणं कृत्वा घृतं पिबेत्

भस्मीभूतस्य देहस्य, पुनरागमनं कुत:?

(जोपर्यंत जगायचे, तोपर्यंत सुखाने जगावे. कर्ज काढून तूप प्यावे, कारण भस्म झालेले शरीर पुन्हा कसे बरे परत येणार?)

काही अभ्यासकांचे म्हणणे असे आहे की, हा श्लोक चार्वाकांच्या नावाने घुसडण्यात आलेला आहे किंवा 'ऋणं कृत्वा घृतं पिबेत्' हा भाग तरी मूळ श्लोकात नसावा. याबाबत चार्वाक दर्शनाचे एक चिकित्सक अभ्यासक डॉ. आ. ह. साळुंखे (ग्रंथ: आस्तिक शिरोमणी चार्वाक) यांची भूमिका अगदी वेगळी पण मननीय आहे. त्यांच्या मते, जरी हा संपूर्ण श्लोक चार्वाकांचाच असला आणि त्याचा वरवरचा अर्थ घेतला तरीसुद्धा –

१) चार्वाकांनी कर्ज काढावे असे सांगितले. ते फेडू नये असे काही सांगितले नाही. (कारण पुढील जीवन सुखी होण्यासाठी कर्जफेड केली पाहिजे, हे त्यांना नक्कीच कळत होते.)

२) चार्वाकांनी कर्ज काढावे, असे सांगितले; पण भारी व्याजाने काढावे, असे काही सांगितले नाही. मनुस्मृतीत चार वर्णांकडून अनुक्रमे दरमहा २, ३, ४ व ५ टक्के व्याज (म्हणजे शूद्राकडून सर्वांत जास्त व्याज) घ्यावे, असा अन्यायकारक नियम आहे.

३) चार्वाकांनी कर्ज काढून 'तूप' प्या, असे सांगितले. सोमरस, मदिरा किंवा दारू प्या, असे नाही.

४) चार्वाकांनी कर्ज काढून तूप 'प्या,' असे सांगितले. ते 'यज्ञात जाळून टाका,' असे काही सांगितले नाही.

५) चार्वाकांनी तूप पिण्यासाठी 'कर्ज' घ्या, असे सांगितले. त्यासाठी दुसऱ्याला 'लुबाडा', असे काही सांगितले नाही. (याविरुद्ध यज्ञ, दक्षिणा व प्रसंगोपात्त

ब्राह्मणाने इतरांना लुबाडण्याचे अनेक नियम, संदेश आमच्या तथाकथित धर्मग्रंथांमध्ये आहेत.)

सूत्र शैलीतील श्लोकांचा वाच्यार्थ न घेता त्यांचा आशय पाहिला पाहिजे. चार्वाकांच्या वरील श्लोकाचा आशय असा आहे की, प्रसंग पडल्यास कर्जही घ्या. मात्र ते कर्ज शेती, पशुपालन, व्यापार, उद्योगधंद्यासाठी वापरा, कष्ट करा, उत्पादन करा आणि नेहमी तूप पिता येईल असे समर्थ बना. कर्जफेड करून आयुष्य सुखाने जगा. पारलौकिक भ्रमांच्या पाठीस लागून तूप उगाच यज्ञात जाळून टाकण्यापेक्षा ते तुमच्या आरोग्याच्या कामी येऊ द्या.

हा कुठल्याही काळात सामान्य जनतेला उपयोगी पडेल असा उपयुक्त सल्ला नाही का? यात काय वाईट आहे?

प्रा. सदाशिव आठवले यांनी त्यांच्या 'चार्वाक-इतिहास आणि तत्त्वज्ञान' (प्राज्ञ पाठशाला मंडळ, वाई) या लहानशा पण सुंदर ग्रंथात इ.स.च्या चौदाव्या-पंधराव्या शतकात पूर्णावस्थेत पोहोचलेले 'चार्वाक दर्शन' काय सांगत असावे, त्या विषयीचा अंदाज व्यक्त केला आहे. ते दर्शन खालीलप्रमाणे असावे, असे त्यांनी स्पष्ट केले आहे.

१) **आत्मा, ईश्वर, पुनर्जन्म, कर्मफलसिद्धान्त इत्यादी :** माणसाचा चैतन्ययुक्त देह हाच आत्मा असून माणसाच्या जन्मापूर्वी अस्तित्वात असलेला किंवा मृत्यूनंतर टिकू शकणारा असा कसलाही वेगळा आत्मा अस्तित्वात नाही. जग व जीव यांची निर्मिती निसर्गस्वभावाने घडून येते. ईश्वर नसल्यामुळे त्याच्या उपासनेची काही गरज नाही. भस्म झालेल्या शरीराचा पुनर्जन्म शक्य नाही. 'पुनर्जन्म घेऊन आत्म्याला कर्मफळ भोगावे लागते,' असे सांगणारा कर्मफलसिद्धान्तही खरा नव्हे. तुमची सुखदु:खे पूर्वजन्मांतील पाप-पुण्यामुळे नाहीत. तसे सांगणारा दैववाद सोडा, प्रयत्नवाद स्वीकारा. स्त्री-पुरुष समान आहेत. पातिव्रत्य हे मूल्य नसून जुलमी पुरुषांनी स्त्री-स्वातंत्र्यावर उगारलेले ते हत्यार आहे.

२) **महाभूतात्मक विश्व, यज्ञ, परलोक, धर्म, मोक्ष इत्यादी :** विश्व आणि देह या दोन्हीतील चैतन्य पंचमहाभूतांच्या संयोगाने निसर्गत: निर्माण होते. यज्ञामध्ये हिंसा, कामचेष्टा वगैरे दोष असून तो अन्नधान्याचा अपव्यय आहे, म्हणून यज्ञ करू नका. स्वर्ग-नरक नाहीत. परलोक नाही. पारलौकिक फळे नाहीत. तशा कर्मफळांसाठी कर्मकांड करायला सांगणारे धूर्त, स्वत:च्या ऐहिक व आर्थिक लाभासाठी तसे सांगतात. यज्ञ व कर्मकांड करा, असे सांगणारा धर्म चार्वाकांनी

अमान्य केला. त्यांनी मोक्षही नाकारला आणि मोक्ष हाच पुरुषार्थ हेही नाकारले. मृत्यू हाच मोक्ष, 'स्वातंत्र्य' हे जीवनाचे सर्वश्रेष्ठ ईप्सित, असे मानले.

३) **प्रमाण, राजसत्ता, चातुर्वर्ण्य इत्यादी :** प्रत्यक्ष हेच प्रमाण. कुणाचे शब्द, ग्रंथ, अगदी वेदसुद्धा प्रमाण नाहीत. अनुमानेही प्रमाण नाहीत; परंतु व्यवहारापुरती प्रत्यक्षमूल व सयुक्तिक अनुमाने प्रमाण मानायला हरकत नाही. जिची उपयुक्तता उघड दिसते, ती राजसत्ता चार्वाकांनी मानली. न्याय, नीती इत्यादी जीवनमूल्यांचा त्यांनी स्पष्ट पुरस्कार केला. मात्र चातुर्वर्ण्य, जातिभेद, त्यातील वंशशुद्धी आणि उच्चनीचतेच्या सर्व कल्पना अशास्त्रीय आहेत, असे त्यांनी सांगितले. त्यांच्या मते सर्व वर्णांचे लोक समान आहेत.

४) **सुखवाद :** चार्वाकांनी सुखवाद सांगितला. शेती, व्यापार, नोकरी करून सुख मिळवावे, असेही सांगितले. 'सुखासाठी स्वैराचार करू नये' व 'संयम पाळावा' असे आणि बहुजनांच्या कल्याणासाठी चार्वाक मताचाच आश्रय घ्यावा, असे त्यांनी सांगितले. मात्र त्यांच्या या सुखवादाचा हेतुत: चुकीचा अर्थ लावून ते भोगवादी होते, असा खोटाच आरोप त्यांच्यावर केला गेला.

भारताच्या दार्शनिक इतिहासात अद्वितीय स्थान असलेल्या या तर्कनिष्ठ आणि बुद्धिप्रामाण्यवादी चार्वाक दर्शनाला इतर सर्व दर्शनांनी, अगदी जैन व बौद्ध या नास्तिक दर्शनांनीसुद्धा तुच्छ लेखले. चार्वाकांच्या युक्तिवादांना पटण्याजोगी उत्तरे देता येईनात म्हणून सर्वांनी त्यांची यथेच्छ निंदा केली. जैन व बौद्ध धर्मांबाबत असे म्हणता येईल की, जरी त्यांनी वेद, यज्ञ व ईश्वरब्रह्म नाकारले होते, तरी त्यांनी कोणत्या तरी स्वरूपात आत्मा व त्याचा पुनर्जन्म स्वीकारले होते. मोक्षाऐवजी अनुक्रमे कैवल्य आणि निर्वाण मानले होते. त्यांनी स्वत:चे कर्मकांड व पूजा-प्रार्थनाही निर्मिल्या होत्या. याउलट चार्वाक हे एवढे तत्त्वनिष्ठ होते की, त्यांनी यासारखी कुठलीही तडजोड केली नाही. कदाचित चार्वाक थोडेसे होते म्हणून किंवा जनतेत प्रचार करण्यासाठी कार्यकर्ते व कार्यक्रम ते तयार करू शकले नसावेत म्हणून किंवा आणखी काही कारणाने असेल, पण चार्वाकांचे 'प्रत्यक्ष प्रमाणवादी मत' फारसे लोकप्रिय होऊ शकले नाही, हे खरे. ईश्वर, त्याचे कर्तृत्व आणि त्याची उपासना मान्य करण्यात ज्या पुरोहितशाहीचे हितसंबंध गुंतलेले होते त्यांनी चार्वाकांना आपले वैरी मानून, त्यांच्या मताचा द्वेष केला आणि ते नष्टप्राय करण्यात ते यशस्वी झाले, असेही झाले असणे शक्य आहे.

परिणामी आपण निसर्गाचे व निसर्गशक्तींचे भौतिक नियम शोधून काढण्याऐवजी

(म्हणजे विज्ञानाच्या मार्गाने जाण्याऐवजी) उलट दिशेला वळून हजारो वर्षे भजन-कीर्तन, पुराणांच्या चमत्कार कथा, पूजा-प्रार्थना व पुण्यसंचय करत पिढ्यान्पिढ्या आयुष्य व्यतीत करत राहिलो. शतकानुशतके आपण असलाच पुण्यसंचय केला. त्यासाठी देशसंरक्षणसुद्धा दुर्लक्षिले, कारण ईश्वर आपल्या देवळांचे व देशाचे मुसलमानी आक्रमकांपासून संरक्षण करील, ही आम्हा भक्तांची धर्मश्रद्धा! त्यामुळे उणीपुरी पाच शतके (१३वे ते १८वे शतक) बाहेरून आक्रमण करून आलेल्या मुसलमान राज्यकर्त्यांनी आपल्यावर सहजासहजी राज्य केले.

शिवाजीमहाराजांच्या मराठी राज्यानंतर पुढे हे तरी बरे झाले की, (मुसलमान राज्यकर्त्यांऐवजी) इंग्रजांसारख्या प्रगत युरोपीय राजवटीने शे-दीडशे वर्षे भारतावर राज्य केले. त्यामुळे आपण आधुनिक जगाच्या मुख्य प्रवाहात सामील झालो. त्यामुळे कालांतराने संगणक, माहिती व दूरसंचार क्रांतीत सामील होऊ शकलो आणि आपली इस्रो अभिमानाने मंगळयानसुद्धा सोडू शकली! नाही तर, जग अनेक क्षेत्रांत वैज्ञानिक प्रगती करून संपन्न होत असताना आपण यज्ञात आहुती टाकत आणि तपश्चर्या, व्रते करत अनेक देवांना प्रसन्न करून घेत राहिलो असतो. आज आपण स्वत:च्या पायांवर उभे आहोत आणि आपल्याला ज्या दिशेला वळायचे आहे, तिकडे वळू शकतो.

५.

कुंडलिनी, दृष्टान्त, नियती वगैरे

इ.स.पू. दुसऱ्या शतकात होऊन गेलेला पतंजली मुनी हा महान ऋषी योगविद्येचा पहिला सर्वमान्य 'संकलनकार' आहे (उद्गाता नव्हे). त्याने आठ अंगांच्या (अष्टांग) स्वरूपात सांगितलेल्या योगसाधनेचे १) बहिरंग साधना, २) अंतरंग साधना आणि ३) अंतरात्मा साधना असे तीन मुख्य भाग मानले जातात. बहिरंग साधनेत यम, नियम व आसन अशी तीन अंगे आहेत. (i) यममध्ये अहिंसा, सत्य, अस्तेय (चोरी न करणे), ब्रह्मचर्य व अपरिग्रह (साठा न करणे), असे नैतिक आचरणाचे पाच नियम आहेत. (ii) नियममध्ये शौच (शुद्धता), संतोष, तपस्, स्वाध्याय (वेदाध्ययन) व पाचवा ईश्वर-प्रणिधान (ईश्वर-शरणता) हे पाच आत्मशुद्धीकरणाचे नियम आहे. या यम-नियमांच्या पालनाने चित्त शुद्ध होऊन मन वासनारहित होऊ शकते. (iii) आसन म्हणजे शरीराची विशिष्ट स्थिती.

प्राणायाम व प्रत्याहार या अंतरंग साधनेच्या दोन पायऱ्या होत. प्राणायाम म्हणजे श्वास व उच्छ्वासाचे लयबद्ध नियंत्रण. प्रत्याहार म्हणजे बाह्य विषयांच्या व आपल्या इंद्रियांच्या प्रभावापासून मनाला मुक्त करणे. त्यानंतर अंतरंग साधनेत धारणा, ध्यान व समाधी अशा तीन पायऱ्या आहेत. धारणा म्हणजे चित्त एकाग्र करणे, ध्यान म्हणजे एकाच विषयाचे सतत चिंतन करणे आणि समाधी म्हणजे साधक व परमात्मा (हा ध्यानविषय) यांची एकरूपता अनुभवण्याची स्थिती. पतंजली मुनीने सांगितलेली अष्टांग साधना या लेखात सांगण्याचा हेतू असा की, त्यात त्याने कुंडलिनी जागृतीचे काही वर्णन केलेले नाही, हे दाखवणे हा होय.

मुळात भारतीय तत्त्वज्ञानात योगसाधनेला फार महत्त्व आहे आणि पतंजलीपश्चात् झालेल्या योगविद्येच्या अभ्यासात कुंडलिनी या पारिभाषिक संज्ञेचा वारंवार उपयोग केला जातो. याबाबत कुंडलिनी समर्थकांचे पटण्याजोगे स्पष्टीकरण असे आहे की, पतंजलीने वापरलेला 'प्रत्यक चेतना' आणि त्याच्या पूर्वीच्या श्वेताश्वेतरोपनिषदाने वापरलेला 'देवात्म शक्ती' हे दोन्ही शब्द व त्यांच्या प्रक्रिया या कुंडलिनी शक्तीच्याच सूचक असाव्यात.

कुंडलिनी जागृती

प्राणायामात श्वास आत घेण्याला 'पूरक', तो कोंडून ठेवण्याला 'कुंभक' आणि तो हळूहळू सोडण्याला 'रेचक' म्हणतात. यात 'कुंभक' सर्वांत कठीण असून त्याच्यासह या तिन्ही क्रिया व्यवस्थित केल्या तर कुंडलिनी 'जागृत' होते, असे मानले जाते. आपल्या पाठीच्या कण्याजवळ इडा, पिंगला व मधली सुषुम्ना अशा तीन पोकळ नाड्या असून, जागृत झालेली कुंडलिनी आपले तेज सुषुम्ना नाडीत ओतते. त्यामुळे तिला कंप येऊन सूं सूं असा मंद आवाज निर्माण होतो. ज्याला 'अनाहतनाद' असे म्हणतात. सुषुम्नेच्या शेजारी मूलाधार चक्र असून सुषुम्नेला प्राप्त झालेल्या तेजाच्या साहाय्याने ती त्या मूलाधार चक्राचा आणि त्याच्यावरील आणखी पाच चक्रांचा भेद करून ते तेज मस्तकातील सहस्रार या सातव्या चक्राला नेऊन भिडवते. त्यामुळे साधकाला समाधी लागू शकते. त्याला प्रातिभ ज्ञान व आत्मज्ञान प्राप्त होते, अतिमानुषी शक्ती वा सिद्धी प्राप्त होतात वा ईश्वरदर्शनही होऊ शकते, असे मानले जाते. चित्शक्तीचे मनुष्य देहांतर्गत स्वरूप व तेजाची खाण असलेला कुंडलिनी हा अवयव आपल्या पाठीच्या कण्याच्या, म्हणजे मेरुदंडाच्या खालील भागात माकडहाडाच्या शेजारी असतो, असे मानले जाते. तिचे वर्णन 'लाल रंगाच्या सर्पाच्या पिल्लाप्रमाणे साडेतीन वेटोळी घालून तोंड खाली करून झोपलेली' असे केले जाते. झोपलेली ही कुंडलिनी जागृत करणे, हे योगसाधनेचे महत्त्वाचे उद्दिष्ट मानले जाते. योगविद्येच्या सिद्धान्तानुसार सिद्धी म्हणजे अतिमानुषी शक्ती-प्राप्तीचे कार्य कुंडलिनीच्या जागृतीमुळे होते. सध्याचे योगशास्त्र कुंडलिनी व तिच्या कार्यपद्धतीवरच आधारलेले आहे, असे दिसते.

भारतात योगविद्या प्राचीन उपनिषदांच्या किंवा त्याही पूर्वीच्या काळात म्हणजे अर्थात पतंजलीच्याही अगोदरच्या काळापासून प्रचलित होती, यात काहीच संशय नाही. परंतु आजच्या योगशास्त्रातील कुंडलिनीविषयक संशोधन (?) व उल्लेख हे दशोपनिषदांच्या, पतंजलीच्या व गीतेच्याही नंतरच्या काळातील आहेत. कुंडलिनीच्या समर्थकांचा दावा असा आहे की, मानवी शरीरात कुंडलिनी, तीन नाड्या व सात चक्रे

असे संबंधित एकूण अकरा अवयव प्रत्यक्षात आहेत. हे जर खरे म्हणायचे, तर आपल्या सबंध शरीराची चिरफाड करू शकणाऱ्या आधुनिक शस्त्रवैद्यांना (सर्जनना) या अकरांपैकी एकही अवयव शरीरात दिसत नाही, ते का? आत्म्याप्रमाणे हे अकराही अवयव अदृश्य आहेत का? की ते केवळ कल्पनाविलास आहेत? मग अशा दिव्यज्ञानावर आपण का म्हणून विश्वास ठेवावा? मन दिसत नसूनही आपण ते खरे मानतो, कारण त्याचे अस्तित्व सिद्ध करता येते, पण या अकरा अवयवांचे तसेही नाही.

शिवाय संपूर्ण पाश्चात्य तत्त्वज्ञानात कुंडलिनी, तिचे मानवी शरीरातील अस्तित्व, तीन नाड्या, सात चक्रे, कुंडलिनीची जागृती, तिचे कर्तृत्व याबद्दल काहीही उल्लेख नाहीत. कुंडलिनी समर्थकांचे याबाबत असे म्हणणे आहे की, जरी पाश्चात्य तत्त्वज्ञानात हे उल्लेख नाहीत तरी पाश्चात्य देशांमध्येसुद्धा अनेक साक्षात्कारी संत होऊन गेलेले आहेत आणि त्यांचे गूढ अनुभव योगांनी प्राप्त होणाऱ्या सिद्धींसारखेच आहेत. दोन्हीकडच्या साक्षात्कार होतानाच्या मानसिक स्थितीही सारख्याच आहेत. त्या अशा– नाना प्रकारचे गूढ आवाज ऐकू येणे (अनाहतनाद), मन वासनारहित होणे, प्रचंड तेज दिसणे, भयंकर अंधार दिसणे, शरीरातून विजेसारखा प्रवाह वाहत आहे असे भासणे, दिव्यदर्शन होणे वगैरे. भारतातील योगविद्येप्रमाणे हे सर्व अनुभव कुंडलिनी जागृत झाल्यावर येतात. शिवाय साक्षात्कार होण्यासाठी फक्त योगप्रक्रियाच वापरली पाहिजे, असा काही नियम भारतीय योगशास्त्रात नाही. त्यामुळे कुंडलिनी समर्थकांना वाटते की, हा फक्त परिभाषेतला फरक आहे. पौर्वात्य आणि पाश्चिमात्य देशात गूढवादी अनुभव आणि विचार सारखेच आहेत, यात काही आश्चर्य नाही आणि ते तसे असल्याने काहीही सिद्ध होत नाही वा ते सत्यही ठरत नाहीत. शिवाय अशा प्रकारे होणाऱ्या साक्षात्कारांना जर खरे म्हणायचे तर वेगवेगळ्या संतांना वेगवेगळे व परस्परभिन्न साक्षात्कार का होतात, याचे पटण्याजोगे उत्तर द्यावे लागेल.

महावीरांना आत्मक्लेशाने तर गौतम बुद्धांना ध्यानमग्न अवस्थेत ज्ञानप्राप्ती झाली, मात्र दोघांनीही ईश्वराचे अस्तित्व नाकारले. बुद्धाने तर अमर आत्म्याचे अस्तित्वसुद्धा नाकारले. येशू ख्रिस्ताला चिंतनाने एकाएकी ज्ञानप्राप्ती होऊन त्याने सांगितले की, आकाशातील देव हा आपला 'प्रेमळ बाप' असून तो आपल्याला पृथ्वीवर एकच जन्म देतो, पुनर्जन्म देत नाही. प्रेषित मोहम्मदांनी देवदूतांशी संभाषण केले. त्यांनी सांगितले की, आकाशातील अल्लाचे आपण बंदे आहोत व तो आपल्याला पृथ्वीवर एकच जन्म देतो. पुनर्जन्म देत नाही. आद्य शंकराचार्यांना लहानपणीच आत्मसाक्षात्कार झाला आणि त्यांनी असे ठासून सांगितले की, 'अनेक पुनर्जन्मांच्या

साखळीतून गेल्यानंतरच आपल्याला मोक्ष मिळू शकतो आणि आपण ज्या सर्वव्यापी ईश्वराचे अंश आहोत, त्या परमात्म्यात विलीन होऊ शकतो, जे आपले सर्वश्रेष्ठ ध्येय आहे.' ईश्वरकृपेने आत्मसाक्षात्कार व ज्ञानप्राप्ती झालेल्या अशा मान्यवर महात्म्यांनी, प्रेषितांनी, परस्परविरोधी दिव्यज्ञानप्राप्ती झाल्याचे सांगितल्यावर आपल्यासारख्या सामान्य माणसाने करावे तरी काय? कुणाचा साक्षात्कार खरा मानायचा?

बौद्धांना व जैनांनाही मान्य असलेली 'योगविद्या' एका वेगळ्या दृष्टीने मानसशास्त्रावर आधारित आहे, असे दिसते. योगाभ्यासाने चित्तशुद्धी होते, मन:शांती लाभते व त्यामुळे शरीरप्रकृतीसुद्धा सुधारते, यात काहीच शंका नाही. म्हणूनच तर जगातील कित्येक पुढारलेल्या देशातील मानसशास्त्रज्ञ व मनोरोगचिकित्सक, अत्याधुनिक उपकरणांच्या साहाय्याने योग या विषयावर फलदायी संशोधन करत आहेत. योगशास्त्र ही भारताची जगाला बहुमूल्यवान देणगी आहे, परंतु म्हणून योगसाधना करणाऱ्याला कोणताही रोग होत नाही, वार्धक्य येत नाही, एवढेच नव्हे तर त्याला मृत्यूही येत नाही, अशा दाव्यांवर आपण विश्वास ठेवू शकत नाही. आद्य शंकराचार्य, ज्ञानेश्वर, रामकृष्ण परमहंस व स्वामी विवेकानंद हे चौघेही चारित्र्यवान, ब्रह्मचारी, यम– नियमांचे काटेकोर पालन करणारे, योगी व सिद्धपुरुष होते; पण तरीसुद्धा त्यांना आधिव्याधी काही सुटल्या नाहीत. त्यामुळे योगविषयक सर्व दावे मान्य न करता, त्यातील जेवढे आपल्या बुद्धीला व विज्ञानाला पटेल तेवढेच आपण स्वीकारावे, हे उत्तम.

दृष्टान्त, साक्षात्कार आणि चमत्कार

काही धार्मिक, आस्तिक लोकांना असे वाटत असते की, अध्यात्म आणि आध्यात्मिक अनुभव हे धर्माच्याही पलीकडील स्थलकाल-अबाधित असे वैश्विक सत्य आहे. उदाहरणार्थ, एखाद्या मोठ्या व्यक्तीला दृष्टान्त किंवा साक्षात्कार होणे, हा त्यांना त्या व्यक्तीने ईश्वराला प्रत्यक्ष न पाहता, हात न लावता, त्याचे बोलणे प्रत्यक्ष न ऐकता दृष्टान्ताद्वारे घेतलेला ईश्वराचा अस्सल (खराखुरा) अनुभव वाटतो. त्यांच्या मते अशा दृष्टान्तांनी अनेक व्यक्तींना, अनेक महत्त्वाच्या क्षणी ईश्वरी मार्गदर्शन मिळालेले आहे आणि ही उदाहरणेच ईश्वराच्या अस्तित्वाचे साक्षीपुरावे आहेत. ते म्हणतात की, अगदी थोरामोठ्यांनाच असे दैवी मार्गदर्शन मिळते असे नसून कधी कधी सामान्य माणसालाही त्याच्या दैनंदिन अडचणींतून अचानक मार्ग सापडल्याचा अनुभव येतो. या नेहमीच्या साध्या गोष्टी म्हणजे दृष्टान्तच असतात, असे नव्हे. तसा दैवी दृष्टान्त हा काहीसा दुर्लभ असणारच. परंतु त्यांच्या मते ईश्वरभक्तांना मात्र असे दृष्टान्त सहज होऊ शकतात. ईश्वरप्रेमाने व ईश्वरकृपेने हे सहज शक्य आहे. भक्तांच्या हाकेला ईश्वर

या किंवा त्या रूपात अनेक वेळा धावून आलेला आहे, एवढेच नव्हे तर काही वेळा त्याने प्रत्यक्ष दर्शनही दिलेले आहे.

सुटत नसलेले कोडे अचानक सुटणे किंवा अडचणीतून पटकन योग्य मार्ग सापडणे, हे कर्तृत्व आपल्या बुद्धीचे, विचारशक्तीचे आहे. आपला मेंदू व त्यातील बुद्धी हे निसर्गाने व उत्क्रांतीने आपल्याला दिलेले ज्ञानप्राप्तीचे एकमेव साधन आहे. आपली बुद्धी सारासार विचार करून योग्य मार्ग शोधून काढते. कधी कधी ते इतके अचानक किंवा अशा परिस्थितीत घडते की, आपल्याला तो अनुभव नेहमीचा न वाटता 'अलौकिक' वाटतो. त्यामुळे आपण त्याला 'दृष्टान्त' हे नाव देतो. कधी कधी चिंतनाचा विषय फार गहन असेल तर दीर्घ काळ अभ्यास आणि प्रयत्न केल्यानंतर केव्हा तरी अचानक उत्तर वा मार्गदर्शन मिळते. आपण त्याला 'साक्षात्कार' हे नाव देतो. कधी कधी भक्ताने आपले मन ईश्वराच्या एखाद्या रूपावर किंवा ईश्वरचिंतनावर केंद्रित केले, तर त्याला त्या रूपात ईश्वराने दर्शन दिल्याचा 'दिव्य' वाटणारा अनुभवही येऊ शकतो. प्रत्यक्षात मात्र तो त्याला झालेला आभासच असतो. खरे तर कुणालाही, कुठेही, कधीही झालेले दृष्टान्त, साक्षात्कार, दर्शन हे सर्व आभासच होत. त्याला ईश्वरी अनुभव म्हणता येत नाही. तसेच काही माणसांना स्वत:ला आलेले अनुभव मुद्दाम वाढवून, रंगवून किंवा गूढ बनवून सांगण्याची सवय असते. प्रामाणिक असलेल्या इतर काही व्यक्तींना स्वत:चे असे अनुभव हे 'दैवी अनुभव' आहेत, असे वाटू शकते. परंतु 'वैयक्तिक अनुभव' असून ते संबंधित व्यक्तीच्या त्या त्या वेळच्या मन:स्थितीवर अवलंबून असतात. अगदी संत महात्म्यांनासुद्धा असे अनुभव आलेले असले तरी, केवळ त्यावरून दैवी शक्तीच्या किंवा ईश्वराच्या अस्तित्वाबद्दल कुठलेही निष्कर्ष काढता येत नाहीत.

'आत्मसाक्षात्कार' या शब्दाचा अर्थ साधारणपणे 'ईश्वरकृपेने एखाद्या व्यक्तीच्या मन–बुद्धीत ज्ञानगंगा अवतरणे' असा घेतला जातो. असा आत्मसाक्षात्कार योगसाधनेने किंवा योगाचे काहीच ज्ञान नसलेल्यालाही त्याची कुंडलिनी जागृत होऊन होऊ शकतो, असे मानले जाते. काही भारतीय लोक याबाबत भारताबाहेरील उदाहरणे म्हणून येशू ख्रिस्त, काही ख्रिस्ती संत महात्मे व पैगंबर मोहम्मद यांची नावे पुढे करतात. येशूचे शिक्षण जुजबी होते व मोहम्मद तर अशिक्षित होते, असे असूनही एकाग्र आत्मचिंतनाने व ईश्वरकृपेमुळे त्यांना देवदूतांकडून दिव्य संदेश मिळाले, त्यांना त्यांचे दर्शन झाले, त्यांच्याशी संभाषण झाले आणि साक्षात्काराने त्यांना ज्ञानप्राप्ती झाली, असे मानले जाते.

कुणाला बुद्धी कमी, कुणाला जास्त असते, तर कुणाला खूप जास्तही असू

शकते; परंतु साक्षात्कारासारखा आपोआप सर्व ज्ञानप्राप्ती घडवून आणणारा बुद्धीहून निराळा असा ज्ञानप्राप्तीचा वेगळा मार्ग काही 'निवडक' माणसांना उपलब्ध असू शकतो का, हा कळीचा प्रश्न आहे. खरे म्हणजे माणूस जातीचा ज्ञानप्राप्तीचा बुद्धी हा एकमेव मार्ग आहे. साक्षात्कार या वेगळ्या मार्गाने ज्ञानप्राप्ती होणे, हे गूढ कल्पनारंजन वाटते, चमत्कार वाटतो.

आस्तिक, धार्मिक व श्रद्धाळू लोकांचे चमत्काराबद्दल असे म्हणणे असते की, जगभर आणि सर्व धर्मांमध्ये केव्हा न केव्हा, कसला तरी चमत्कार घडल्याच्या नोंदी आहेत. आपले बहुतांश पुराण वाङ्मय तर अशा चमत्कार कथांनीच भरलेले आहे. अवतारांनी, प्रेषितांनी, ऋषीमुनींनी आणि अनेक संतांनी चमत्कार केलेले आहेत. त्यामुळे कुणीही चमत्कार करू शकत नाही, तसेच कुणालाही अतिमानवी सामर्थ्य असू शकत नाही, ही भूमिका त्यांना अवास्तव वाटते. त्यांनी लहानपणापासून चमत्कारकथा ऐकलेल्या असतात, त्यांच्या बालमनाला त्या आवडलेल्या असतात आणि आयुष्यभर ते त्या कथांना खऱ्या मानत आलेले असतात. मानवाकडे मर्यादित शक्ती असतात हे खरे; पण एवढ्या प्रचंड विश्वाचा रामरगाडा ज्या ईश्वरी शक्तींनी चालू ठेवला आहे, त्या चमत्कार करू शकत नाहीत, हे पटावे तरी कसे, असे त्यांना वाटते. तसे हे खरेच आहे की, एकदा का ईश्वराचे अस्तित्व व कर्तृत्व मानले की, कुठलाही चमत्कार सहज शक्य वाटतो, किंबहुना चमत्कार करू शकणारा कुणी तरी हवा म्हणूनच मानवजातीने ईश्वर कल्पिला असावा.

माणसामाणसांमधील सामर्थ्यांमध्ये तफावत-कमीजास्तपणा असू शकतो, हे खरेच आहे; परंतु एकंदरीत मानवी सामर्थ्याला काही पटण्याजोग्या मर्यादा आहेत. कुणी हाताने डोंगर उचलला, कुणी करंगळीवर पर्वत उचलला, कुणी हातावर डोंगर घेऊन आकाशमार्गे समुद्र पार केला, कुणी नदी दुभंगवली, कुणी समुद्र पिऊन टाकला या अशक्य कथा आहेत. अशा मनोहारी कथांनीच आपले पुराण वाङ्मय भरलेले आहे. हे सगळे चमत्कार अविश्वासार्ह, खोटे वाटतात. यांव्यतिरिक्त दुसरेही कित्येक चमत्कार सांगितले जातात. त्यात कुणा महान माणसाचे निर्जीव वस्तुमात्रावरसुद्धा प्रभुत्व आहे, असे सांगितले जाते. तसेच कुणी अदृश्य होऊ शकतात, कुणी हवेत तरंगू शकतात, कुणी मंत्रसामर्थ्याने आजार बरे करतात, मेलेला माणूस जिवंत करतात वगैरे वगैरे. कुणाला दृष्टान्त, साक्षात्कार होऊन ईश्वरदर्शन घडते. त्यालाही आम्ही चमत्कारच म्हणतो आणि असले सर्व चमत्कार आम्ही नाकारतो.

पृथ्वीवरील हे जग आणि संपूर्ण विश्वच केवळ भौतिक आहे. यात घडणाऱ्या सर्व घटना भौतिक आहेत आणि त्या भौतिक नियमांबरहुकूमच घडतात. या नैसर्गिक

घटनांवर, शक्तींवर अधिकार गाजवू शकेल अशी काही तरी निसर्गाहून श्रेष्ठ अशी दिव्यशक्ती अस्तित्वात असावी, ती काहीही चमत्कार करू शकत असावी आणि तिची प्रार्थना केल्याने ती आपल्याला अनुकूल प्रतिसाद देत असावी, अशा इच्छांमधूनच मानवाच्या ईश्वर कल्पना निर्माण झाल्या असाव्यात. एकदा का ईश्वराचे अस्तित्व व कर्तृत्व मानले की, मग कुठलाही चमत्कार सहज शक्य होत असावा. 'चमत्कारांवर विश्वास ठेवणे हा अधर्म आहे,' असे गौतम बुद्धसुद्धा म्हणाले आहेत. चमत्कार वाटाव्यात अशा कृती जादूगारसुद्धा करू शकतात; परंतु त्यात एक तर हातचलाखी किंवा फसवाफसवी असते. त्यात काही भौतिक, रासायनिक प्रक्रिया असते, जी आपल्याला ठाऊक नसते. म्हणजे आपल्याला वाटतात तसे चमत्कार घडणे कधीही शक्य नसते.

नामस्मरण–नामसाधना

'नामस्मरण' म्हणजे नामोच्चाराने किंवा मनातल्या मनात ईश्वराचे वारंवार स्मरण करणे. नामस्मरणाचा हा उपाय अनेक वेळा मनातील गोंधळावर किंवा भीतीवर तात्कालिक मानसिक इलाज किंवा अगदी विरंगुळा म्हणूनसुद्धा वापरला जातो. उदाहरणार्थ, कशाची भीती वाटली किंवा मोकळेपण असले तर रामनाम जप करणे वगैरे. 'नामसंकीर्तन' या शब्दाचा अर्थ 'ईश्वराचे सातत्याने नामोच्चारण किंवा स्तुतिगौरव करणे' असा आहे. म्हणजे या दोन्ही शब्दांचे अर्थ साधारणपणे सारखेच आहेत. अशा या नामसंकीर्तनाला आपल्या महाराष्ट्रात तरी अध्यात्माचे अभ्यासक व गुरू पराकोटीचे महत्त्व देतात. त्यांच्या मते, नामाइतकी ईश्वराने भरलेली दुसरी वस्तू नाही. त्यामुळे त्यांच्या दृष्टीने परिणामकारक अशी नामसंकीर्तनाची एक व्यवस्थित प्रक्रिया बनवून तिला ते 'नामसाधना' हे भारदस्त नाव देतात आणि ईश्वरकृपा होण्याचे तेच रामबाण साधन आहे, असे म्हणतात. एवढेच नव्हे, तर नामसाधना करताना आपला जीव त्यात गुंतवण्याचा अभ्यास (प्रत्यक्ष कृती) केल्यामुळे ईश्वरकृपा तर होतेच, शिवाय प्रत्यक्ष ईश्वरदर्शनही होऊ शकते, असा त्यांचा दावा असतो.

परंतु आम्हा बुद्धिप्रामाण्यवाद्यांना हे अति वाटते, कारण आमच्या दृष्टीने ईश्वर ही न वस्तू, न व्यक्ती, न शक्ती आहे. (ईश्वर ही एक 'युक्ती' आहे, असे मात्र म्हणता येईल.) ईश्वर ही फक्त एक मानवी संकल्पना आहे. त्यामुळे 'मला ईश्वर दर्शन झालेले आहे,' असे जर कुणी म्हणत असेल आणि ते त्याला अगदी सत्य वाटत असेल तरीही प्रत्यक्षात तो त्याचा आभासच असतो, असे आमचे म्हणणे आहे.

महाराष्ट्रात (आणि भारतातही) एखाद्या कागदावर किंवा वहीत एक लाख वेळा 'श्रीराम जयराम जयराम' किंवा आणखी कुणा देवाचे नाव (किंवा मंत्र) लिहा,

म्हणजे तुमच्या सर्व आधीव्याधी व दु:खे नष्ट होतील, असे सांगणारे गुरूबाबा किंवा महापुरुष आणि गंभीर चेहऱ्याने त्यांचा सल्ला घेणारे महाभाग दिसून येतात. 'आम्हाला या उपायाचा प्रत्यक्ष अनुभव आलेला आहे,' असे ठासून सांगणारेही भेटतात. नामस्मरणासारख्या सोप्या उपायाने, जन्मजन्मांतरीच्या पापांच्या राशी भस्म होऊन जातात, हे भाबड्या जनांच्या मनावर बिंबवत राहिले की, काहीही होऊ शकते! शिवाय ज्या कुणाला आपला या जन्मीचा भ्रष्टाचार चालू ठेवायचा आहे, त्याला नामस्मरण करून हवी तेवढी पापे करायला मुभाही मिळते!!

मी मुंबईच्या उपनगरात राहतो, त्या परिसरातील एका प्रौढ मुस्लीम सद्‌गृहस्थाला जाता-येता कधी समोरासमोर भेट झाल्यावर मी सहज 'कसं काय चाललंय?' असे विचारतो, ते थांबून आकाशाकडे पाहून, हात वर करून 'ठीक है। ऊपरवाले की दुवा है।' असे म्हणतात. मला वाटते, जगातील सगळी माणसे आपापल्या पद्धतीने हेच करतात. म्हणजे 'ईश्वराच्या कृपेने ठीक चाललंय,' असे म्हणतात. असे करण्यात माणसाचे तीन हेतू असतात. 'ठीक चाललंय' हे विचारलेल्या प्रश्नाचे उत्तर हा पहिला हेतू, त्या ठीक चालण्याचे श्रेय स्वत:कडे न घेता ईश्वराला देणे हा दुसरा हेतू आपण कसे नि:स्पृह आहोत हे दाखवण्यासाठी आणि तिसरा हेतू असा की, मी आस्तिक, धार्मिक व सश्रद्ध आहे, हे न विचारता सांगण्यासाठी. बहुतेक लोकांना असे वाटत असते की, धार्मिक असणे म्हणजे चांगला माणूस असणे व म्हणून पुण्यवंत असणे. खरे तर तसे मानण्याचे काहीच कारण नाही. सतत देवाचे नाव घेणारा माणूस जेवढा धार्मिक असण्याची शक्यता आहे, त्याहून अधिक तो दांभिक असण्याची शक्यताही असते. अनेकजण स्वत:चे दोष झाकण्यासाठी धार्मिकता हा परिणामकारक बुरखा म्हणून वापरत असतात. धार्मिकतेचा अर्थ 'धर्माचे कर्मकांड आचरणे' एवढाच असेल, तर त्यामुळे मनुष्य चांगला ठरतो, असे कसे म्हणता येईल? पूजा आणि कर्मकांड न करता त्यासाठीचा वेळ सत्कृत्यांसाठी वापरणारा माणूस हा जास्त चांगला माणूस नाही का? नामस्मरण, पूजा व कर्मकांडात मन व शरीर गुंतवून आजूबाजूच्या दुर्दैवांकडे, दु:खांकडे डोळेझाक करणाऱ्या माणसाला खरेच का चांगला माणूस म्हणता येईल?

म्हातारपणी शरीर साथ देईनासे झाले, उठणे-बसणे, लहानसहान कामे करणे कष्टप्रद झाले की, फक्त ईश्वराचे नामस्मरण व होईल तेवढी पूजाप्रार्थना करत, देवाचे बोलावणे येण्याची वाट बघत जगायचे, असे अनेक वृद्धांना वाटत असते. आपली तशी परंपराच आहे; परंतु प्रत्येक वृद्धाच्या पाठी त्याचा आयुष्यभराचा अनुभव आणि व्यासंग असतो. आयुष्यात प्रत्येकाने काही ना काही कौशल्ये आत्मसात केलेली असतात. तेव्हा नुसतेच हरी हरी करत जगण्यापेक्षा ज्येष्ठांनी आपली ती कौशल्ये

आणि तो अनुभव यांचा कुठल्या तरी प्रकारे समाजाला उपयोग होईल, असे जगणे हे समाजहिताच्या दृष्टीने जास्त श्रेयस्कर आहे. हरी हरी करत जगणे, हा त्याहून चांगला पर्याय आहे का, असे म्हणताना कुणाचाही दोष दाखवण्याचा किंवा अपमान करण्याचा हेतू नाही. नामस्मरणात वेळ किंवा आयुष्य घालवण्यापेक्षा समाजोपयोगी असे काही करणे शक्य असेल, तर ज्येष्ठांनी ते करणे चांगले एवढेच सांगण्याचा उद्देश आहे.

मी जेव्हा शाळकरी मुलगा होतो, तेव्हा पुराणकथांतील काही भक्तांनी केलेल्या घोर तपस्यांच्या गोष्टी वाचून-ऐकून, आपणही एखाद्या मोठ्या देवाची गाढ तपश्चर्या करावी असे मला वाटत असे; पण त्याकरता भयानक जंगलात एकांतात दीर्घकाळ जाऊन बसणे आवश्यक होते. शिवाय तपश्चर्या करायची म्हणजे काय, तर ईश्वरनामाचा सतत जप करणे एवढेच मला ठाऊक होते. त्या नामस्मरणाने ईश्वर का व कसा प्रसन्न होईल त्याचा काही अंदाज तेव्हा करता येत नव्हता आणि अजूनही करता येत नाही. आता ऐंशीच्या आसपास पोहोचलेला असताना या वयात मला अशा कशाचीच गरज उरलेली नाही. नको ईश्वरदर्शन, नको कृपा, नको स्वर्ग आणि नको मोक्ष! जेव्हा व जसा मृत्यू होईल, तोच माझा मोक्ष. तेव्हा मी निसर्गनियमाने संपेन आणि अमर आत्मा नसल्यामुळे माझा पुनर्जन्मही होणार नाही. त्याचा मी आनंदाने स्वीकार करेन.

महाराष्ट्राचे लाडके व्यक्तिमत्त्व असलेल्या पु. ल. देशपांडे यांनी १९८२ साली 'नामस्मरणाचा रोग' या नावाचा एक लेख लिहिला होता. त्यात त्यांनी असे म्हटले होते की, महात्मा गांधी, महात्मा फुले, सावरकर, आंबेडकर यांसारख्या महान व्यक्तींचे आपण केवळ नाव घेतो, म्हणजे त्यांचा नामोच्चार व नामस्मरण करतो आणि मग त्यांनी सांगितलेली तत्त्वे आचरणात आणण्याची आपली जबाबदारी संपली, असे मानतो. १) फुले मंडईत महात्मा फुले जयंतीनिमित्त होणाऱ्या सार्वजनिक सत्यनारायणाविषयी:- म्हणजे एकाच जागी फुल्यांचे नामस्मरण आणि ज्या भाकडकथांना फुल्यांनी आजन्म विरोध केला त्या सत्यनारायणाचेही नामस्मरण, तिथेच व तेव्हाच. २) एकदा (एखाद्या महात्म्याचे) नामस्मरण सुरू झाले की, त्या माणसाचा देव होतो आणि बुद्धिनिष्ठ चिकित्सेची हकालपट्टी होते. ३) पूर्वी पंढरपूरच्या यात्रेत हजारो माणसे कॉलराने मरत असत. ते भयानक मरण लाखो लोकांनी केलेल्या नामाच्या गजराने थांबले नाही. ते थांबवले कॉलराची लस शोधून काढणाऱ्या वैज्ञानिकाने.

अलीकडे काही आध्यात्मिक गुरूंनी नामसाधना लोकप्रिय करून तिचा प्रसार करण्यासाठी त्यांच्या पुस्तकांतून काही प्रमेये मांडली आहेत; पण ती श्रद्धामूलक व शब्दप्रामाण्यावर विसंबून आहेत, असे दिसते. त्यांच्याविषयी आम्हा बुद्धिप्रामाण्यवाद्यांची

निरीक्षणे अशी आहेत. त्यातील काही विधाने नमुन्यादाखल- १) नामसाधनेने धर्म, अर्थ, काम व मोक्ष हे चारही पुरुषार्थ (ध्येये) प्राप्त होतात, असे ते म्हणतात. त्यापैकी अर्थ आणि काम ही अध्यात्माहून साफ वेगळी असलेली ध्येयेसुद्धा नामसाधनेने कशी प्राप्त होतील, याचे बुद्धीला पटण्याजोगे उत्तर कुणी देऊ शकत नाही. २) नामसाधनेने घडणाऱ्या प्रक्रिया व येणाऱ्या अनुभवांबाबत ज्यांना अनुभूती आहे, त्यांच्यात एकवाक्यता नाही. त्यात कुणी साधकाच्या विरक्तीला, कुणी अतिमानुषी संवेदनेला, तर कुणी योगप्रक्रियेला महत्त्व देतात; तर काही जण गूढवादाच्या आधाराने त्यांचे अनुभव सत्य असल्याचे पटवण्याचा प्रयत्न करतात. ३) काही जण ईश्वरकृपा झाली तरच ईश्वरदर्शन होईल, असे सांगतात, तर काही जण नामसाधनेने अनेक जणांना ईश्वरदर्शन प्रत्यक्ष झालेले आहे, असे म्हणतात. ४) काही जण ही प्रमेये वैज्ञानिक प्रमेयांप्रमाणे मांडण्याचा प्रयत्न करतात, पण त्यात इतकी गृहीते असतात की, शेवटी त्यांच्या सिद्धान्तात बिनशर्त सत्य असे काहीच उरत नाही. ५) प्रामाणिक नामसाधना करणाऱ्या मनुष्याचे सद्‌विचार आणि सदाचार यात कदाचित वाढ होईल, तो आध्यात्मिक बनेल, चिंतनमग्न राहिल यांसारखे त्यांचे दावे मान्य करता येतीलही; कारण या सर्व मानसशास्त्रीय प्रक्रिया आहेत. नामस्मरणाने कुणावर ईश्वरकृपा झाली असेल, तर तो त्याचा अनुभव वस्तुनिष्ठ किंवा सार्वत्रिक नसल्यामुळे आणि तो सिद्धही करता येत नसल्यामुळे तो मान्य होऊ शकत नाही.

नियती, प्रारब्ध-नशीब

दैव, ललाटलेख, विधिलिखित, नियती, प्रारब्ध, नशीब हे शब्द आपण दैनंदिन जीवनात वारंवार वापरतो, ते सर्वसाधारण सारख्याच अर्थाचे आहेत. त्यातील समान दैववादी वृत्ती अशी की, 'नशिबात जे असेल ते होईल. आपण आपला भार ईश्वरावर सोपवून, शांत बसून रहावे.' ही दैववादी वृत्ती प्रयत्नवादाच्या विरुद्ध असून मानवी प्रगतीला हानिकारक आहे. असे मानतात की, ब्रह्मदेवाने (किंवा अल्लाने किंवा सटवाईने) आपले नशीब आपला जन्म होतानाच ठरवून किंवा लिहून ठेवलेले आहे आणि त्याबरहुकूम आपल्या आयुष्यात सर्व काही घडणार आहे. नाहीतरी आजूबाजूच्या परिस्थितीवर आपले नियंत्रण नसतेच. सर्व काही दैव-नियंत्रित मानल्यामुळे मानवी प्रयत्नांना काही महत्त्वच उरत नाही. हे घातक आहे.

तरीही जगभर सगळीकडे, सर्व लोकांमध्ये अशी दैवाधीनता कमीअधिक प्रमाणात मानली जाते. समाज दैववादी व परावलंबी राहण्यावर काही राजकारणी, काही धर्मवादी व काही गुन्हेगारी वृत्तीच्या लोकांचे हितसंबंध अवलंबून असतात. ते लोक स्वहितासाठी दैववाद व नियती निर्णायकतेच्या मताचा प्रसार करत असतात.

लोकांनाही ते खरे वाटू लागते.

मुळात कुणी ईश्वर, अल्ला अस्तित्वात असला तरी तो जगातील अब्जावधी माणसांचे भविष्य स्वत:च कशाला ठरवील? त्याला दुसरे काही काम नाही का? ज्या विश्वात अब्जावधी तारे, तारकामंडले, आणखी काय काय आहे, तसेच ज्या सूक्ष्मातिसूक्ष्म अणूंमध्ये प्रचंड शक्ती सामावलेली आहे, अशा या अतिप्रचंड नियमबद्ध विश्वातील पृथ्वीनामक एका अतिक्षुद्र ग्रहावर किड्यामुंगीसारख्या असलेल्या, पण बुद्धी कमावलेल्या क्षुद्र मानवाची त्याला काय एवढी चिंता पडली आहे? त्या मानव-समूहांचे किंवा राष्ट्रांचे किंवा प्रत्येक व्यक्तीचे भविष्य-नशीब त्याने स्वत:च का ठरवून ठेवावे? कशाला करेल तो असला उपद्व्याप?

जरी समजा, त्याने असला उपद्व्याप करायचा ठरवले तरी प्रत्येकाचे भविष्य केवळ त्याची जन्मतारीख व जन्मवेळ यांच्याशी जोडून तो ठेवील काय? पण फलज्योतिष शास्त्र आहे असे मानणाऱ्या लोकांना तसे वाटते खरे. तसे पाहता, ज्योतिषीबुवांनी या जगात एक मोठेच प्रस्थ निर्माण केलेले आहे. मानवी जीवनातील असुरक्षितता, भय, चिंता वगैरेंमुळे सगळेच लोक नेहमी कसल्या तरी आधाराच्या शोधात असतात. हे ज्योतिषी त्याचाच फायदा उठवतात. जन्मवेळेची ग्रहस्थिती, ग्रहांच्या चाली व नक्षत्रप्रवेश, ग्रहनक्षत्रांचे मानवांसारखे गुणावगुण असले सगळे कुभांड जन्मपत्रिकेवर मांडून व्यक्तीचे, समूहाचे वा राष्ट्राचे विधिलिखित वाचता येते, असा दावा ते करतात. आपल्या देशात मुहूर्त, तिथीनुसारच्या शुभाशुभ कल्पना, लग्नासाठी कुंडल्या जुळवणे, ग्रहांचे मानवासारखे स्वभाव इत्यादी सर्व कल्पनारंजन धर्माशी जोडले गेल्यामुळे बहुतेक लोकांना हे सर्व खरेच वाटते. त्यामुळे त्यावर कुणी विचारही करत नाही.

सज्जनहो, याबाबत क्षणभर विचार तर करा. १) एकाच हॉस्पिटलात एकाच क्षणी जन्मलेल्या दोन बालकांच्या पत्रिका सारख्याच असतात. त्यातील एक गरीब स्त्रीचे व दुसरे श्रीमंत स्त्रीचे असेल तर त्या दोन बालकांचे भवितव्य सारखे घडेल का? त्यांच्या जीवनातील चढउतार सारखे असतील का? २) जन्मपत्रिकेवरून तो मनुष्य जिवंत आहे की मृत हे कुणाही ज्योतिषाला सांगता येत नाही. हे सप्रयोग सिद्ध झालेले आहे. ३) एकाच पत्रिकेवरून एकाच व्यक्तीबाबत वेगवेगळे ज्योतिषी वेगवेगळी भाकिते करतात. ४) आज एकही सच्चा वैज्ञानिक ज्योतिषशास्त्राला शास्त्र किंवा विज्ञान मानत नाही, कारण ते अवास्तव व अफाट अशा गृहीतांवर रचलेले असून त्यात वस्तुनिष्ठा, वैज्ञानिक पद्धत आणि विश्वासार्ह सिद्धान्त यांचा पूर्ण अभाव दिसून येतो. म्हणून तर सगळे ज्योतिषी जे भविष्य सांगतात ते अशा संदिग्ध भाषेत सांगतात की त्यातून उलटसुलट नाना अर्थ निघतात. शेवटी प्रत्यक्षात काहीही घडले तरी

ज्योतिषाने तीही शक्यता सुचवली होती, असे आपल्याला वाटते आणि भविष्य अगदीच खोटे ठरले तर ते विसरले जाते. आपल्या गूढ नशिबाला दोष देऊन आपण गप्प बसतो. ज्योतिषांची काही थोडी भविष्ये क्वचित् काकतालीय न्यायाने किंवा संभवनीयतेच्या नियमाने खरी ठरतात. उदाहरणार्थ, शंभर स्त्रियांना मुलगा होईल असे भविष्य सांगितले, तर त्यातील पन्नास जणींच्या बाबतीतले भविष्य खरे ठरण्याची शक्यता असतेच! मग खऱ्या ठरलेल्या त्या भाकितांची व त्या ज्योतिषांची दवंडी पिटली जाते. थोडक्यात, फलज्योतिष कितीही नावाजलेले किंवा कितीही बहुमान्य असले तरी ते शास्त्र नसून थोतांड आहे.

अशीही काही माणसे जगात असणे शक्य आहे की, ते ईश्वर मानत नसूनही जन्मपत्रिका, ग्रहांचे सामर्थ्य व त्यावरून किंवा कशावरून तरी, भविष्य वर्तवता येते असे मानत असतील. आम्हा विवेकवाद्यांना मात्र 'प्रत्येकाचे भविष्य जन्मत: ठरलेले आहे' हेच मुळात मान्य नाही. त्यामुळे कुठल्याही पद्धतीने ते आधी समजण्याचा प्रश्नच उद्भवत नाही. प्राप्त परिस्थितीत आमचे बरे-वाईट भविष्य आमचे आम्हीच घडवतो (जे आधी ठरलेले नसते), असा आमचा विश्वास आहे. आम्हाला कधी यश मिळते, तर कधी धडधडीत अपयश (अगदी आपटी खावी लागते!), पण आमच्या यशापयशाची भौतिक कारणे आम्ही बुद्धीच्या साहाय्याने शोधतो. कारण आध्यात्मिक व ज्योतिषी कारणे भोंगळ असतात, म्हणून आम्हाला ती मान्य नाहीत.

क्षणभर मानू या की, कुणी ईश्वर अस्तित्वात आहे व त्याने आपला ललाटलेख लिहून ठेवलेला आहे. जसे इस्लाममध्ये प्रत्येक माणसाचे भाग्य अल्ला स्वत:च्या मर्जीनुसार ठरवतो आणि त्यात कधीही कुणीही बदल करू शकत नाही. हिंदू धर्मात आपले भाग्य हे आपला पूर्वजन्म आणि कर्मफलसिद्धान्ताशी जोडलेले आपले अपरिवर्तनीय कर्मफळ असते. थोडक्यात, आपला ललाटलेख कधीही बदलत नाही. परंतु ईश्वर प्रेमळ व दयाळू असल्यामुळे व्यक्तीचे दैवपालट घडवण्याचे, म्हणजे न बदलणारा ललाटलेख बदलून देण्याचे काही उपाय (उदाहरणार्थ-पूजाप्रार्थना, कर्मकांड, प्रायश्चित्त, नमाज वगैरे) त्याने उपलब्ध करून ठेवलेले आहेत, असे बहुतेक धार्मिक लोक मानतात.

आता असा विचार करून पहा की, विश्वाचा खरेच जर कुणी ईश्वर असला तर त्याला आपल्यासारख्या क्षुद्र जीवांच्या स्तुतीप्रार्थनेची गरज कशाला असेल? कुणीही माणूस जसा स्तुतीप्रार्थनेने खूश होतो, तसा ईश्वर कशाला आपल्या स्तुतीप्रार्थनेला भाळेल आणि त्याच्या बदल्यात व्यापाऱ्यासारखा वागून आपला ललाटलेख बदलेल? शनी-मंगळासारख्या तथाकथित दुष्ट ग्रहांची शांती करणे, हा तर चक्क मूर्खपणा आहे.

ग्रह हे माती व वायूचे निर्जीव गोळे आहेत. ज्योतिषाने किंवा पुरोहिताने केलेल्या त्याच्या त्या शांतीमुळे आपला ललाटलेख बदलता येईल, अशी भन्नाट कल्पना लोकांना पटते तरी कशी, याचेच आश्चर्य वाटते. पण प्रत्यक्षात हे घडते खरे. आम्हा विवेकवाद्यांच्या मते, आपल्या आयुष्यात काय घडणार वा काय घडणार नाही, हे आधी ठरवणारी कुठलीही गूढ शक्ती अस्तित्वात नाही. त्यामुळे ललाटलेख लिहिण्याचा, तो वाचण्याचा किंवा त्यात कुणी काही बदल करण्याच्या वगैरे कुठल्याच शक्यता अस्तित्वात नाहीत.

उत्क्रांतीने व स्वप्रयत्नाने मानव आज बुद्धिमान बनलेला आहे, परंतु अजूनही तो अत्यंत अज्ञानी आहे. शरीर व मनानेही दुर्बळ आणि भित्रा तर तो मुळातच आहे. नैसर्गिक संकटांनी व स्वतःच्या चुकांनी दुःखी आहे. आपल्या मृत्यूनंतर आपले काय होईल, ही अज्ञाताची भीती तर कायमच त्याच्या पाठी लागलेली आहे. म्हणून तर सर्वच धर्मांमध्ये परलोकात सुख मिळवण्यासाठी इहलोकात नमाज, प्रार्थनादी असे अनेक विधी सांगितलेले आहेत.

थोडक्यात, मनुष्याला ईश्वरासारख्या गूढ शक्तीच्या आधाराची सतत आवश्यकता भासते. अशा परिस्थितीत मनुष्य आधारासाठी चिंतनाद्वारे कल्पित ईश्वराचा शोध लावेल आणि त्यानंतर त्याच्या उपासनेचे मार्ग पक्के ठरवेल, म्हणजेच आपला धर्म, पंथ निर्माण करेल हे सर्व स्वाभाविकच आहे. त्याने नेमके तेच केले. वेगवेगळे धर्म स्थापन केले, सुंदर सुंदर ईश्वर कल्पिले, हजारो वर्षे त्यांच्या उपासना केल्या आणि धर्माची, ईश्वरांची, स्वर्गनरक व पापपुण्यादी कल्पनांची ऐहिक उपयुक्तता व त्यांचे दुरुपयोग अनुभवले.

आपल्या जीवनात काही घडून दैनंदिन अनुभव येणे, हे तर नेहमीच घडत असते. अपघात होणे, मोठ्या अपघातांतून अनेक जणांपैकी एखादाच वाचणे, एखाद्यालाच लॉटरी लागणे इत्यादी. अशा प्रासंगिक घटनांबाबत त्या घडून गेल्यावर आपण निष्कर्ष काढतो की, ते त्याचे प्रारब्धच होते म्हणून तसे घडले. अनेक जणांच्या आयुष्यात, संपत्तीत, कर्तृत्वात, सुखदुःखात कधी कधी कमालीची स्थित्यंतरे घडतात, पण त्याची नेमकी कारणे सुसंगतपणे कळू शकत नाहीत. अशा घटनांची कारणे भौतिकच पण गुंतागुंतीची असतात, पण नीट न उलगडण्यामुळे ती नियतीवर ढकलण्याचा आपल्याला मोह होतो. प्रत्यक्षात मात्र देव, भाग्य, नशीब, नियती, प्रारब्ध असे काही नसते. म्हणजे घटना घडून गेल्यावर केवळ आपल्या सोयी-समाधानासाठी काढण्याचे ते सुलभ निष्कर्ष आहेत.

६.

युगकल्पना, कर्मफळ- सिद्धान्त, पाप-पुण्य, श्रद्धा वगैरे

हिंदूंच्या स्मृतिपुराणादी ग्रंथांमध्ये कालगणनेसाठी 'युग' या संकल्पनेचा वापर केलेला दिसून येतो. त्यात कृत, त्रेता, द्वापर आणि कली या क्रमाने चार युगांची चार नावे दिली आहेत. युग या शब्दाचा अर्थ 'अनेक सहस्त्रावधी वर्षांचा दीर्घ काळ' असा असून या चार युगातील काळाचे परस्पर प्रमाण ४:३:२:१ (४+३+२+१=१०) असे आहे. ही चार युगे मिळून एक 'चतुर्युग' किंवा 'देवयुग' बनते, ज्यात ४३ लाख २० हजार एवढी मानवी वर्षे असतात. म्हणजे एका कलियुगात चतुर्युगाच्या एक दशांश म्हणजे ४ लाख ३२ हजार वर्षे असतात; द्वापर युगात त्याच्या दुप्पट, त्रेता युगात तिप्पट आणि कृत किंवा सत्य युगात त्याच्या चौपट असतात. याशिवाय 'मन्वंतर' आणि 'कल्प' अशा दोन कल्पनाही स्मृतिपुराणांमध्ये आहेत. एक मन्वंतर म्हणजे ७१ चतुर्युगे आणि एक कल्प म्हणजे १४ मन्वंतरे होत. एक कल्प म्हणजे (७१ x १४ = ९९४) म्हणजे सुमारे एक हजार चतुर्युगे. यालाच ब्रह्मदेवाचा एक दिवस म्हणतात आणि तेवढीच त्याची एक रात्र असते. अशा तीनशेसाठ अहोरात्रींचे त्याचे एक वर्ष व अशा शंभर वर्षांचे त्याचे आयुष्य आहे, असे साधारणत: मानले जाते. ब्रह्मदेवाने त्याच्या आयुष्याची पन्नास वर्षे पूर्ण केलेली आहेत, असेही मानले जाते. म्हणजे ब्रह्मदेवाच्या आयुष्यभरात एकूण ७ कोटी २० लाख चतुर्युगे (म्हणजे प्रत्येकी तेवढीच कृत, त्रेता, द्वापर व कलियुगे) होणार आहेत आणि त्यापैकी एकाच म्हणजे सध्या चालू असलेल्या कलियुगाबद्दल हा लेख आहे. वर म्हटल्याप्रमाणे, या कलियुगातही ४ लाख ३२ हजार

वर्षे आहेत. या अगोदरचे द्वापर युग संपून व सध्याचे कलियुग सुरू होऊन सुमारे फक्त पाच हजार वर्षेच झालेली आहेत, असे मानले जाते. म्हणजे सध्या चालू असलेले कलियुग संपायला ४ लाख २७ हजार वर्षे उरलेली आहेत. त्यानंतर कृतयुग सुरू होईल. हल्ली जिकडे-तिकडे अशांतता, दुर्दैव, दुराचार, अत्याचार इत्यादींचे जे थैमान चालू आहे, असे वृत्तपत्रीय बातम्यांवरून दिसून येते, तो सध्या कलियुग चालू असण्याचा परिणाम आहे असे मानून हिंदू माणूस स्वतःचे समाधान करून घेतो, पण मग पुढे उरलेल्या ४ लाख २७ हजार वर्षांत अजून काय भयंकर घडायचे आहे, अशी भीती श्रद्धावंतांना वाटते.

कलियुग

युग संकल्पनेबाबतच्या समजुती अशा की, चतुर्युगातील पहिल्या कृत किंवा सत्ययुगात, जो सर्वांत आदर्श काळ समजला जातो, त्यात सर्व लोक, रोग व दुःख यापासून मुक्त असे प्रत्येकी चारशे वर्षे जीवन जगत. प्रत्येक व्यक्ती तिच्या आयुष्यातील कर्तव्य पूर्णपणे पार पाडत असे. पुढे प्रत्येक युगात नीती, आरोग्य व आयुष्याचा एक चतुर्थांश ऱ्हास होतो. कलियुगात अत्यंत निराशाजनक, खेदजनक, पतित व भीतिदायक असेच जीवन असते. कृतयुगात धर्म संपूर्णपणे अस्तित्वात असून चार पायांवर उभा असतो. पुढे प्रत्येक युगात त्याचा एकेक पाय कमी होऊन कलियुगात धर्माचा एकच पाय शिल्लक राहतो आणि अधर्म तीन चतुर्थांश भाग व्यापतो, अशी वर्णने आहेत. पुराणांमधील भविष्यानुसार या कलियुगाच्या अवाढव्य कालावधीनंतर भगवान विष्णू 'कल्किन' रूपाने अवतार धारण करून धर्माची पुन्हा स्थापना करील आणि मग पुढील कृतयुगाचा प्रारंभ होईल.

याबाबतच्या निरनिराळ्या स्मृतिपुराणातील आख्यायिका परस्परभिन्न आहेत. कारण त्या पुराणकाररचित भन्नाट कल्पना आहेत. याबाबत भारतरत्न म. म. काणेकृत 'धर्मशास्त्राचा इतिहास' या ग्रंथाच्या पूर्वार्धातील प्रकरण ९३मध्ये पुढीलप्रमाणे माहिती आढळते- 'प्राचीन वेदकाळात आणि उपनिषदांसारख्या वेदग्रंथांच्या रचनेच्या काळापर्यंत देखील कृत, त्रेता, द्वापर व कली हे शब्द सृष्टीच्या निरनिराळ्या कालखंडांना अनुलक्षून वापरण्यात येत नसत. एकूणच 'युग आणि कल्प' या कल्पनांचा उद्भव ख्रिस्तपूर्व चौथ्या अथवा तिसऱ्या शतकात झाला असावा आणि त्या ख्रिस्ती सनाच्या आरंभीच्या शतकांमध्ये पूर्णपणे प्रस्थापित होईपर्यंत त्यात अनेक फेरबदल होत गेले असले पाहिजेत.'

याचा अर्थ असा होतो की, या युगकल्पना वेदरचित्या ऋषिमुनींनी सांगितलेल्या नसून त्या गोष्टीबहाद्दर स्मृतिपुराणकारांनी रचलेल्या आहेत. सध्याचे कलियुग केव्हा

सुरू झाले असे मानावे याबाबतही पुराणादी ग्रंथांमध्ये एकवाक्यता नाही. कुणाच्या मते ज्या वेळी भारतीय युद्ध सुरू झाले, त्या वेळी कलियुगाचा प्रारंभ झाला, तर कुणाच्या मते श्रीकृष्णाने आपला अवतार संपवून स्वर्गलोकी गमन केले, त्या वेळी कलियुग सुरू झाले.

महाभारत काळात (व बहुधा त्याहीपूर्वी) द्यूत (म्हणजे एक प्रकारचा जुगार) हा खेळ फासे टाकून खेळला जात असे. त्या फाशांमध्ये कृत, त्रेता, द्वापर व कली अशी चार प्रकारची दाने असत. कृत हे दान सर्वांत लाभदायक व कली हे सर्वांत जास्त हानिकारक दान होते. शक्यता अशी आहे की, पुढील काळात स्थापित झालेल्या चार युगांच्या कल्पनेच्या मुळाशी द्युतातील फाशांची लाभ-हानीकारक दाने असावीत आणि तसे असेल तर त्यात आश्चर्य वाटण्याजोगे काही नाही. परंतु आधी लाभदायक, सुखदायी कृतयुग आणि नंतर शेवटी अत्यंत दुःखदायी कलियुग येते असा क्रम मानल्यामुळे, मानवाची काळानुसार प्रगती न होता अधोगती होते, अशी समजूत जनमनात दृढ होते.

याबाबत 'मनुष्य केव्हा तरी परिपूर्ण अशा सत्ययुगात सुखी होता आणि आता तो दुर्दैवी कलियुगात दुःखी आहे' हा हिंदू धर्मातील विश्वास सुधारकाग्रणी गो. ग. आगरकर यांना अमान्य असून माणसाचा प्रवास हा रानटी-निमरानटी अवस्थेतून हळूहळू सुधारणांकडे होत आहे, हा पश्चिमी प्रबोधनातील विश्वास त्याना मान्य होता. याबाबतीत आपल्याला कोणती निरीक्षणे करता येतात ते पाहू या. काही हिंदू लोक 'आमच्याकडे प्राचीन काळी विमाने होती, सुबत्ता, व्यवस्था होती; पर्जन्यास्त्र, नारायणास्त्र, ब्रह्मास्त्र अशी अस्त्रे होती,' असे दावे करतात. ते सर्व काल्पनिक आहेत, असे नक्कीच दाखवून देता येते. तेव्हा ते तुलनेला घेण्याऐवजी आपण वास्तव जीवनातील काही दंडक (मोजमापे) घेऊ या.

पहिले उदाहरण स्त्री-पुरुष वैवाहिक जीवन व त्यातील नीतिनियम यांचे घेऊ या. कुणी काही म्हटले तरी, एक स्त्री, एक पुरुष व त्यांची मुले असे कुटुंब आणि आजची कौटुंबिक नीतिमत्ता ही कलियुगात निर्माण झालेली सुस्थिती आहे. महाभारतकाळी अशी कुटुंबपद्धती असल्याचे दिसत नाही. प्रत्येक पुरुषाला एकाहून जास्त बायका व प्रत्येक स्त्रीला एकाहून जास्त नवरे, तसेच प्रासंगिक नवरा-बायको, नियोग पद्धतीला समाजमान्यता आणि मंत्राने पुत्रप्राप्ती असे प्रकार महाभारतात सर्रास आहेत, हे सर्वश्रुत आहे.

दुसरे उदाहरण 'कोणत्याही बलवंताने कुणाही निर्बलाला दडपावे' असा जो कलियुगापूर्वीच्या काळातील सामान्य नियम होता, तो कलियुगात अन्याय्य व अनैतिक

ठरवला गेला. धर्माच्या, बळाच्या किंवा कशाच्याही नावाखाली सबळांनी दुर्बळांना छळणे हा कलियुगातील लोकशाही राज्यघटनांनी केलेल्या लिखित कायदे अनुसरणाऱ्या शासनात दंडनीय गुन्हा आहे. तसेच भौतिक शास्त्रांची प्रगती, त्यामुळे मिळणारी भौतिक सुखे आणि नीतिमत्ता, मानवता अशा प्रत्येक क्षेत्रांत मानवाने कलियुगात प्रगती केलेली आहे. गुलामगिरीला नकार, छोट्या राष्ट्रांच्या छळांना नकार, स्त्रियांचे हक्क, मुलांचे हक्क अशा अनेक बाबतीतली जागृती हीही कलियुगातच झालेली आहे. सर्वोदय, अंत्योदय, वंचितांविषयी कणव अशा आधुनिक कल्पना माणसामाणसांमध्ये भ्रातृभाव निर्माण करत आहेत. निदान तसा प्रयत्न करत आहेत. कलियुगातील ही वाटचाल अधर्माच्या दिशेने होत आहे काय? भारताच्या स्वातंत्र्यप्राप्तीनंतरच्या सहा-सात दशकांवर नजर टाकली तरी साथीचे रोग नाहीसे होणे, अनेक व्याधींवर औषधे उपलब्ध असणे, सरासरी आयुर्मानात वाढ होणे, ही पावले मानवी सुखाच्या दिशेने नाहीत का? मग कुठे आहे ते कलियुग?

युगकल्पना खरी आहे असे मानणाऱ्या लोकांना वाटते की, फार पूर्वी कृत म्हणजे सत्य युगात माणूस फार सुखी, धार्मिक, दीर्घायुषी वगैरे होता. तेव्हा राजे होते, प्रजा होती, शेती, व्यापारउदीम, कायदे होते वगैरे; पण वर दिलेली कालगणना पाहता, कृतयुगाचा काळ हा निदान वीस लाख वर्षांपूर्वीचा काळ होता, असे दिसते. विज्ञान आपल्याला सांगते की, मानवजात या पृथ्वीवर फक्त दहा ते बारा लाख वर्षांपूर्वी उत्क्रांत झालेली आहे. म्हणजे वीस लाख वर्षांपूर्वीच्या त्या काळात माणूस अर्धमर्कट (ऑस्ट्रेलोपिथेकस) अवस्थेत नागड्याने झाडावर माकडासारखा लपून रानटी पशूंपासून स्वतःचे कसेबसे संरक्षण करत होता. तो माणूस (?) सत्ययुगात होता काय? थोडक्यात, युगकल्पना ही पुराणकारांची थाप आहे आणि ती विसरून जाणेच आपल्या हिताचे आहे.

कर्मफल सिद्धान्त

कर्मफल किंवा कर्मविपाक नावाचा सिद्धान्त हिंदू धर्माच्या तत्त्वज्ञानात (एवढेच नव्हे, तर भारतात निर्माण झालेल्या सर्वच धर्मांमध्ये) सुप्रसिद्ध व मान्यताप्राप्त आहे. माणूस जी बरी-वाईट कर्मे करतो, त्याचे बरे-वाईट फळ त्याला या जन्मात किंवा त्याच्या आत्म्याला पुढील जन्मात भोगावेच लागते, असे हा सिद्धान्त सांगतो. तसा स्पष्ट उल्लेख मुंडक, छांदोग्य व बृहदारण्यक या उपनिषदांमध्ये आहे; तसेच 'पुनर्जन्म' ही वैशिष्ट्यपूर्ण उपनिषदीय कल्पना मूलतः कर्मफलसिद्धान्तावरच आधारलेली आहे. ईशावास्य उपनिषदात मात्र याच्या उलट म्हणजे 'कर्मे करीत शंभर वर्षे जगण्याची इच्छा ठेवावी, कर्मे माणसाला मुळीच चिकटत नाहीत' असे स्पष्टपणे म्हटलेले आहे.

काही परंपरानिष्ठ लोक या श्लोकाचा अर्थ लावताना 'फलाशा न ठेवता कर्मे केली तर ती आत्म्याला चिकटत नाहीत,' असा सोयीस्कर अर्थ लावतात; परंतु या उपनिषदात एवढेच नव्हे, तर दशोपनिषदांपैकी कोणत्याही उपनिषदात असा सिद्धान्त किंवा त्याचा साधा उल्लेखही नाही. पुढे हजार किंवा त्याहूनही जास्त वर्षांनी कुणा तरी अत्यंत हुशार माणसाने रचलेल्या गीता (म्हणजे भगवद्गीता) या ग्रंथात मात्र ही युक्ती सिद्धान्त म्हणून सांगितलेली आहे आणि तरीही गीता ही उपनिषदरूपी गायीचे दूध आहे, असे म्हटले जाते. बऱ्या-वाईट कर्मांची फळे माणसाला भोगावीच लागतात, असे सांगणारा मूळ कर्मफलसिद्धान्त हा कडक न्यायाचा रास्त सिद्धान्त वाटतो. उपनिषदकाळी स्वतःला आर्य म्हणवणाऱ्या तत्त्वचिंतकांना आत्मा, ब्रह्म, पुनर्जन्म, मोक्ष इत्यादी कल्पना सुचण्यापूर्वीच्या दीड हजार वर्षांच्या ऋग्वेद रचनाकाळातही अशा अटळ कर्मफल न्यायाला वरुण या देवतेचा आधार होता. त्या काळी ही देवता मूळ कर्मफलसिद्धान्तासारखेच काटेकोर कर्मफल देण्याचे काम करत असे, असे मानले जाते. पुढे उपनिषदकाळ आला आणि त्याच्यानंतर आलेल्या स्मृतिपुराणकाळात जेव्हा पुरोहितांची एक जात बनून, धर्माचरण सांगण्याची मक्तेदारी त्यांच्याकडे आल्यावर त्यांनी वाईट कर्माचे (पापाचे) 'फळ भोगावे लागू नये' म्हणून अगणित व्रतवैकल्ये, मंत्रजप, तीर्थयात्रा असे पापविमोचनाचे (प्रायश्चित्ते) अनेक उपाय सांगितले. त्यातून त्या पुरोहितांना अर्थप्राप्ती होत होती.

'वाईट कर्माची वाईट फळे भोगावी लागतात' हा नियम तसा चांगलाच म्हटला पाहिजे. 'पेराल तसे उगवेल', 'करावे तसे भरावे' अशा अर्थाचे उल्लेख पश्चिम आशियात निर्माण झालेल्या धर्मांमध्येही आहेतच; पण पुनर्जन्म घेऊन फळे भोगावी लागतात, हे अर्थातच त्यांना मान्य नाही. माणसाच्या सर्व ऐहिक दुःखांची मूलभूत कारणे ढोबळमानाने फक्त तीनच असू शकतात. एक- आपण स्वतःच (म्हणजे आपली कर्मे) कारण असणे. दोन- सैतानासारखी एखादी ईश्वरविरोधक दुष्ट शक्ती कारण असणे आणि तीन- स्वतः दयाळू ईश्वरच (आपल्याला सुधारण्यासाठी वगैरे) कारण असणे. या तीन मूलभूत कारणांपैकी आपण स्वतः म्हणजे आपली कर्मेच कारण असणे, हे कारण व्यावहारिक म्हणजे 'प्रॅक्टिकल' म्हणता येईल आणि सैतान किंवा ईश्वर ही दोन कारणे व्यवहारबाह्य म्हणून 'स्पेक्युलेटिव्ह' म्हणता येतील. नंतरची ही दोन कारणे व्यवहारबाह्य म्हणून बाजूला सारली, तर स्वतःची बरी-वाईट कर्मे आणि आजूबाजूची परिस्थिती ही दोनच माणसाच्या दुःखाची ढोबळ कारणे उरतात. त्यापैकी आजूबाजूच्या परिस्थितीवर व्यक्तीचा काही ताबा असू शकत नाही. म्हणजे राहता राहिली स्वतःची कर्मे. मूळ कर्मफलसिद्धान्तामुळे जगात काही तरी नैसर्गिक (आपोआप मिळणारा) न्याय आहे

असे जे वाटते, ते उपयुक्तच म्हणावे लागेल. ज्यू, ख्रिस्ती, इस्लाम व पारशी या पश्चिम आशियातील उगमाच्या धर्मांमध्ये मात्र कमी-अधिक फरकाने सैतान, ईश्वर व त्यांच्या इच्छा हीच मूळ कारणे दिलेली आहेत. याउलट हिंदू, बौद्ध, जैन व शीख धर्मांमध्ये मात्र माणसाची स्वतःची कर्मेच त्याच्या दुःखाला कारणीभूत आहेत, असे मानले जाते. हा दृष्टिकोन जास्त व्यवहार्य वाटतो.

मनुष्य त्याच्या अविद्येमुळे, अज्ञानामुळे, सकाम म्हणजे लोभमोहयुक्त कर्म करतो आणि कर्मफलसिद्धान्तानुसार कर्माचे फळ मिळून दुःखी होतो. अविद्या म्हणजे आत्मा व परमात्माविषयक किंवा योग्य मार्गविषयक अज्ञान होय. बौद्ध व जैन धर्मांमध्ये ईश्वर नाही, हिंदू आणि शीख धर्मात आहे, मात्र भारतात निर्माण झालेल्या या चारही धर्मांमध्ये कर्मफलसिद्धान्त साधारण सारखा आहे. म्हणजे माणसाच्या दुःखाची कारणे त्याची कर्मेच आहेत. दुसऱ्या एका दृष्टीने पाहिले, तर ऋग्वेद रचनाकाळात जे देव-दानव युद्ध घडले, त्यातील दानव हे सैतानासारखे देवांचे विरोधक, दुष्ट कर्मे करणारे व दुःख देणारेच होते. शिवाय वेदकालीन माणूस देवतांची उपासना करण्यासाठी यज्ञ आणि काही जपतप करतच होता. म्हणजे देव आणि दैत्य माणसाच्या सुखदुःखांना कारण नव्हते, असे काही म्हणता येत नाही. अगदी आजचे हिंदू ज्या अनेक देवदेवतांच्या प्रार्थना करतात, देवाला नवस करतात, ते 'देव आपल्याला सुख देतो आणि आपले दुःख कमी करू शकतो' या गृहीतावरच आधारलेले आहे. वेदकालीन वरुण ही अत्यंत महत्त्वाची देवता न्याय्य आणि रास्त कर्मफल देण्याचे काम करत असे आणि उपनिषदकाळी सांगितलेला 'कर्मफल भोगावेच लागते' सांगणारा मूळ कर्मफलसिद्धान्त हे निसर्गतःच पूर्णतः स्वतंत्रपणे कार्यरत आहेत, असे त्या प्राचीन काळी मानले जात असावे, असे वाटते. ते जर खरेच असेल, तर एक मोठी अडचण उद्भवते. ती अशी : कर्मफलसिद्धान्त जर पूर्णतः व स्वतंत्रपणेच कार्यरत असता तर कुणा ईश्वराची (किंवा कुणा सैतानाची) पूजाप्रार्थना करण्याची जरूरच काय होती? कारण ईश्वर किंवा सैतान अस्तित्वात असले तरी माणसाच्या पापाला माफी देण्याचा किंवा त्याचे दुःख सौम्य करण्याचा त्याला काही अधिकारच राहत नाही. सिद्धान्तानुसार कर्मफल भोगावेच लागणार.

फार प्राचीन काळी पृथ्वीवर वेगवेगळ्या ठिकाणी वस्ती केलेल्या विविध मानवसमूहांची ईश्वरविषयक (म्हणजे चैतन्यविषयक) कल्पना साधारण सारखीच असावी. सर्व चराचर वस्तूंमध्ये काही जीवशक्ती म्हणजे संचलनशक्ती किंवा चैतन्य असून ती शक्ती माणसाच्या ऐहिक जीवनात हस्तक्षेप करते, कधी शुभ फल देते, तर कधी अशुभ. त्या शक्तीला पूजा, प्रार्थना, बलिदान इत्यादी मार्गांनी खूश ठेवावे

लागते. या समजुतीप्रमाणे मृतांनाही पूज्य मानण्यात येत असे. असे दिसते की, आदिमानवाचा सर्वत्र अशा कल्पनांवर विश्वास होता. त्यातूनच डोंगर, टेकडी, प्रचंड दगड, नदी, वृक्ष, सर्प इत्यादींच्या पूजा फार प्राचीन काळी चालू होत्या. त्यानंतरच्या हजारो वर्षांमध्ये आधी निसर्गदेवता (चंद्र, सूर्य, पाऊस इत्यादींना देवत्व), पुढे देवतांचे मानुषीकरण (व्यक्तीसारख्या देवता), त्यापुढे एकेश्वरवाद, त्यानंतर धर्मस्थापना इत्यादी आणि त्याही पुढील पायरी म्हणजे ईश्वर सृष्टीच्या कणाकणांत आहे, असे सांगणारा 'सर्वेश्वरवाद' ('सर्व काही' म्हणजे 'विश्व'च ईश्वर आहे) म्हणजे 'ईश्वर सृष्टीहून वेगळा नाही', असे मत म्हणजे 'अद्वैतवाद' मान्य झाला. प्राचीन इजिप्शियन संस्कृतीत माणूस मृत झाला तरी त्याची जीवशक्ती त्याच्या मृत शरीराच्या आसपास राहते असे मानत आणि तिला संतुष्ट ठेवण्यासाठी मृत शरीराबरोबर व त्या जीवशक्तीला उपयोगी पडाव्यात म्हणून खाण्यापिण्याच्या वस्तू पुरण्यात येत. तसेच भारतात (शरीर दहन केलेल्या) मृताच्या आत्म्याला खायला-प्यायला मिळावे म्हणून दसपिंड व श्राद्ध घालून मृतात्म्याला जेवण दिले जात असे. ते कावळ्याने खाल्ले म्हणजे मृताच्या आत्म्याला मिळाले, असे मानत असत. मात्र अशा प्रकारचे चराचरात वास करणाऱ्या जीवशक्तीच्या अस्तित्वाची आदिम समजूत आजही हिंदू धर्मीयांमध्ये मानली जाते, असे दिसते. मृतात्म्याला कावळ्यामार्फत दरसाल जेवण देण्याची वार्षिक श्राद्धाची पद्धत हिंदू धर्म तत्त्वज्ञानातील कर्मफलसिद्धान्ताधारित पुनर्जन्माच्या तत्त्वज्ञानाशी चक्क विसंगत आहे. कारण शरीर मृत झाल्यावर त्याच्या आत्म्याला मुक्ती मिळते. तो आत्मा ईश्वराला जाऊन मिळतो आणि जर त्या आत्म्याला मुक्ती मिळालेली नसेल, तर तो कर्माची फळे भोगण्यासाठी स्वर्ग-नरकात किंवा दुसऱ्या पुनर्जन्मात गेलेला असतो. मग कावळ्यामार्फत श्राद्धाचे जेवण घेण्यासाठी कुठला आत्मा शिल्लक राहतो? कदाचित काकबली देण्याची ही पद्धत वेदान्त तत्त्वज्ञान सुचण्यापूर्वी प्रचलित असलेली पारंपरिक पद्धत असावी आणि वेदान्त तत्त्वज्ञानाला मान्यता मिळाल्यावर जुनी परंपरा सोडून देण्याचे राहून गेले असावे.

भगवद्गीतेने उचलून धरलेली व आधुनिक काळात बदनाम ठरलेली चातुर्वर्ण्य व्यवस्था ही आत्मा या संकल्पनेला व कर्मफलसिद्धान्ताला एकत्र करून ताणून रचलेल्या पूर्वजन्म व पुनर्जन्म या सिद्धान्तावर उभारलेली कल्पनांची भरारी आहे. दरिद्री व अन्यायग्रस्त ऐहिक जीवन जगणाऱ्या दुदैवी जनतेने त्याविरुद्ध बंड करून उठू नये, यासाठी ती अत्यंत उपयुक्त ठरत असल्याने या कल्पनारंजनाला धर्मामध्ये महत्त्वाचे स्थान देण्यात आलेले असावे.

पाप-पुण्य नीती

बहुतेक लोकांना असे वाटते की, देवाची पूजाप्रार्थना किंवा परंपरेनुसार काही धार्मिक विधी करणे पुण्यकारक आणि न करणे पापकारक असते. त्यापेक्षा संतांनी सांगितलेली 'परोपकार हे पुण्य व परपीडा हे पाप' ही कल्पना योग्य वाटते. आपण जर देवाची पूजाप्रार्थना केली तर त्यासाठी (देव असला तरी) तो आपल्याला पुण्य का देईल? आपल्या पूजा-प्रार्थनांचा व नैवेद्याचा त्याला काय उपयोग? त्याला हव्यातच कशाला आपल्या पूजाप्रार्थना? आपल्याला त्याच्याप्रति काही कृतज्ञता व्यक्त करायची असेल तर त्याने ज्या दुर्दैवी लोकांना उपकृत केलेले नाही, त्यांना आपण मदत करणे हीच देवाप्रति व समाजाप्रति खरी कृतज्ञता ठरेल. कुठलाही धार्मिक विधी करण्यामुळे ना पापनिरसन होते, ना पुण्यप्राप्ती, ना त्यामुळे तुम्ही धार्मिक ठरता, ना नीतिमान ठराल, ना समाजाला त्याचा काही उपयोग होतो. एक मोठे वकीलसाहेब धार्मिक वृत्तीचे व पूजापाठ करणारे आहेत. भ्रष्टाचारी, गुन्हेगार अशा लोकांच्या केसेस घेऊन स्वकौशल्याने व कायद्यातील पळवाटांच्या ज्ञानाने ते त्यांच्या अशिलांना शिक्षा होण्यापासून वाचवतात व भरपूर पैसा कमवतात. त्यांचा व्यवसाय ईश्वरकृपेने चांगला चाललाय, असे ते म्हणतात. खरे तर तो भ्रष्टाचाऱ्यांच्या कृपेने नीट चाललेला आहे.

मानवी इतिहासात वेगवेगळ्या स्थळीकाळी ज्या ज्या नीतिकल्पना प्रचलित होत्या, त्या त्या धर्म-नियम व देवाच्या अपरिवर्तनीय आज्ञा म्हणून सांगितलेल्या आहेत. उदाहरणार्थ, भारतात ऋग्वेद रचनाकाळी निसर्ग व निसर्गनियमांना देवत्व दिले गेले होते. त्यांच्या उपासना ते काटेकोर नियमबद्ध यज्ञांनी करत. त्यामुळे निसर्गानुनय व यज्ञानुनय हे त्या वेळी पुण्य व त्याविरुद्ध वर्तन हे पाप मानले जाई. अर्थात तेव्हासुद्धा कुठलेही दुष्कृत्य हे निसर्गविरुद्ध कृत्य म्हणून अनीतिमय व पापच मानले जाई. त्या काळी ब्रह्मा, विष्णू, महेश असे देवही नव्हते आणि त्यांची देवळे, मूर्तिपूजाही नव्हत्या; व्रतवैकल्ये, प्रायश्चित्ते व तीर्थयात्राही नव्हत्या. नदीच्या पवित्र जलात स्नान करून पाप धुतले जाते असे ते मानत असत असे दिसते. भटकंती करत आलेल्या आर्यांना अफगाणिस्तानमार्गे भारतप्रवेश करेपर्यंत नद्याच माहीत नव्हत्या, हे त्याचे कारण असू शकेल. भारतात वेदसंहितेच्या रचना काळानंतर प्राचीन उपनिषदे (वेदान्त) आणि त्यांनंतर धर्मसूत्रांच्या रचना झाल्या. इथपर्यंत देव, देवळे, मूर्तिपूजा, व्रतवैकल्ये अशा गोष्टी वैदिक धर्मात नव्हत्या. शिवाय वेदान्ताने यज्ञांना 'फुटक्या होड्या' असे संबोधून त्यांची उपयुक्तता नाकारलेली होती. शिवाय त्या काळात तपश्चर्येला यज्ञाहून श्रेष्ठ स्थान दिले जाऊ लागले होते. तरीही उपनिषदांत आणि पुढील काळातील धर्मसूत्रांमध्येही 'पापाचे कर्मफळ भोगल्याशिवाय कुणाचीही सुटका नाही'

असा पूर्वीचा कडक नियम मात्र कायम ठेवलेला दिसतो. त्यापाठोपाठ आलेल्या 'स्मृतिपुराणकाळा'त मात्र या कडक नियमाला अनेक फाटे फोडले गेले. जप, तप, उपोषणे, व्रते इत्यादी केल्याने आणि पुरोहितांना विविध प्रकारची दाने दिल्याने, दुष्कर्माचे वाईट फळ भोगावे लागत नाही, असे नवीन नियम घालून दिले गेले. या कालपरिस्थितीनुसार होणाऱ्या बदलांवरून असे म्हणता येते की, सर्व धर्मग्रंथ 'पाप-पुण्य प्रायश्चित्तादी कल्पना' या तत्कालीन परिस्थितीची प्रतिबिंबे असून त्या ईश्वराज्ञा वगैरे काही नव्हेत.

विविध स्मृतींमध्ये सांगितलेल्या पातकांचा (पापांचा) व त्यावरील प्रायश्चित्तांचा स्मृतींच्या कालानुक्रमे अभ्यास केला तर असे दिसते की, १) काही पातकांना प्राचीन ग्रंथांनी फार कठोर, अगदी देहान्ताची प्रायश्चित्ते सांगितली होती. त्या पातकांना नंतरच्या काळातील स्मृतींनी सौम्य प्रायश्चित्ते सांगितली. जसे गायत्री मंत्राचा जप, ब्राह्मण भोजन घालणे, ब्राह्मणाला गाईचे किंवा सुवर्णाचे दान देणे वगैरे. यावरून असे दिसते की, ही प्रायश्चित्ते कुणा देवाने, ईश्वराने नव्हे तर ग्रंथकर्त्या ब्राह्मणांनी, पुरोहितांनी सांगितलेली आहेत. २) काही स्मृतिपुराणांनी सांगितले की, पुरोहिताला इतके दान दिले म्हणजे त्या प्रमाणात इतके पाप माफ होते किंवा इतके दान दिले की स्वर्गात इतके काळ सुख मिळते वगैरे. याच्या मुळाशी पुरोहितांची धंदेवाईक वृत्ती दिसून येते. ३) म्हणजे धार्मिक प्रायश्चित्ते ही देवाची नसून पुरोहितांनी दिलेली पापाची माफी आहे. त्यांना मिळणारी दक्षिणा व दान जेवढे मोठे व घसघशीत असेल, तेवढी मोठ्यात मोठ्या पापालाही माफी मिळत असे. हे निष्कर्ष माझ्यासारख्या निरीश्वरवादाचे नसून भारतरत्न महामहोपाध्याय काणे यांनी काढलेले निष्कर्ष आहेत. ('धर्मशास्त्राचा इतिहास', उत्तरार्ध खंड ४, विभाग १ मधील सर्व प्रकरणे.) स्मृतिपुराणकारांनी प्रायश्चित्ते सांगताना आणखी एक मोठे पाप केलेले आहे. त्यांनी सांगितलेल्या प्रायश्चित्तांची तीव्रता/सौम्यता ही ते पातक करणारा चातुर्वर्णापैकी कुठल्या वर्णाचा आहे आणि त्याने ते पातक कुठल्या वर्णाच्या माणसाविरुद्ध केले त्यावर अवलंबून आहे. म्हणजे हे कायदे उघडपणे एकाला एक नियम व दुसऱ्याला दुसरा असे आहेत. स्मृतिपुराणकारांना समाजात जन्माधारित विषमता हवी होती, म्हणून त्यांनी असे केलेले आहे. प्रत्यक्षात कुणी ईश्वर असलाच तर तो सामाजिक विषमतेचा व अन्यायाचा पुरस्कर्ता असणे शक्य नाही.

प्रायश्चित्त या संकल्पनेतील 'वाईट कर्म करणाऱ्याला शिक्षा होणे' आणि 'त्यांच्यात सुधारणा घडवून आणणे' हे मूळ हेतू स्तुत्यच आहेत. पातक करणाऱ्याच्या मनावर उपचार होणे आणि त्याने पुन्हा ते पातक न करण्याचा निश्चय करणे, हे मानसिकदृष्टीने आणि समाजहिताच्या दृष्टीनेही आवश्यक आहे, यात काही संशय

नाही. परंतु कुणा लोभी वा ढोंगी माणसाने अगदी काशी-रामेश्वरासह भारतातील सर्व पवित्र तीर्थांमध्ये जरी अगदी शास्त्रोक्त विधिवत् स्नान केले तरी त्याची पातके धुतली जातील का? कुंभमेळ्याच्या मुहूर्तावर गंगा-गोदावरी स्नान करणाऱ्यांना देव खरेच पापमुक्त करेल का? किंवा त्या बदल्यात त्याला काही पुण्य देईल का? त्याच्या विकारग्रस्त मनावर अशा स्नानामुळे काही उपचार होतील का? संत तुकारामाने म्हटले आहे की, तीर्थस्नानाने आपली फक्त कातडी धुतली जाईल. भारतातील तीर्थस्थळे ही सर्व सौंदर्यस्थळे आहेत. त्यामुळे तीर्थस्थळी अवश्य जावे, पण मुहूर्ताची गर्दी (उदाहरणार्थ, कुंभमेळा) व धक्काबुक्की टाळून जावे. पाणी स्वच्छ असेल (खात्री करून घ्या) तर त्यात स्नानही करा. पण तसे करून व काही कर्मकांड करून पापक्षालन होईल किंवा पुण्य, स्वर्ग, मोक्ष मिळेल, या आशा मात्र निरर्थक आहेत. तसेच कुठलेही व्रताचरण हे साधे सत्कृत्यसुद्धा नसून तो वेळेचा व पैशाचा मात्र अपव्यय आहे. त्यातून दुर्बलांना, रोगपीडितांना, संकटग्रस्तांना काहीही मदत होत नाही. व्रते व कर्मकांडे करून तुम्हाला खोटेच कृतकृत्य झाल्यासारखे वाटेल. शुभाशुभ, मुहूर्त, सोवळेओवळे पाळून तुम्ही स्वतःला धार्मिक समजाल, पण तेही खरे नव्हे. व्रते व दैवी उपाय विसरून फक्त सत्कृत्ये करावीत. प्रत्येकाने जमेल तेवढी सत्कृत्ये करणे, ही सामाजिक गरज आहे.

मानवाच्या वैयक्तिक व सामाजिक जीवनात नीतिमत्तेचे महत्त्व सर्वोच्च आहे, यात काही शंका नाही. ईश्वराचे अस्तित्व न मानणारे लोकसुद्धा सत्य व नीती यांनाच सर्वोच्च स्थान देतात. मानवाने अत्यंत प्राचीन काळी सामाजिक जीवन सुरू केले, तेव्हापासून नीतिमत्ता ही त्याची सर्वांत महत्त्वाची सामाजिक गरज ठरली आहे आणि तीच पाप, पुण्य, धर्म इत्यादी मानवी संकल्पनांचा मजबूत पाया आहे. पण काही लोक मानतात त्याप्रमाणे धर्मग्रंथीय नीतिकल्पना या ईश्वरीय किंवा अपरिवर्तनीय नव्हेत.

समजा तुम्ही हिंदू आहात. तुम्ही तुमच्या मुलीला पदवीपर्यंत शिक्षण दिलेत. वयाच्या एकविसाव्या वर्षी तिचे योग्य वराशी लग्न लावून दिलेत, तर तुम्ही हे कर्तव्य केलेत की दुष्कृत्य? तुम्ही जर एकोणिसाव्या शतकात हेच केले असते तर देवाच्या दफ्तरी त्याची 'महत्पाप' म्हणून नोंद झाली असती. त्या काळी स्त्रीला शिक्षण देणे व मासिक पाळी येण्यापूर्वी तिचे लग्न न करणे ही आईबापांसाठी नरकाची साधने मानली गेली होती. आज आपण स्त्रीशिक्षण आवश्यक मानतो, हे पाप आहे का? मुलीचे लहानपणीच लग्न लावून देणे, हे पुण्य आहे का? आपणच त्या त्या कालपरिस्थितीत नीतिकल्पना तयार करत असतो. त्यांना अपरिवर्तनीय मानणे चूक आहे.

श्रद्धा

काही लोकांना हे पटते की, अंधश्रद्धा माणसाची दिशाभूल करून त्याला निरर्थक कर्मकांडात गुंतवून ठेवत असल्यामुळे त्या घातक असतात आणि म्हणून त्यांचे निर्मूलन होणे आवश्यक आहे. परंतु त्याबरोबरच त्यांना असे वाटत असते की, 'श्रद्धा' मात्र सोज्वळ, बिनधोक व प्रामाणिक असतात. हे खरे आहे का? विशिष्ट देवाची विशिष्ट परंपरेने रोज तासभर पूजाप्रार्थना केल्यावर आपल्या सांसारिक अडचणी दूर होतात किंवा अमुक मंत्राचा इतके हजार वेळा घोष केल्यावर तमुक फलप्राप्ती होते, अशा श्रद्धा जर विश्वासार्ह मानल्या तर सामान्य मनुष्य अनावश्यक कर्मकांडात गुंतून वेळ आणि पैसा यांचा अपव्यय करत राहील. हेही तेवढेच वाईट नाही का? देव असला तरी मंत्राने किंवा भावपूर्ण पूजाप्रार्थनेने प्रसन्न होऊन प्रत्येक माणसाशी देण्याघेण्याचे व्यवहार करील काय? आपले सांसारिक प्रश्न तो सोडवील का? सत्य हे आहे की, प्रार्थनेने प्रसन्न होईल अशा कुठल्याही देवदेवतेच्या अस्तित्वाला काहीही पुरावा नाही. पूजाप्रार्थना, मंत्रघोष किंवा यज्ञहोम किंवा असे काहीही करून काही प्राप्त होते, हे ढळढळीत असत्य आहे. तरीही अशा श्रद्धा बाळगून लोक त्यात आयुष्य खर्च करतात. आता जे युक्तिवाद अंधश्रद्धांविरोधात लागू होतात, तेच युक्तिवाद जर श्रद्धा आणि धर्मश्रद्धांविरोधात लागू होत असतील तर विवेकवाद्यांनी लोकांना तेही सांगणे जरूर आहे. म्हणजे जशा अंधश्रद्धा समाजाला अनुपयुक्त, अहितकारक व घातक आहेत, तशाच श्रद्धासुद्धा अहितकारकच आहेत. परंतु बहुतेक लोकांना श्रद्धेचा पांगुळगाडा वापरून जीवनात मार्गक्रमण करण्याची सवय झालेली असल्यामुळे श्रद्धा अहितकारक किंवा घातक आहेत असे सांगितल्यावर त्याना राग व चीड येईल. माणसाजवळ त्याच्या समजुतीची चिकित्सा करण्याचे तर्कबुद्धी हे साधन निसर्गतः उपलब्ध असूनही त्याचा उपयोग न करताच आपण कशावरही विश्वास ठेवणे, हे मुळातच समर्थनीय नाही, हे ते लक्षातच घेत नाहीत.

अलीकडच्या काळात आपल्या शेजारच्या कर्नाटक राज्यात भाजपचे सरकार असताना घडलेली एक घटना पाहा. जुलै २०१२च्या तिसऱ्या आठवड्यापर्यंत पाऊस न पडल्याने कर्नाटक राज्य सरकारने तातडीने सतरा कोटी रुपये मंजूर केले. ते काही क्लाऊड सीडिंगसाठी नव्हते, तर राज्यातील चौतीस हजार मंदिरांमध्ये दोन दिवस विधिवत पूजाप्रार्थना करण्यासाठी होते! जगाचा जरी कुणी ईश्वर असला तरी तो पक्षपाती असेल का? कर्नाटकातील चौतीस हजार देवळांतील पुजाऱ्यांना प्रत्येकी पाच हजार रुपये दक्षिणा मिळाली म्हणून तो बाजूच्या तामिळनाडूत पाऊस न पाडता फक्त कर्नाटकातच पाऊस पाडील काय? देव असा दुकानदारासारखा असणे शक्य

आहे का? खरे तर प्रत्यक्षात कुणी ईश्वर नसूनही लोकांनी ईश्वराच्या 'फक्त अस्तित्वा'वर श्रद्धा ठेवली तरी फार काही बिघडत नाही. आम्हा बुद्धिप्रामाण्यवाद्यांचा आक्षेप 'ईश्वराच्या कर्तृत्वावरील श्रद्धेला' आहे; जसे की, ईश्वर जग निर्माण करतो, त्यावर सतत लक्ष ठेवतो, त्याला सांभाळतो, त्यात न्याय प्रस्थापित करतो वगैरे. जगातील सर्व सुखद-दु:खद घटनांचा सार्वत्रिक आढावा घेतल्यावर जगात ईश्वरी न्याय दिसून येतो की त्याचा अभाव? पण होते असे की, प्रत्येक आस्तिक माणूस आपोआपच ईश्वराचे कर्तृत्व मानू लागतो आणि त्या कर्तृत्वाचा आपल्यालाही फायदा मिळावा म्हणून त्याचा आधार शोधतो, प्रार्थना करू लागतो.

आपल्या देशात अशा नवसांना पावणाऱ्या देवांच्या देवळाबाहेर क्षणभराच्या दर्शनासाठी, नमस्कारासाठी शेकडो जण तासन्तास रांगा लावून ताटकळत उभे राहतात, हे आपण नेहमी पाहतोच. जीवनाच्या वेगवेगळ्या क्षेत्रांत अगदी यशवंत ठरलेल्या सुप्रसिद्ध व्यक्तीसुद्धा अशा देवळांमध्ये आवर्जून दर्शनाला, नवस करायला, फेडायला जातात आणि आम्हा सामान्य लोकांपुढे चुकीचे आदर्श ठेवतात. एवढेच नव्हे, तर शहरीकरण, शहरांचे आकार, लोकवस्ती वगैरे वाढत असताना देवळे, मशिदी व चर्चेस त्याहूनही जास्त वेगाने वाढत आहेत. मुंबईत तर प्रत्येक गल्लीत एक-दोन देवळे आढळतात. आपल्याला एवढे देव कशाला लागतात? देऊळ बांधणे किंवा जुन्या देवळांचे नूतनीकरण करणे, यामुळे ते करणाऱ्याला हमखास सतत उत्पन्न मिळण्याची साधने निर्माण होतात. आपल्याकडील मोठमोठ्या प्रसिद्ध देवस्थानांमध्ये कोट्यवधी रुपयांची संपत्ती जमा झालेली आहे. त्यापैकी किती टक्के रक्कम सामाजिक कार्यासाठी, गरिबांसाठी किंवा देशाची उत्पादकता वाढवण्यासाठी खर्च होते? देवदेवळे आणि गुरू फक्त घ्यायलाच बसले आहेत, असे दिसते. ज्या देशात स्वातंत्र्यप्राप्तीनंतर सत्तर वर्षांनीसुद्धा एवढ्या मोठ्या संख्येने आदिवासी, भटक्या जातींचे लोक, दलित, वंचित, गरीब, अर्धपोटी लोक व कुपोषित बालके आहेत, त्या देशांतील काही देवळांमध्ये मात्र मोजता येत नाही एवढी संपत्ती जमा झालेली आहे!

स्वातंत्र्यापूर्वीची कित्येक शतके आपल्या देशाने श्रद्धा जपण्याशिवाय वेगळे काय केले? आक्रमकांचा, मूर्तिभंजकांचा, लुटारूंचा, अत्याचारींचा आपण विरोध किंवा प्रतिकार केला का? बहुधा नाहीच. सोरटी सोमनाथ, काशी-विश्वेश्वर असे मोठमोठे देव स्वत:च त्यांचे, देवळांचे व देवळात लपवून ठेवलेल्या संपत्तीचे आणि त्यांच्या भक्तांचे संरक्षण करतील, अशा आपल्या श्रद्धा होत्या. बाहेरून आक्रमक येत होते, विध्वंस, अत्याचार करत होते, देवळे पुन:पुन्हा फोडत व लुटत होते, गुलामी लादत होते आणि आपण मात्र आपल्या श्रद्धांना गोंजारित, नवी देवळे पुन:पुन्हा

बांधत, पोथ्यापुराणांचे भक्तिपूर्वक श्रवण करत, अगणित पूजाप्रार्थना करत राहिलो. याचे कारण आपल्या श्रद्धा!

सर्वसाधारणपणे श्रद्धा म्हणजे एखाद्या पंथावर, धर्मावर, देवावर, गुरूवर, ज्योतिषावर किंवा कुणाच्याही सांगण्यावर, चमत्कारांवर, साक्षात्कारांवर काहीही चिकित्सा न करता, काहीही तार्किक समर्थन न मिळवता ठेवलेला अढळ विश्वास होय. तो ठेवण्यासाठी आपण तर्कबुद्धीची, विज्ञानाची कसोटी लावली पाहिजे, असे श्रद्धावंतांना मुळी वाटतच नाही. लहान मूल त्याचे पालनपोषण, रक्षण, शिक्षण वगैरे सर्वच बाबतीत पूर्णत: त्याच्या आईवडलांवर अवलंबून असते. आईवडील जे जे सांगतील ते ते अक्षरश: खरे मानते. प्रौढांच्या सर्व श्रद्धासुद्धा अशाच लहानपणापासून त्यांचे आईवडील, वडीलधारे आप्त, गुरू किंवा पवित्र मानलेल्या धर्मग्रंथांच्या मार्गदर्शनाने बनलेल्या व मनावर ठसलेल्या असतात. या दृष्टीने पाहता सर्व धर्मश्रद्धा, पंथश्रद्धा, यातुश्रद्धा, अंधश्रद्धा, ईश्वरावरील श्रद्धा, एखाद्या देवावरील, देवदूतावरील, प्रेषितावरील किंवा गुरूवरील श्रद्धा या सारख्याच असतात. त्यांच्याबाबत संशय घेऊ नये, त्यांचे तार्किक समर्थन शोधू नये, म्हणजे त्यांना सरळ सरळ प्रमाण मानावे, असे सर्व धर्म, धर्मगुरू सांगतात. कारण त्यांचे वर्चस्व टिकवण्यासाठी ते आवश्यक असते. पण विवेकवादाचे असे म्हणणे आहे की, सत्य जर गवसायचे असेल तर संशय घेतलाच पाहिजे आणि तर्कबुद्धीचे समर्थन मिळाल्यावरच विश्वास ठेवला जावा.

तसे पाहता, जगातील सर्व धर्म-पंथांच्या श्रद्धा परस्परभिन्न आणि परस्परविरोधीही आहेत. त्यात 'वैश्विक सत्य' असे काही नसते. त्यामुळे आपापले धर्म, पंथ, गुरू सांगतात त्याप्रमाणे आपण सर्व काही श्रद्धेने स्वीकारू शकत नाही. निसर्गाने व उत्क्रांतीने ज्या मनुष्यप्राण्याला मेंदू व मनबुद्धी प्राप्त झालेली आहे, त्याच्याजवळ सत्यशोधनासाठी व अज्ञान-अंधारातील त्याच्या सुखमय प्रवासासाठी त्याची बुद्धी हेच त्याचे एकमेव साधन आहे. त्यामुळे मानवी बुद्धीला प्रमाण मानले पाहिजे. ईश्वरावरील श्रद्धा हे प्रमाण होऊ शकत नाही. यापुढील काळात आपल्याला जर जगात आघाडीवर राहायचे असेल तर श्रद्धाळू, भाविक, भक्त, भोळेभाबडे न राहता विज्ञान व वैज्ञानिक दृष्टिकोनाची कास धरून त्या मार्गाने निर्णय घेणारा, प्रगतिशील व पुरोगामी समाज बनणे आवश्यक आहे. त्यासाठी आपण आपले सनातनत्व नाकारणे आवश्यक आहे. या ऐहिक जगात जर कुठल्याही समाजाचे, राष्ट्राचे किंवा संपूर्ण जगाचे हित साधेल तर ते बुद्धीनेच, श्रद्धेने नव्हे. फक्त योग्य प्रयत्नांनीच ते शक्य आहे; पूजाप्रार्थनेने, महायज्ञाने किंवा ईश्वराला, अवताराला साकडे घालून नव्हे. श्रद्धांनी व्यक्तीला मानसिक आधार मिळतो असे जे आपल्याला वाटते, ते खोटे आहे,

हे सर्व लक्षात घेऊन आपण सर्व श्रद्धा नाकारल्या पाहिजेत, विसर्जित केल्या पाहिजेत.

गुरू-बाबा

भारतीय समाजात ढोबळपणे तीन आर्थिक स्तर दिसून येतात. एक, गरिबी व दारिद्र्याने पिचलेले सामान्य लोक, जे अभावग्रस्त जीवन कसेबसे जगत असतात. दुसरा, स्वतःचे घर असलेले, तुलनेने खाऊनपिऊन सुखी असलेले मध्यमवर्गीय लोक, ज्यांना मुलांचे संगोपन, शिक्षण इत्यादी अडचणी असतात. तिसरा, खूप समृद्ध असलेले श्रीमंत वर्गातील लोक, ज्यांना अतिसंपन्नतेमुळे धनदौलत सांभाळण्याच्या व इतर अनेक चिंता असतात. तसे पाहता चिंता व अडचणी सर्वांनाच असतात. म्हणजे आर्थिक स्तर चांगला किंवा वाईट असला तरी प्रत्येकाच्या जीवनात, सांसारिक, भावनिक, आरोग्यविषयक, क्लेश, दुःख, चिंता कमी वा जास्त प्रमाणात असतातच. त्यामुळे जगातल्या कोट्यवधी लोकांना एकाच वेळी मार्गदर्शन, आधार, दिलासा यांची गरज असते. त्यात ही माणसे श्रद्धावंत किंवा अंधश्रद्ध असतील, तर त्यांच्या जीवनातील अडचणी श्रद्धेच्या किंवा गोडबोलू आध्यात्मिक गुरूंच्या सल्ल्याने सोडवण्याचा त्यांचा प्रयत्न असतो.

भक्तांच्या गुरूविषयक श्रद्धा कशा असतात, त्याची काही उदाहरणे पाहू. १) आमचे गुरूमहाराज हे पूर्वी होऊन गेलेल्या अमुकतमुक महान संताचे अवतार आहेत किंवा ते साक्षात ईश्वराचे मानवी रूप आहेत. २) आमच्या गुरूबाबांना आध्यात्मिक सिद्धी प्राप्त आहे आणि ते निसर्गनियमांविरुद्ध चमत्कार करू शकतात. ३) आमचे गुरूबाबा काही होमहवन, यज्ञविधी वगैरे करून, त्याचा अंगारा वा प्रसाद देऊन भुते-खेते व ग्रहपीडेचा बंदोबस्त करतात. मोठमोठे असाध्य रोग, जे डॉक्टर बरे करू शकत नाहीत तेही ते बरे करतात. ४) आमचे गुरूबाबा जो गंडादोरा देतात, तो वैदिक मंत्रांनी सिद्ध केलेला असतो. वेद व त्यातील मंत्र अपौरुषेय असल्यामुळे तो गंडा अतिशय प्रभावी व परिणामकारक असतो. ५) आमचे गुरूबाबा हे सिद्धपुरुष असल्यामुळे ते अंतर्ज्ञानाने कुणाचेही मन व भविष्य जाणू शकतात. ६) ज्योतिष हे दैवी शास्त्र असून आमचे गुरुजीही पत्रिकेच्या आधारे किंवा त्या शिवायही भविष्य जाणू शकतात.

प्रत्येक अंधश्रद्ध मनुष्य 'माझी (गुरूवरील श्रद्धा) ती श्रद्धा आहे, अंधश्रद्धा नव्हे' असे म्हणत असतो! शिवाय आजकाल 'अंधश्रद्धा निर्मूलनाला' काहीशी समाजमान्यता मिळालेली असल्यामुळे अनेक मोठे सद्गुरूसुद्धा आम्हीसुद्धा 'अंधश्रद्धा निर्मूलन'च करत आहोत, असेही सांगायला कमी करत नाहीत. प्रत्यक्षात ते एखाद्या अंधश्रद्धेचे निर्मूलन करत असतीलही, पण त्याबरोबर दुसऱ्या चार अंधश्रद्धा श्रद्धांच्या

नावाने जोपासतात आणि त्यांच्या भक्तांना श्रद्धांचे लेबल लावलेल्या त्या अंधश्रद्धांच्या नादी लावतात.

अगणित लोकांच्या जीवनातील अगणित अडचणी व चिंता सर्व श्रद्धांच्या आधारे सोडवायचे म्हटले तर त्याबाबतच्या मार्गदर्शनाचे आध्यात्मिक मायाजाल उभे करू शकणाऱ्या चलाख गुरूबाबांना कितीतरी मोठे मार्केट उपलब्ध आहे. लाखो माणसांना जीवनात सांत्वन हवे आहे, विश्वास हवा आहे. ही सर्व माणसे गुरूबाबांच्या मार्गदर्शन सेवेची संभाव्य ग्राहक आहेत. शिवाय त्या मार्गदर्शनाची किंमत म्हणून रोख रुपये किंवा संपत्ती देऊन त्यांच्यावर केलेल्या किंवा भासवलेल्या उपकारांची परतफेड करण्याबाबत ते तत्पर आहेत. हे सर्वजण गुरूंचे भक्त, श्रीभक्त बनू शकतात. त्यासाठी गुरूने आपले काही मदतनीस हाताशी बाळगून, स्वत: (न) केलेल्या चमत्कारांची प्रसिद्धी मात्र करावी लागते. भक्तांना खरा-खोटा मानसिक आधार देण्यासाठी लागणारी अंगभूत हुशारी मात्र गुरूकडे असायलाच हवी आणि एकदा गुरूला प्रसिद्धी मिळाली की, मोठमोठे सत्ताधीश, राजकारणी, मंत्रीसुद्धा त्यांच्या काही स्वार्थासाठी, भविष्य जाणण्यासाठी किंवा मुहूर्त काढण्यासाठी गुरूंकडे येतात.

सगळे गुरू आणि ज्योतिषी फक्त खेडवळ वा अशिक्षित माणसांनाच भुलवून लुबाडतात, असे नाही. चांगली शहरी व सुशिक्षित माणसेसुद्धा स्वत:च्या श्रद्धाशीलतेमुळे गुरूंच्या व त्यांच्या भक्तांच्या थापांना बळी पडतात. मोठमोठ्या शहरांमध्ये बस्तान मांडलेल्या, काही स्वघोषित अवतार असलेल्या सद्गुरूंनी सुशिक्षित भक्तांच्या फौजाच तयार केलेल्या दिसतात! कित्येक गुरूंनी तर गुन्हेगार गुंडांनाही पोसलेले असते. पोलीस व सरकारी अधिकारीही सद्गुरूंचे भक्त असतात. मात्र या गुरूबाबांची जातकुळी व काम एकाच प्रकारचे असते. श्रद्धाळू लोकांचे आपापले 'मार्केट सेगमेंट' हेरायचे, आपल्याला काही दैवी सामर्थ्य आहे असे सर्वांना सांगायचे आणि मग त्यांची यथेच्छ लूट करायची. गुरू जेवढा मोठा व प्रसिद्ध, तेवढी त्याच्याकडे जास्त धनसंपत्ती जमा झालेली असते. लोकांना ती कधी कळते, कधी कळतही नाही.

आजकाल प्रत्येक लहान-मोठ्या शहरात किंवा आसपासच्या निमशहरी किंवा ग्रामीण भागातही आपापले आध्यात्मिक दुकान थाटून, भक्तांना बोधामृत पाजून, प्रसिद्धी मिळवून मोठे झालेले सद्गुरू, महाराज, बुवा, बापू डझनावरी फोफावलेत. त्यांच्यापैकी कुणी देवांचे, संतांचे अवतार असतात, कुणी चमत्कार करतात. त्यांच्याकडे भक्तांच्या रांगा लागतात. सद्गुरू बनणे, गुरुबाबा बनणे, हा या देशात चलाख व हुशार माणसासाठी एक उत्तम बिनभांडवली धंदा आहे, यात काही शंका नाही. पुरोगामी समजल्या जाणाऱ्या महाराष्ट्रात जर एवढे गुरूबाबा कार्यरत असतील,

अत्यंत फायदेशीर धंदा करत असतील, तर सबंध भारतभर काय परिस्थिती असेल? विशेष म्हणजे असा आध्यात्मिक गुरूबाबा म्हणून धंदा करण्यासाठी तुम्हाला काही मोठे शिक्षण, ज्ञान किंवा स्वच्छ चारित्र्य असण्याचीही आवश्यकता नाही. प्रत्यक्षातले काही गुरूबाबा गुन्हेगार असतात. घृणास्पद गुन्हे करून, जेलमध्ये शिक्षा भोगून, खडी फोडून आलेले असतात, तरी लोक त्यांचे पाय धरायला जातात, एवढे या देशातील लोक सश्रद्ध व धर्मशील आहेत. काही गुरूबाबा तर एवढे हुशार आहेत की, अनेक गुन्हे करूनही ते पकडले जात नाहीत.

अडचणी आणि चिंता तर सगळ्यांनाच असतात, पण बुद्धी वापरून त्यांच्यावर योग्य उपाय शोधण्याचे कष्ट घेण्याऐवजी आपण श्रद्धांच्या प्रभावामुळे गुरूबाबा शोधण्याचा सोपा मार्ग स्वीकारतो. तोच गुरू आपल्या श्रद्धा आणखी घट्ट करतो किंवा नव्या श्रद्धा रुजवतो. म्हणजे श्रद्धांमुळे गुरू येतात व गुरूंमुळे श्रद्धा वाढतात, असे हे दुष्टचक्र आहे. शिवाय एकदा कुठल्याही गुरूच्या नादी लागलेला माणूस (आणि यात भलेभले तथाकथित सुशिक्षितसुद्धा असतात) त्याच्या प्रभावातून सहसा बाहेर पडू शकत नाही. त्या दृष्टीने गुरू हे अमली पदार्थांच्या व्यसनांप्रमाणे असतात. याचा परिणाम असा होतो की, लोक शेती, नोकरीधंदा वगैरे करून स्वत:साठी व कुटुंबासाठी कष्टाने मिळवलेला पैसा गुरूच्या पायाशी नेऊन ओतत राहतात. त्याऐवजी लोकांना जर हे कळले की, पूजा, मंत्रतंत्र हे सर्व निरुपयोगी आहेत. कुठल्याही गुरूच्या, देवाच्या अंगारेधुपाच्याने आजार बरा होत नाही. ग्रहपीडा, भूतबाधा, बाहेरचे असे काहीही नसते. फलज्योतिष, हस्तसामुद्रिक ही सर्व थोतांडे आहेत; कोणतीही पूजाप्रार्थना, यज्ञ, विधी, व्रतवैकल्ये आपल्या सांसारिक अडचणींवर व चिंतांवर उपाय असू शकत नाहीत, तर लोक गुरूरूपी दुष्टचक्रात, व्यसनात अडकायला जाणारच नाहीत. मात्र त्यासाठी आपणा सर्वांपाशी असलेला विवेक व तर्कबुद्धी वापरण्याची गरज असते.

ईश्वरावरील व गुरूवरील श्रद्धा ही माणसासाठी स्फूर्ती व शक्तीचा स्रोत असते, असे श्रद्धावंतांना वाटते. आशावादी माणसाला श्रद्धेमुळे प्रोत्साहन मिळेल हे शक्य असले, तरी इतर अनेकांवर त्याचा उलट परिणाम होऊन ते आळशीही बनू शकतात. तसेच श्रद्धावंत माणसाला अपयश येऊ लागले, तर त्याला 'यश आपल्या नशिबातच नसावे' किंवा 'असेल हरी तर देईल खाटल्यावरी' असे काही वाटून तोही अधिकच दैववादी आणि प्रयत्नशून्य बनू शकतो. ईश्वर, गुरू व ज्योतिषी यांच्यावरील श्रद्धेने सांत्वन मिळते, असे म्हणतात. ते खरे मानले तरी त्या सांत्वनाची केवढी मोठी किंमत मोजावी लागते, हे कुणी लक्षात घेत नाही. स्वत:वर कितीही संकटे कोसळली तरी मनुष्यस्वभाव मुळात एवढा लवचीक असतो की, तो कोणत्याही परिस्थितीशी कसेबसे

जुळवून घेण्याचा प्रयत्न करतो. जेव्हा अतीव दु:ख होते तेव्हासुद्धा ते सहन करून जीवनाला चिकटून राहणे, हा मानवाचाच नव्हे तर सबंध जीवसृष्टीचाच निसर्गधर्म आहे. त्यासाठी ईश्वरावरील वा गुरूवरील श्रद्धेची काहीएक गरज नाही आणि आपली बुद्धी गुरूकडे गहाण टाकण्याची तर मुळीच आवश्यकता नाही.

कुठलाही गुरू आपल्या भक्तांना 'स्वावलंबी बना' असे कधीही शिकवत नाही, कारण ते त्याच्या हिताचे नसते. प्रत्यक्षात समाजातील बहुतेक लहान-मोठे गुरू समाजाचे आर्थिक, भावनिक वगैरे अनेक प्रकारचे शोषण सातत्याने करत असतात, असे दिसते. म्हणून आपण बुद्धीने आपापले प्रश्न सोडवावेत, एकमेकांना साह्य करावे आणि सर्वांनी शक्य तेवढे सुखी जीवन जगावे. माणुसकीची मूल्ये जपावीत आणि श्रद्धांना कायमची सोडचिट्ठी द्यावी.

भुते आणि पिशाचविद्या

असंतुष्ट आत्मे, गूढ शक्तिधारी असतात व ते अदृष्य रुपात आपल्या जगात वावरतात असे आणि अशा शक्तींना, भुतांना काही मंत्रतंत्र करुन वश करुन घेता येते व त्यांच्या मदतीने आपली दुष्ट कामे करून घेण्याच्या विद्यासुद्धा अस्तित्वात आहेत असेही साधारण सर्व जगात सर्व काळी मानले गेले आहे. वेगवेगळ्या देशात वेगवेगळ्या नावानी ओळखली जाणारी ही तंत्रे वापरणारे लोक भूकंप, वादळ, महापूर, रोगराई अशी संकटेही आणू शकतात असे लोकांना वाटते. आम्हा बुद्धीप्रमाण्यवाद्यांना मात्र हे सर्व खोटे आहे असे आणि ह्या फक्त, लोकांना घाबरवून लुटण्याच्या कला आहेत असे वाटते.

युरोपमध्ये चेटूक करणयाचे खोटे आरोप करून चर्चच्या मदतीने हजारो निरपराध स्त्रियांना जिवंत जाळण्यात आलेले आहे. हा इतिहास आहे. परंतु यामागील सत्य हे आहे की गूढ, वाईट शक्तींचे अस्तित्व हेच मुळात धादांत असत्य आहे. आज जगात विनझ व विज्ञानवृत्ती प्रसारामुळे चेटूक, भुते वगैरेंवर विश्वास ठेवण्याच्या वेडगळ समजुती कमी होत आहेत. कायद्याने तर त्या पूर्णत: अमान्य केल्या आहेत. तरीही दुर्दैवाने काही ठिकाणी आजही अशा गूढ विद्यांना सत्य मानणारी माणसे आहेत.

जगांतील सर्व धर्मांनी ह्या अधोरी प्रथांना निंद्य व गर्हणीय म्हटलेले आहे हे खरे आहे पण कुठल्याही धर्माने अशा दुष्ट शक्ती व विद्या अस्तित्वात नाहीत, भुते पिशाच्चे नसतातच असे सांगितले नाही. त्यामुळे काही लोकाना अशा गूढ शक्ती व विद्या आहेत व त्या धर्मशास्त्राचाच भाग आहेत असे वाटत राहते. आम्हाला मात्र 'चांगल्या आणि वाईट' अशा दोन्ही प्रकारच्या गूढ शक्तींचे अस्तित्व – हे माणसाचे स्वनिर्मित परस्परपूरक कल्पनारंजन आहे असे वाटते.

७.

प्राचीन
हिंदूंचे
वाङ्मय
आणि
विज्ञान

सुमारे पाच हजार वर्षांपूर्वी तत्कालीन भारत देशाच्या वायव्य दिशेकडून अफगाणिस्तानातील काबूल नदी ओलांडून आलेल्या आर्यवंशीयांनी सिंधू नदी ओलांडल्यावर पूर्व दिशेला सरकत अनेक लहान-मोठ्या नद्या ओलांडत आणि अनेक आर्येतरांशी संमीलित होत गंगेच्या खोऱ्यातील सुपीक प्रदेश व्यापला. ही वाटचाल सुमारे दीड हजार वर्षांची असावी. या संमीलित समाजातील लोक हेच मुख्यत्वे आम्हा भारतीयांचे 'प्राचीन पूर्वज' होत. आर्यांच्या प्रभुत्वामुळे या समाजाची जीवनपद्धती आर्यमूलक होती. त्यांच्या धर्माला ते 'आर्य धर्म' असे म्हणत असत. 'हिंदू धर्म' किंवा 'हिंदू' हे शब्द त्या काळी अस्तित्वात नव्हते. ते फार नंतर आले.

आम्हा भारतीयांचे मूलत: भटके असलेले हे प्राचीन पूर्वज जगातील इतर मानव समूहांपेक्षा अतिशय कल्पक लोक असावेत, असे वाटते. अर्धरानटी, भटक्या, पशुपालन अवस्थेतून स्थिर, सुसंस्कृत, शेतीप्रधान समाजजीवनाकडे वाटचाल करणाऱ्या या लोकांनी त्या काळात सबंध जगातील पहिल्या काव्यमय ग्रंथरचना करून त्या गुरू-शिष्य परंपरेने, पाठांतराने टिकवून ठेवल्या, हे अभिमानास्पद आहे. त्या प्राचीन वेदकाळात 'धर्म' हा शब्द 'आर्य समाजाचा घटक म्हणून सृष्टीची व समाजाची धारणा होण्यासाठी व्यक्तीचे अधिकार, विशेषत: कर्तव्ये व जबाबदाऱ्या' या व्यापक अर्थाने वापरला जात होता, असे दिसते. धर्म या शब्दाचे अर्थ काल-प्रांत-परिस्थितीनुसार बदलतही राहिले असणारच; परंतु आजच्या 'रिलिजन' या संकुचित अर्थाचे धर्म त्या काळी

नव्हते, त्या अर्थाने धर्म हा शब्दही त्या काळी वापरात नव्हता. मग या व त्यांच्यानंतरच्या प्राचीन भारतीयांचे धर्मशास्त्र काय होते?

धर्मसूत्रे

आजच्या हिंदू धर्माचे म्हणून जे प्राचीन धर्मवाङ्मय मानले जाते, त्यात अधिकृततेच्या दृष्टीने अर्थातच 'वेद वाङ्मया'ला प्रथम स्थान असून, त्याखालोखाल 'धर्मसूत्रांना' (किंवा सूत्रग्रंथांना) स्थान आहे. भारतरत्न महामहोपाध्याय काणे यांच्या मते गौतम, बोधायन आणि आपस्तंब व नंतरची वसिष्ठ, विष्णू इत्यादी महत्त्वाची धर्मसूत्रे निश्चितपणे इ.स.पू. ६०० ते इ.स.पू. २०० या काळातील असली पाहिजे. ('धर्मशास्त्राचा इतिहास', पूर्वार्ध, प्रकरण २)

धर्मसूत्रांनंतर मनु आणि याज्ञवल्क्य यांसारख्या प्राचीन श्लोकबद्ध स्मृतींचा क्रम लागतो. त्यांच्यानंतर रामायण, महाभारत या आदिकाव्यांचा आणि त्यानंतर भागवतादी पुराणांचा क्रम लागतो. हे ग्रंथ कमीअधिक अधिकृत मानले जातात. नंतरच्या क्रमात स्मृतींवरील अनेक टीकांचा समावेश होतो. त्यांची संख्या शेकड्यांत भरेल. त्यातील काही हस्तलिखित स्वरूपात उपलब्ध आहेत, तर काही अनुपलब्ध आहेत.

सूत्रग्रंथांचे श्रौतसूत्रे, गृह्यसूत्रे व धर्मसूत्रे असे तीन प्रकार आहेत. त्यांचा एकत्रित उल्लेख 'धर्मसूत्रे' (किंवा कल्पसूत्रे) असा केला जातो. श्रौतसूत्रात मुख्यत्वे 'विविध यज्ञांसंबंधीचे नियम', गृह्यसूत्रात 'कौटुंबिक धर्मविधी' (कर्मकांड) आणि धर्मसूत्रात मुख्यत्वे 'वैयक्तिक आचरणांसंबंधी नियम' सांगितले आहेत. विवाह, संस्कार, ब्रह्मचाऱ्यांनी पाळायचे नियम, पाहुण्यांसाठी मधुपर्क विधी, तसेच श्राद्धासारखे काही विषय 'गृह्यसूत्र' व 'धर्मसूत्र' या दोहोंत आहेत. धर्मसूत्रांचे कार्यक्षेत्र गृह्यसूत्रांपेक्षा अधिक विस्तृत आहे आणि त्यांचा मुख्य हेतू शिष्टाचार व कायदा यासंबंधीचे नियम सांगणे हा आहे.

धर्मसूत्रे संपूर्ण गद्यात किंवा गद्यपद्यमिश्रित अशी आहेत. त्यांची भाषा सामान्यत: स्मृतींच्या भाषेपेक्षा अधिक प्राचीन आहे, कारण मुख्य स्मृतिरचना या मुख्य सूत्रग्रंथांच्या नंतर दोन-चारशे वर्षांनी झालेल्या आहेत. याशिवाय धर्मसूत्रांतील काही सूत्रे ही प्रत्यक्षात त्या त्या वेदसंहितेतून घेतलेली वेदवचनेच आहेत. त्यातील विषयांची स्मृतींप्रमाणे सुसंबद्ध अशी रचना केलेली नसते. मुद्दा असा की, धर्मसूत्रांचे रचिते स्वतःला दिव्य दृष्टी असलेले ऋषी अथवा 'देवादी अतिमानव कोटींतील व्यक्ती' असे म्हणत नाहीत. वेदोपनिषदांनंतरच्या काळात असे मानले जाऊ लागले की, वैदिक वाङ्मयात जे विधिनिषेधपर नियम वर्णनाच्या ओघात आलेले आहेत; परंतु तिथे ते

सुसंगतपणे सांगितलेले नाहीत, तेच धर्मशास्त्रात म्हणजे सूत्रग्रंथ, स्मृतिग्रंथ इत्यादींत सुसंगत रीतीने सांगितलेले आहेत. उदा. विवाहांचे निरनिराळे प्रकार, वेगवेगळ्या प्रकारचे पुत्र, संपत्तीची विभागणी, वारसा हक्क, स्त्रीधन, श्राद्ध वगैरे. त्यामुळे सूत्रांना व स्मृतींना श्रुतींचा (वेदांचा) व शिष्टाचारांचा आधार आहे, असे मानले गेले. महान संस्कृत व्याकरणकार पाणिनी हा इ.स.पू. ६००च्या आसपास होऊन गेलेला असल्यामुळे काही धर्मसूत्रांची भाषा पाणिनीय भाषेच्या जवळची आहे, असे दिसते.

अर्थशास्त्रात राजाच्या कर्तव्यासंबंधी व न्यायदानादिकांसंबंधी विवेचन असते, पण धर्मशास्त्रावरील पुष्कळ ग्रंथांतही राजाच्या कर्तव्यासंबंधी नियम सांगितलेले असतात. अर्थशास्त्र व धर्मशास्त्र या दोन शास्त्रांची उद्दिष्टे आणि ती प्राप्त करून घेण्याचे मार्ग भिन्न असल्यामुळे काही जण ती वेगळी शास्त्रे मानत असले तरी प्राचीन काळात अर्थशास्त्राला धर्मशास्त्राचेच एक अंग मानत असत. अर्थशास्त्रावरील उपलब्ध ग्रंथांपैकी 'कौटिलीय अर्थशास्त्र' हा सर्वांत जुना ग्रंथ असून तोही धर्मसूत्र स्वरूपाचा ग्रंथ आहे. 'जगावर स्वामित्व कसे मिळवावे व आपले राज्य कसे राखावे' हा या ग्रंथाचा मुख्य विषय असला तरी त्यात धर्मशास्त्रासंबंधीही महत्त्वाची माहिती आलेली आहे. साधारणत: असे मानले जाते की, पूर्व युरोपातील ग्रीसमधून भारतात आक्रमण करून आलेल्या सम्राट अलेक्झांडरच्या समकाळी म्हणजे इ.स.पू. ३२०च्या सुमारास होऊन गेलेल्या सम्राट चंद्रगुप्त मौर्याच्या चाणक्य किंवा 'कौटिल्य' या मंत्र्याने इ.स.पू. ३००च्या सुमारास हा ग्रंथ रचला आहे. कौटिल्याने गर्विष्ठ व अन्यायी बनलेल्या नंदराजाचा स्वकर्तृत्वाने नि:पात करून त्याचे राज्य हस्तगत करून ते चंद्रगुप्त मौर्याच्या हाती सुपूर्द केले आणि मग हा ग्रंथ रचला, असे मानले जाते.

कौटिल्याला चारही वेदांची माहिती होती. एवढेच नव्हे तर सांख्य, योग, लोकायत या दर्शनांचेही उल्लेख त्याच्या ग्रंथात आहेत. तो संस्कृत (पाणिनीय) भाषेत असून त्या काळी राज्यकारभाराची भाषासुद्धा संस्कृत होती, असे कौटिल्याने म्हटले आहे. त्याला वनस्पतींची आणि औषधांचीही आश्चर्यकारक माहिती होती, असे त्याच्या ग्रंथावरून दिसते. त्यात राज्य चालवण्याच्या अनेक विषयांसह विवाह, न्यायदान, स्त्रीधन, अपराध (गुन्हे) आणि अपराध्यांना शासन असे तत्कालीन धर्मशास्त्रीय विषयही आलेले आहेत.

कौटिल्याचे 'अर्थशास्त्र' म्हणते की, १) त्रयी, २) वार्ता, ३) दंडनीती व ४) अन्विक्षिकी अशा चार मुख्य विद्या जगात आहेत. त्रयी म्हणजे ऋग्वेद, यजुर्वेद व सामवेद हे तीन वेद, ज्यात धर्म सांगितला आहे. वार्ता म्हणजे वाणिज्य, शेती व उद्योगधंदे या उपजीविकेच्या साधनांचे विवेचन; दंडनीती म्हणजे राष्ट्रकंटकांचा उच्छेद

करण्यासाठी वापरण्याची राजनीती आणि या तिन्ही विद्यांची चिकित्सा करणारी सर्वश्रेष्ठ विद्या अन्विक्षिकी ही होय.

कौटिल्याने अन्विक्षिकीचा अर्थ 'सांख्य, योग व लोकायत' असा सांगितला आहे; पण सांख्य व योग ही प्रतिष्ठित आस्तिक दर्शने आहेत. त्यांच्याबरोबर लोकायत या नास्तिक दर्शनाला सर्वश्रेष्ठतेचे स्थान कसे? 'लोकायत'चा केवळ 'तर्कविद्या' एवढाच अर्थ लावला तरी नास्तिकांच्या तर्कविद्येला वेदांची चिकित्सा करण्याचा हक्क कसा?

गौतम बुद्धाच्या महान क्रांतीनंतर यज्ञ, चातुर्वर्ण्य व एकूणच वैदिकतेच्या विरोधात जे वातावरण निर्माण झाले, त्यात कौटिल्याचा उदय झाला. त्याचा प्रभावही पडला. मौर्यांच्या राजवटीत कौटिल्याचे अर्थशास्त्र टिकून राहिले, पण पुष्यमित्र शृंगाने मौर्यांचे राज्य घेतल्यावर (लोकायताचा आदरयुक्त उल्लेख केलेला असल्यामुळे) कौटिल्याचे 'अर्थशास्त्र' कुठल्या कुठे गडप झाले. 'मनुस्मृती'सारखे वर्णवर्चस्वावर उभे असलेले ग्रंथ लिहिले गेले व मान्यता पावले. गडप झालेले कौटिल्याचे 'अर्थशास्त्र' १९०९ मध्ये, म्हणजे गेल्या शतकात संशोधित होऊन पुन्हा उपलब्ध झालेले आहे.

स्मृतिपुराणे

'धर्मसूत्रे' व 'स्मृतिग्रंथ' यात एक महत्त्वाचा फरक असा आहे की, धर्मसूत्रांचे रचिते स्वत:स 'दिव्य दृष्टी असलेले ऋषी' अथवा देवादी अतिमानव कोटीतील व्यक्ती म्हणवीत नाहीत. याउलट मनु आणि याज्ञवल्क्य यांच्या स्मृतींचे कर्तृत्व ब्रह्मदेवासारख्या मुख्य देवाकडे असल्याचे त्याच ग्रंथांमध्ये सांगितलेले आहे. ग्रंथ रचणाऱ्यांचा 'प्रामाणिकपणा' कमी होत चालल्याचा हा परिणाम असावा! (हा निष्कर्ष माझ्यासारख्या निरीश्वरवाद्याचा नसून महामहोपाध्याय काणे यांचा आहे.)

वेदांचा विषय 'यज्ञीय कर्मकांड' हा आहे, उपनिषदांचा विषय 'ब्रह्मविद्या' हा आहे; तर सूत्रात व स्मृतीत 'वर्णाश्रम धर्मांचे' सविस्तर प्रतिपादन आहे. सूत्रांतील व स्मृतींतील वर्णाश्रम धर्मांबाबत असे सांगितले जाते की, हे धर्मशास्त्र, सामाजिक चालीरीती व कायदे वैदिक आर्यांचेच आहेत आणि त्यांची ती स्मरणपूर्वक केलेली नोंद आहे. हे मात्र खरे नव्हे, कारण वेदोपनिषद काळात समाज चातुर्वर्ण्यावर म्हणजे जन्मानुसार होणाऱ्या भेदाभेदांवर आधारित नव्हता आणि वर्णवर्चस्वाधिरित समाज ही सूत्र व स्मृतिपुराण काळातील हिंदू धर्माची अवनती आहे.

कालानुक्रमे पाहिल्यास, प्रमुख धर्मसूत्र ग्रंथांनंतर इ.स.पू. २०० ते १५०च्या आसपास योगसूत्रकार महामुनी पतंजली होऊन गेला. त्याच्यानंतर म्हणजे इ.स.नंतरच्या

दुसऱ्या शतकात केव्हा तरी स्मृतींमध्ये सर्वांत प्राचीन व प्रसिद्ध असलेली 'मनुस्मृती' रचली गेली असावी, असे दिसते. त्यानंतर पराशर, याज्ञवल्क्य, नारद यांसारख्या स्मृती रचल्या गेल्या असाव्यात, असे दिसते. याखेरीज बाकीच्या बहुतेक स्मृतींच्या रचना इ.स. ४०० ते इ.स. १००० या कालखंडात झालेल्या आहेत. मानवजातीचा मूळ पुरुष म्हणून वेदोल्लेखित मनु हा मनुस्मृतीरचिता मनु निश्चित नव्हे, कारण त्याला त्यासाठी दोन हजारांहून अधिक वर्षांचे आयुष्य मानावे लागेल. त्याच आधाराने याज्ञवल्क्य स्मृती रचणारा कृषी हा बृहदारण्यकोपनिषदात आलेला याज्ञवल्क्य नक्की नव्हे. त्याच प्रमाणे नारदस्मृती रचणारा नारद हा स्मृतीकाळातील कुणी तरी मानवी ऋषीच होता; तो विष्णूचा अतिमानवी संदेशवाहक, नारायणाचा नामजप करणारा नारद नाही.

मनुस्मृतीच्या सुबोध, ओघवत्या व पाणिनीय व्याकरणाशी जुळणाऱ्या भाषेतील दोन हजार सातशे श्लोकांमागील भूमिका अशी आहे की, 'ब्रह्मदेवाने उत्पन्न केलेले धर्मशास्त्र मनुला प्राप्त होते आणि निरनिराळ्या वर्णांचे धर्म (!) समजून घेण्याकरता त्याच्याकडे आलेल्या ऋषींना तो ते शिकवतो. संक्षिप्तपणे मनुस्मृतींतील विषय खालीलप्रमाणे आहेत- कालगणना, निरनिराळ्या युगातील धर्म, धर्माची व्याख्या, निरनिराळे संस्कार, ब्रह्मचारी, गृहस्थ, वानप्रस्थ व संन्यास या चार आश्रमातील कर्तव्ये, राजधर्म, जकाती, अपराध व शासन, न्यायदान, सात प्रकारचे दास, पती-पत्नींची कर्तव्ये, बारा प्रकारचे पुत्र, संपत्ती वाटप, वारसा, पातके, प्रायश्चित्ते, चारही वर्णांचे अधिकार व कर्तव्ये, पूर्वजन्मातील पातकांची दृश्य फळे, पापनाशक मंत्र (!), कर्माविषयी विवेचन इत्यादी. मनुस्मृतीवरून असे दिसते की,

१)   त्या काळात समाजाची फक्त जन्मावरून चातुर्वर्ण्यात स्पष्ट विभागणी दृढ झालेली असून ती अधिक दृढ व दुष्ट केली जात होती.

२)   विवाहसंस्था नीट निर्माण झालेली असून ती व्यवस्थित आकार घेत होती.

३)   आत्मा, पुनर्जन्म इत्यादी उपनिषदिक कल्पना जनमनात रुजल्या होत्या.

४)   महामहोपाध्याय काणे यांच्या मते मांसभक्षण, नियोग वगैरे काही बाबतीतील परस्परविरोधी मतेसुद्धा मनुस्मृतीत आलेली आहेत. ती बहुधा जनसामान्यांच्या बदललेल्या मतांशी जुळवून घेण्यासाठी (पण इ.स.नंतरचे तिसरे शतक संपण्यापूर्वी) बदलली असण्याचा संभव आहे, असाही त्यांचा निर्वाळा आहे.

याज्ञवल्क्य स्मृतीची रचना इ.स.च्या तिसऱ्या शतकात झालेली असावी. तिच्यात मनुस्मृतींतील सर्व विषयांचे अधिक व्यवस्थित व आटोपशीर विवेचन असून ती सुमारे एक हजार श्लोकांत आटोपलेली आहे. या स्मृतींचे कौटिलीय अर्थशास्त्राशी

पुष्कळ साम्य दिसून येते. कौटिलीयाचा रचनाकाळ लक्षात घेता याज्ञवल्क्याने कौटिलीयातून काही मते घेतली असावीत. या प्रमुख स्मृतींच्या पुढील पाच-सहा शतकांत आणखी वीस स्मृतिकारांनी आपापल्या स्मृतिरचना केलेल्या आहेत. प्राचीन पुराणांच्या रचनासुद्धा याच काळात झालेल्या आहेत.

कालौघात असे घडले की, स्मृतिपुराणांना व विशेषत: प्राचीन स्मृतींना, त्यांची भाषा जवळची आणि विषय व उदाहरणे कालोचित असल्यामुळे हिंदू धर्मात मोठे प्रामाण्य प्राप्त झाले. प्रत्यक्षात वेदोपनिषदे बाजूला राहून स्मृतींचा धर्मग्रंथ म्हणून उपयोग होऊ लागला आणि इथेच हिंदू धर्माची गाडी रुळावरून घसरली, असे मला वाटते. पूर्वी न्याय, नीती, बंधुप्रेम, संस्कृतिसंगम इत्यादी आदर्श तत्त्वे मानणारा हिंदू धर्म आता जन्मावर आधारित वर्णभेद, जातीभेद मानणारा आणि बहुसंख्य जनतेवर उघडपणे आणि आयुष्यभर भयंकर अन्याय लादणारा धर्म बनला. गुण, कर्म, कौशल्य हे निकष रद्द होऊन जन्म हा एकच निकष उरला. वेगवेगळ्या वर्णांना एकाच अपराधाबद्दल वेगवेगळा न्याय ठरवण्यात आला. हिंदू धर्म हा ब्राह्मण धर्म बनला. सर्व कायदे व नियम ब्राह्मणांच्याच फायद्यासाठी बनवून ब्राह्मणेतरांना नीचत्व देऊन त्यांचे अहित होईल, असे नियम बनवण्यात आले. तोच त्यांच्या पूर्वजन्मातील पापांमुळे त्यांना या जन्मी मिळालेला 'दैवी न्याय' आहे, असे सांगण्यात आले. शूद्रांसाठी तर अस्पृश्यता आणि भयानक रानटी शिक्षा सांगितल्या. उगाच नाही डॉ. आंबेडकरांनी १९२७मध्ये जाहीरपणे 'मनुस्मृती' जाळली!

आणखी काही महत्त्वाच्या गोष्टी लक्षात घेणे जरूर आहे. १) अग्न्यास्त्र, पर्जन्यास्त्र, पाशुपतास्त्र, ब्रह्मास्त्र अशा कित्येक 'काल्पनिक अस्त्रांचे' उल्लेख, २) तपश्चर्येने अतिनैसर्गिक शक्तिसामर्थ्यांचे काही 'वर' प्राप्त करून घेणे किंवा कुणा ऋषीने कुणाला 'शाप' देऊन त्याचे काही वाईट घडवून आणणे (चांगला उपाय आहे, शत्रूला फक्त शाप द्यायचा, प्रत्यक्ष हल्ला करायलाच नको!) आणि ३) पृथ्वीवरच्या राजांनी इंद्राला साह्य करण्यासाठी स्वर्गात जाणे, अशासारखी 'काल्पनिक वर्णने' जी वेदांमध्ये मुळीच आलेली नाहीत, ती रामायण, महाभारतात व पुराण-उपपुराणात भरपूर आहेत. बहुतेक पुराणवर्णने असंभाव्य अशा चमत्कारांनी व काल्पनिक दैवी शक्ती प्राप्त केलेल्या मनुष्यांच्या गोष्टींनी भरलेली आहेत. पुराणातील समुद्रमंथन, विष्णूचे अवतार व पराक्रम, पशुपक्ष्यांच्या तत्त्वचर्चा, पतिव्रतांची महान कृत्ये, ऋषिमुनींचे मंत्रसामर्थ्य, यज्ञ व त्यांची फळे, विविध पूजा, व्रतवैकल्ये, उपासना व त्यायोगे होणारी सुखसंपत्ती, पुत्रपौत्र, राज्य, साम्राज्य, दीर्घायुष्य, स्वर्ग, मोक्षादिकांची प्राप्ती अशी असंख्य वर्णने केवळ कविकल्पना आहेत. त्यांनी हजारो वर्षे हिंदूंचे मन

वास्तविकतेपासून फार दूर असलेल्या एका 'रमणीय परंतु असत्य विश्वात' गुंगवून ठेवलेले आहे.

हिंदूंच्या या पुराणग्रंथांनी अशी खोटी व भ्रामक भारुडे रचून आणि ती हिंदूंच्या कानांवर वारंवार आदळवून हजारो वर्षे हिंदूंचा बुद्धिभ्रंश केलेला आहे. त्यांना अंधश्रद्धारूपी अंध:कारात आणि परमेश्वर कृपेच्या खोट्या आशेत बुडवून ठेवले आहे. पुनर्जन्म, देवकृपा, ईश्वरी शक्ती, माया, चमत्कार, साक्षात्कार, आत्मज्ञान, ब्रह्मज्ञान इत्यादी भ्रांत कल्पनांमुळे आणि जबरदस्त संस्कारांमुळे हिंदूंचे जीवन 'अवास्तव दृष्टिबाधित' बनलेले आहे. दैववादाने ते अंध झालेले आहेत आणि प्रत्यक्ष जीवनाला विवेकाने व धैर्याने सामोरे जाण्याची कुवत किंवा भान त्यांना उरले नाही. त्यामुळे पुढील काळात मुसलमानी आक्रमणांना ते बळी पडले. त्यामुळे आजही ते सतत आध्यात्मिक गुरूंच्या शोधात राहतात आणि त्यांचे दास होण्यात सुख मानतात. अशा प्रकारे पुराणांच्या तर्कदुष्ट संस्कारांमुळे हिंदूंचे कायम व अपरिमित नुकसान झालेले आहे.

स्मृतिपुराणे हे पुरोहित रचित ग्रंथ आहेत. देवाच्या नावाने आणि मृत्यूनंतरच्या कल्पित भयानक 'परलोक जीवना'च्या म्हणजे 'नरकवासा'च्या नावाने लोकांना भयभीत करून, अशा दृढ झालेल्या भीतीवर आपली उपजीविका करणाऱ्यांचे हे ग्रंथ आहेत. त्यात केवळ थापा, भाकडकथा असून काहीही सत्य नाही. अशा ग्रंथांना हिंदू धर्माचे धर्मग्रंथ मानणे हे शोभादायक नाही, असे माझे मत आहे. आजही अनेक हिंदूंना स्वर्गातील इंद्रदरबार, नारदाचा त्रिलोक संचार इत्यादी गोष्टी खऱ्या वाटतात! यावरून स्मृतिपुराणांच्या भाकडकथांचा परिणाम किती काळ जनमानसावर टिकून राहिलेला आहे, ते दिसून येते.

प्रस्थानत्रयी

प्राचीन भारतीय तत्त्वज्ञानातील व जनमनातील ईश्वर-अस्तित्व-समर्थक मताचे सारसर्वस्व 'प्रस्थान त्रयी'त आहे, असे मानले जाते. या त्रयीत 'उपनिषदे' हे पहिले व मूलाधार असे प्रस्थान असून त्याच्याविषयी आपण मागील प्रकरणात पाहिले आहे. यासाठी काही जण दशोपनिषदे, तर काही जण तेरा किंवा अठरा उपनिषदे मानतात. दुसरे प्रस्थान 'ब्रह्मसूत्रे' म्हणजेच 'वेदान्तसूत्रे' असून त्याची रचना बादरायणाचार्य ऋषीने केली, असे मानले जाते. तिसरे प्रस्थान गीता किंवा भगवद्गीता हे आहे. भारताच्या तत्त्वचिंतक वाङ्मयात पवित्र व भारदस्त वाङ्मय म्हणून प्रस्थान त्रयीला मोठा मान असून अनेक मोठमोठ्या पंडितांच्या विद्वत्तेला प्रस्थान त्रयीवर भाष्य केल्यावरच मान्यता प्राप्त झालेली आहे. प्राचीन उपनिषदांच्या रचना इ.स.पू. १५०० ते इ.स.पू. १०००पर्यंत झाल्या असाव्यात. सर्वांत प्राचीन उपनिषदांनंतर दोन-चार

शतकांनी ब्रह्मसूत्रे रचली गेली असावीत. इ.स.नंतरच्या पहिल्या-दुसऱ्या शतकात गीतेची रचना झाली असावी, असे तज्ज्ञांचे मत आहे. व्यासरचित 'जय' या मूळ महाभारतात गीता नव्हती. ती त्यात फार उशिरा पडलेली भर आहे, असे तज्ज्ञ संशोधकांचे म्हणणे आहे.

ऋग्वेदाच्या दहाव्या मंडलातील नासदीय सुक्तात जगाचा निर्माणिकर्ता व अध्यक्ष सृष्टीच्या बाहेर उच्चतम आकाशात राहतो, अशी स्पष्ट कल्पना आलेली आहे; पण वेदान्तकालीन तत्त्ववेत्त्यांनी ही कल्पना सोडून दिली आणि ईश्वर विश्वातच सामावलेला आहे व तो अणुरेणूत समाविष्ट आहे, अशी कल्पना मांडली. तसे पाहता ऋग्वेदाच्या पुरुषसुक्तात 'विश्वाची सर्व भूमी व्यापून ईश्वर दहा बोटे शिल्लक उरला आहे', अशी कल्पना आलेली आहे. तो ईश्वर अणुरेणूंत भरलेला आहे, ही कल्पना प्रस्थान त्रयीने एकमुखाने उचलून धरली. यात विशेष हे की, ही कल्पना जगात फक्त भारतीय (हिंदू) तत्त्वज्ञानातच आहे. अमर आत्मा, ब्रह्मरूप ईश्वर, आत्मा व ब्रह्म यातील अद्वैत व अखेरीस आत्म्याला मोक्ष या सर्व कल्पना आधी उपनिषदांनी, नंतर ब्रह्मसूत्रांनी व त्यानंतर गीतेने हिंदू जनमनावर ठसवल्या आहेत.

ब्रह्मसूत्राचा उद्देश 'ईश्वराचा शोध' असा आहे व तो त्या ग्रंथाच्या पहिल्याच वाक्यात 'अथा तो ब्रह्मजिज्ञासा' असा आलेला आहे. ब्रह्मसूत्रात ईश्वर असा शब्द वापरलेला नाही. ब्रह्म म्हणजेच ईश्वर, दोहोत काही फरक नाही. अशा ईश्वराचा शोध घेताना ब्रह्मसूत्रांनी हिंदूंची षड्दर्शने विचारात घेतली, असे मानले जाते. प्रत्यक्षात असे दिसते की, सांख्य, वैशेषिक व पूर्वमीमांसा ही तीनही दर्शने, जी वेदांना मानणारी पण निरीश्वरवादी आहेत, त्यांना ब्रह्मसूत्रांनी काहीही महत्त्व दिलेले नाही. तसेच जैन व बौद्ध या नास्तिक तत्त्वज्ञानांचाही त्यांनी नावाने कुठे उल्लेख केलेला नाही. त्याचप्रमाणे चार्वाकांचे देहात्मवादी मत त्यांनी खोडून काढले, असे मानले जाते. त्यांना आत्म्याचे गुणगान गायचे होते आणि चार्वाकांना आत्माच मान्य नव्हता. ब्रह्मसूत्रे तर्काधारित नाहीत, असे नक्कीच म्हणता येते, कारण फक्त श्रुतीला (वेदांना) विरोधी नसलेला तर्कच त्यांना मान्य होता. चार्वाकांचा 'खुला तर्क' त्यांना मान्य नाही.

आता उपनिषदातील ईश्वरविषयक उल्लेख सारांशाने पाहू. 'हे सर्व जग ब्रह्ममय (ईश्वरमय) आहे. ब्रह्मातच जगाची उत्पत्ती, स्थिती व लय होते. हे जाणून शांतचित्ताने, त्याची (ब्रह्माची) उपासना करावी. वाणी व मन जिथे पोहोचू शकत नाही, असा हा आत्मा (ब्रह्म) आनंदमय आहे, तो निर्भय आहे. हा सूक्ष्म आत्मा फक्त मनालाच कळतो. ते ब्रह्मच पुढेमागे, दक्षिणेकडे, उत्तरेकडे, खालीवर व सर्वत्र पसरलेले आहे. हे सर्व जग ब्रह्मच आहे.' गीता ही ब्रह्मसूत्रानंतरची असली तरी जवळजवळ समकालीन

असावी, असे विद्वान म्हणतात; परंतु ती प्रवृत्तीमार्गी आहे आणि ब्रह्मसूत्रे निवृत्तीमार्गी आहेत, असा दोहोंत ठळक फरक आहे.

प्रस्थान त्रयीने ईश्वराचे अस्तित्व सिद्ध केलेले आहे, असे अनेक जण मानतात; पण आम्हा निरीश्वरवाद्यांना, बुद्धिप्रामाण्यवाद्यांना ते काही पटत नाही. म्हणून 'ईश्वराचा शोध' या शंकरराव सावंत रचित ग्रंथाच्या द्वितीय आवृत्तीत प्रस्थान त्रयीचे जे सिद्धान्त मांडलेले आहेत, ते सारांशाने पाहू या.

१) आत्मा, ईश्वर, ब्रह्म या वेगवेगळ्या संकल्पना नसून चित्‌शक्तीचे ते निरनिराळे नामोल्लेख आहेत.

२) आत्मा अणूपेक्षा सूक्ष्म व विश्वापेक्षा मोठा आहे.

३) आत्मा शरीरविरहित आहे.

४) आत्मा वाचा, मन, नेत्र अशा इंद्रियांकडून जाणला जात नाही.

५) तो तर्कानेही जाणला जात नाही.

६) मानवी हृदयात वास करत असला तरी आत्मा सुखदुःखाचा वाटेकरी नाही.

७) जीवात्मा परमात्म्याचाच अंश आहे, ते एकच आहेत.

८) ईश्वर जगरहाटीबाबत उदासीन असतो, तो कुणाचे पाप अगर पुण्य घेत नाही.

९) यामुळे जगात जी विषमता व क्रौर्य दिसते, त्याचा दोष ईश्वरावर येत नाही.

१०) ईश्वर ज्याच्यावर प्रसन्न होतो, त्याच्यासमोर तो आपणहून प्रकट होतो.

११) आत्मा अमर आहे आणि तो 'जन्म न पावलेला' आहे.

१२) तुम्ही ज्याची उपासना करता ते ब्रह्म नव्हे. ते त्याहून वेगळे आहे.

१३) ज्ञान, कर्म समुच्चयाच्या तत्त्वानुसार वागा आणि त्यागी वृत्तीने जगाचा उपभोग घ्या.

१४) ईश्वर मूर्तीत नाही, परंतु मूर्तीकडे ईश्वर या दृष्टीने पाहिल्यास मात्र तिथे ईश्वर दिसेल.

मला असे वाटते की, प्रस्थान त्रयीने ईश्वराचे अस्तित्व सिद्ध केलेले नसून ते फक्त सांगितलेले आहे. ईश्वर आहे, आपण त्याची उपासना केली पाहिजे असे मत त्यात आहे. मात्र ईश्वराचे अस्तित्व सिद्ध करता येत नाही, म्हणून आम्हाला ते पटत नाही.

सामान्यत: ज्या आद्य शंकराचार्यांना (केरळ, इ.स. ७८८ ते ८२०) भारतात हिंदू धर्म पुनरुत्थानाचे श्रेय दिले जाते, त्यांनी वयाच्या अवघ्या १६व्या वर्षांपासून रस्ते, वाहने नसलेल्या त्या कठीण काळात भारतभर प्रवास करून, विद्वानांना वादात जिंकून आपल्या शिष्यपरंपरा व मठस्थापना केल्या. त्यांनी शृंगेरी, द्वारका, बद्रिनारायण

व जगन्नाथपुरी अशा भारताच्या चार दिशांना चार मठांच्या स्थापना केल्या. जैन व बौद्ध धर्माचा प्रभाव स्थापित झालेल्या त्या काळात त्यांनी जनमनावर प्रचंड प्रभाव पाडला. शंकराचार्यांच्या नंतर म्हणजे आजपर्यंत प्रस्थान त्रयीवर अनेक विद्वानांनी आपापली भाष्ये केली आहेत, त्यात त्यांची (शंकराचार्यांची) काही मते विवाद्य ठरलेली आहेत; तरीही त्यांचे मोठेपण मात्र कुणीही नाकारत नाही.

शंकराचार्यांची वादग्रस्त ठरलेली तीन मते पाहू या. पहिले, गीतेने 'संन्यास' (म्हणजे कर्मसंन्यास किंवा ज्ञानयोग) आणि कर्मयोग हे दोन्ही मार्ग 'मोक्षप्रद' आहेत, पण त्या दोहोंत कर्मयोग श्रेष्ठ आहे, असे स्पष्ट सांगितलेले आहे. शंकराचार्यांनी मात्र गीतेच्या या स्पष्ट उल्लेखाला 'अर्थवादात्मक' म्हणजे 'पोकळ स्तुतीने भरलेला' असे ठरवले आणि आपल्या वादविवादपटुत्वाने किंवा वकिली कौशल्याने चक्क विरोधी मत गीतेच्या नावाने खपवले. शंकराचार्य स्वत: कृतिशील कर्मयोगी असूनही त्यांनी कर्मसंन्यास मार्ग म्हणजे ज्ञानमार्ग हाच मुक्तीचा सर्वश्रेष्ठ मार्ग आहे, असे सांगितले. त्यांच्या पुढील काळातील सर्व विद्वानांना गीतेचा असा कर्मसंन्यासपर अर्थ मान्य नसून कर्मपर अर्थ मान्य आहे.

दुसरे, 'ईश्वर' आणि 'ब्रह्म' या दोन संकल्पना समानार्थी आहेत, की त्यात काही फरक आहे, हा मुद्दा पाहू. वास्तविक ईश्वर, ब्रह्म, आत्मा आणि ओम हे चारही शब्द वेदांनी नव्हे, तर फक्त उपनिषदांनी अनेक वेळा वापरलेले आहेत. त्यात आत्मा हा शब्द शरीर, जीवात्मा व ब्रह्म अशा वेगवेगळ्या अर्थांनी वापरलेला असून 'ईश्वर, ब्रह्म आणि ओम' हे तिन्ही शब्द अगदी समानार्थी वापरलेले आहेत. उपनिषदांची ईश्वर ही कल्पनाच मुळी ब्रह्म स्वरूपाची असून ती व्यक्त करण्यासाठी त्यांनी ओम ही संज्ञा वापरलेली आहे. तेव्हा खरे तर ईश्वर आणि ब्रह्म यात काही फरक नाही; पण शंकराचार्यांनी असे (निराधार) मत मांडले की, भक्तीने प्राप्त होणारा 'सगुण ईश्वर' लहान असून फक्त ज्ञानमार्गाने प्राप्त होऊ शकणारे 'निर्गुण ब्रह्म' ही त्याहून मोठी संकल्पना आहे.

तिसरे, शंकराचार्यांचा 'ब्रह्म सत्यं, जगन्मिथ्या, जीवो ब्रह्मैव नापर:' हा सुप्रसिद्ध सिद्धान्त पाहू. यातील ब्रह्म सत्य आहे व जीव हे वेगळे काही नसून ब्रह्मच आहे, ही सजीव विश्वाची एकात्मता सांगणारी पदे ठीक म्हणू या; पण मधले पद म्हणजे प्रत्यक्ष दिसणारे जग मात्र खोटे, मिथ्या किंवा माया आहे, हे कसे बरोबर म्हणता येईल? मिथ्याचा अर्थ 'अशाश्वत' असा घेतला तरी ते बुद्धाच्या अनित्यतावादाचेच एक स्पष्टीकरण होईल. मग जगाला मिथ्या, माया, खोटे म्हणायचे हे कुठल्या ओढूनताणून आणलेल्या अर्थाने तरी पटेल काय?

कोणीतरी अज्ञात भारतीयाने १ ते ९ व ० (शून्य) ही अंकनचिन्हे किती हजार वर्षांपूर्वी शोधून काढली, ते माहीत नाही. त्याचप्रमाणे मोठे आकडे लिहिण्यासाठी याच दहा आकड्यांची त्यांच्या स्थानावरून मूल्य ठरवण्याची (दश, शत, सहस्र वगैरे) पद्धत आणि लहान आकड्यांसाठी दशांशचिन्ह व दशांश पद्धत, या सर्व पद्धती भारतीयांनीच शोधलेल्या आहेत. दशांशचिन्हाचा उल्लेख इ.स. दुसऱ्या शतकापासूनच्या संस्कृत ग्रंथात आहे. पुढे अरबांनी इ.स. ७१२मध्ये सिंध प्रांत पादाक्रांत केला, तेव्हा त्यांनी ही सोपी व सुंदर अंकनपद्धत भारतातून अरेबियात व तिथून नंतर युरोपात नेली. अशा प्रकारे ही आपली अंकनपद्धत जगभर गेली आणि जगातील इतर बोजड अंकनपद्धती (रोमन वगैरे) नामशेष होऊन भारतीयांची अंकनपद्धत जगाची बनली. जगाला काही काळ ही पद्धत 'अरबी पद्धत' वाटली होती, मात्र त्या काळीसुद्धा अरेबिया व ग्रीसमध्ये हे अंकगणितशास्त्र 'हिंदीशास्त्र' किंवा 'हिंदीविज्ञान' या नावाने ओळखले जात होते. आजपर्यंत मानवजातीने केलेल्या सर्व वैज्ञानिक, तांत्रिक व इतर प्रगतीचा ही पद्धत हाच पाया व भक्कम मूलभूत साधन आहे.

केवळ अंकगणित (Arithmetic) नव्हे तर बीजगणित (Algebra), रेखागणित (Geometry) व त्रिकोणमिती (Trigonometry) ही शास्त्रेही भारतीय विद्वानांना अवगत होती. एवढेच नव्हे, तर खगोलशास्त्रातही (Astronomy) प्राचीन भारतीयांनी शोध लावलेले आहेत. आर्यभट्टाने इ.स. चौथ्या शतकात पृथ्वी सपाट नसून वाटोळी आहे आणि ती पश्चिमेकडून पूर्वेकडे स्वतःभोवती फिरते, म्हणून दिवस-रात्र होतात हे सांगितले. भास्कराचार्य (इ.स. ११४४ ते १२३३) या शास्त्रज्ञाने तर असे सांगितले की, गोल पृथ्वीला अक्षभ्रमण व कक्षाभ्रमण अशा दोन गती आहेत; तिचा व्यास सुमारे ७९०५ मैल असून तिच्याभोवती १२ योजने, म्हणजे ६० मैलांपर्यंत वायूचे आवरण आहे; तिच्या अंगी 'गुरुत्वाकर्षण' आहे आणि ती सर्व बाजूंनी आकर्षिली जात असल्यामुळे अधांतरी आहे. तसेच चंद्र परप्रकाशित आहे आणि कुणी राहू-केतू अस्तित्वात नाहीत. युरोपातील कोपर्निकस, गॅलिलियो, ब्रूनो व न्यूटन या महान शास्त्रज्ञांच्या कितीतरी शतके अगोदर भास्कराचार्यांनी हे सर्व सांगितले आहे! पण आमच्या भारतीय मनोवृत्तीला विज्ञानाचे महत्त्व कधी कळलेच नाही. आमचे सगळे लक्ष धर्मशास्त्र आणि मोक्ष यांच्याकडे होते. त्यामुळे विज्ञान दुर्लक्षित केल्याने भौतिक प्रगतीत आम्ही जगाच्या मागे राहिलो.

आता पदार्थविज्ञान या दुसऱ्या महत्त्वाच्या शास्त्राविषयी पाहू. विसाव्या शतकातील आधुनिक पदार्थविज्ञानाचे आधारस्तंभ म्हणजे १) सापेक्षता सिद्धान्त व

२) पुंज सिद्धान्त (क्वांटम थिअरी) हे होत. फ्रिजॉफ काप्रा या शास्त्रज्ञ-लेखकाच्या मते, या दोन सिद्धान्तामुळे आज विश्वाकडे पाहण्याची जी 'नवी दृष्टी' विज्ञानशास्त्रात प्रस्थापित झाली आहे ती आणि प्राचीन पौर्वात्य (भारतीय व चिनी) विचारवंतांची दृष्टी यात खूपच आश्चर्यकारक साम्य आहे. इ.स.पू. पाचव्या शतकात ग्रीसमध्ये होऊन गेलेला डेमोक्रिटसने विश्व अणूंचे बनलेले आहे, असे सांगितले होते. त्याच्या पदार्थविज्ञानविषयक विचारांचा प्रभाव जागतिक विज्ञानावर गेली अडीच हजार वर्षे टिकून राहिला, असे मानले जाते. त्याच्या एक-दोन शतके आधीच भारतात काय घडले ते पाहू. गौतम बुद्धाहून वयाने थोडा मोठा असलेल्या पकुध कात्यायनाने सांगितले की, 'विश्वात काहीही नवे उत्पन्न होत नाही व काहीही नष्ट होत नाही'. तसेच 'वैशेषिक दर्शना'चा प्रणेता कणादमुनीने सांगितले की, 'विश्वाची निर्मिती अणूंपासून होते, ईश्वरापासून नव्हे'. डॉ. बॉशम यांच्या मते हे दर्शन हा परमोच्च प्रतीचा अणुवाद आहे. त्यामुळे कणादमुनी हे 'जगातील पहिले वैज्ञानिक विचारवंत' ठरतात.

प्राचीन भारतीयांचे स्वत:चे वैद्यकशास्त्रही होते. त्याचे नाव आयुर्वेद; ते सबंध आयुष्याचे, शरीराचे व मनाचे आरोग्यशास्त्र आहे; ती केवळ रोगावरील औषध योजना किंवा शल्यक्रिया नव्हे. आयुर्वेद हा अथर्ववेदाचा उपवेद असून मूलत: तो असूरांच्या (अनार्यांच्या) संजीवनी विद्येतून आला असावा, असे वाटते. फार प्राचीन काळी अश्विनीकुमार हे सामान्य लोकांचे व देवांचेही (आर्यांचे) खास वैद्य होते. त्यांनी अनेकांना आरोग्यपूर्ण, निरामय जीवन मिळवून दिले होते. त्यांच्यानंतर चरक, सुश्रुत आणि वाग्भट हे आयुर्वेदाचे तीन महान प्रणेते-संशोधक होऊन गेले, ज्यांचे ग्रंथ आज उपलब्ध आहेत. आयुर्वेदावरील दुसरे अनेक ग्रंथ मात्र नष्ट झाले आहेत. त्याहून दुर्दैवाची गोष्ट ही की, पुढील काळात आयुर्वेदात काहीही संशोधन झालेले नाही आणि आधुनिक काळातही काही संशोधन होताना दिसत नाही. शिवाय मधल्या काळात केव्हातरी 'मंत्र-सामर्थ्या'ने आयुर्वेदात घुसखोरी केलेली आहे. ती अर्थातच विश्वासार्ह नाही.

भारतात रसायनशास्त्रसुद्धा होते. त्याचा उगम व विकास बहुश: आयुर्वेदाला साहाय्यक क्रिया म्हणून झालेला आहे, म्हणजे त्यात मानवकल्याणाचे उद्दिष्ट होते. हलक्या धातूपासून मौल्यवान धातू, उदाहरणार्थ लोखंडापासून सोने-चांदी मिळवणे, असे उद्दिष्ट त्यात नव्हते.

प्राचीन भारतीयांना शिलाशिल्प व धातुविज्ञानशास्त्र आणि त्यातील तंत्रेसुद्धा अवगत होती, असे म्हणता येते. त्याची साक्ष अशी की, उत्तर हिंदुस्तानात ठिकठिकाणी सम्राट अशोकाचे आदेश कोरलेले तीसहून अधिक स्तंभ मिळालेले आहेत, जे प्रत्येकी

४० फूट उंच, सुमारे ५० टन वजनाचे व एकेका अखंड शिलेचे आहेत. या मौर्यकालीन स्तंभांचे पॉलिश, त्यांची चमक, दृढता आणि त्यांचे तांत्रिक नैपुण्य आश्चर्यकारक आहे. तसेच भारतातील अनेक लेण्यांतील व मंदिरातील शिल्पकला या अप्रतिम आहेत. दिल्लीजवळ मेहराली इथे असलेला २३ फूट उंचीचा लोहस्तंभ हा बहुधा चंद्रगुप्त २ (इ.स. ३७५ ते ४१५) या राजाचे स्मारक असावा. तो अजूनही गंजलेला नाही. म्हणजे असा शुद्ध लोहस्तंभ भारतीय लोक त्या काळी बनवू शकत होते.

पतंजली मुनीने इ.स.पू. दुसऱ्या शतकात योगशास्त्र सूत्रबद्ध केले. म्हणजे त्यापूर्वी काही शतके हे शास्त्र भारतीयांना ज्ञात असणार. गेल्या दोन हजार वर्षांतील शास्त्रज्ञांनी दुर्लक्षित केलेल्या या योगविद्येने काही दशकांपूर्वी अचानक जगातील वैज्ञानिकांचे लक्ष वेधून घेतले. आज युरोप-अमेरिकेमधील कित्येक देशांतील प्रयोगशाळांमध्ये मानसशास्त्रज्ञ व मनोरोग चिकित्सक अत्याधुनिक उपकरणांच्या साहाय्याने या विषयावर फलदायी संशोधन करत आहेत. पाश्चात्त्यांनी पूर्वी निष्कर्षित केलेल्या काही आधुनिक शरीरशास्त्र व मानसशास्त्रविषयक सिद्धान्तात या योगविद्येने क्रांती घडवून आणलेली आहे. योगशास्त्र ही भारताने जगाला दिलेली मौल्यवान देणगी आहे.

आपले पूर्वज मोठे कल्पक बुद्धिमान व तर्कप्रज्ञावान होते, याबाबत वरील उदाहरणे लक्षात घेता कुणाला शंका राहू नये. त्यामुळे खरे तर आपल्या या पूर्वजांनी सुखी मानवी जीवनासाठी त्यांची प्रखर तर्कप्रज्ञा (reason) वापरून निसर्ग व विश्वातील भौतिक शक्तींचा शोध घ्यायला हवा होता. त्याऐवजी ते फक्त अंत:प्रज्ञेवर (intuition) अवाजवी भरवसा ठेवून अध्यात्माचाच शोध घेत राहिले. त्यातच सुखसमाधान मानत राहिले. त्यामुळे झाले असे की, युरोपातील काही घडामोडींमुळे पाश्चिमात्य जगात चक्क 'विज्ञानयुग' अवतरले तरी आपले पंडित मात्र ब्रह्मानंदी टाळी लावून किंवा द्वैतअद्वैताचा घोळ घालत, अवतारांच्या चमत्कारांची सुरस वर्णने करत मोक्षाचा पाठपुरावा करत बसले आणि सामान्य लोक आमच्या पूर्वजांकडे विमाने होती, ॲटम बॉम्ब (ब्रह्मास्त्रे) होते किंवा प्लॅस्टिक सर्जरी करून प्राण्याचे शीर माणसाच्या धडाला जोडू शकणारी कला होती, अशी निराधार स्वप्नरंजने करत बसले!

साधारणपणे धार्मिक हिंदू माणसाला असे वाटते की, ब्रह्मा, विष्णू व महेश हे तीन मुख्य देव स्वयंभू ईश्वर असल्यामुळे ते हिंदू धर्माच्या सुरुवातीपासून आहेत; पण हे खरे नव्हे. ऋग्वेदकालीन वैदिक धर्मात या देवता नव्हत्या आणि आर्यांच्या इंद्र, वरुण, अग्नी, वायू अशा ज्या प्रमुख देवता होत्या, त्या आता काळाच्या पोटात गडप झालेल्या आहेत. ऋग्वेदात ब्रह्मणस्पती अशी स्तोत्रपठणाची एक सामान्य देवता आहे; पण ती देवता आज हिंदू धर्मात सृष्टीचा प्रजापती मानलेला ब्रह्मदेव नव्हे. तसेच ऋग्वेदात असलेली विष्णू किंवा वृषाकपी ही देवता इंद्र व इंद्राणीचा हरकाम्या नोकर आहे. तो अर्थातच आज हिंदू धर्मात सहस्रनामांनी गौरवलेला व दशावतार घेणारा सृष्टीचा पालनकर्ता विष्णू नव्हे. त्याचप्रमाणे ऋग्वेदातील रुद्र हा आजच्या हिंदू धर्मातील महादेव, शिवशंकर, महेश नव्हे. ऋग्वेदातील रुद्र ही एक गौण देवता असून यज्ञात इतर देवतांना आहुती देऊन उरलेसुरले रुद्राला अर्पण केले जाई. थोडक्यात, वेदरचना काळात (इ.स.पू. ३००० ते इ.स.पू. १५००) ब्रह्मा, विष्णू, महेश या आजच्या हिंदू धर्मातील प्रमुख देवतांचा कुठेच उल्लेख नसून त्या 'नंतर आलेल्या देवता' आहेत. शिवाय आर्यांचे काटेकोर नियमबद्ध यज्ञ म्हणजे काही आजच्यासारखी भक्ती नव्हती.

हिंदू धर्माच्या तत्त्वज्ञानविषयक वेदान्त व उपनिषदांतील प्रमुख उपनिषदांचा रचनाकाळ इ.स.पू. १५०० ते इ.स.पू. १००० हा असावा. ऋग्वेद काळात पुष्कळसा प्रवृत्तीपर असलेला वैदिक धर्म या काळात व

नंतर बहुश: निवृत्तीपर बनलेला आहे. तरीही बृहदारण्यक, छांदोग्य, ऐतरेय इत्यादी सुरुवातीच्या कुठल्याही प्रमुख उपनिषदांमध्ये 'वैष्णव' आणि 'शैव' ही दर्शने किंवा या भूमिका आलेल्या नाहीत. वैष्णव भूमिका अशी आहे की, विष्णू हा लक्ष्मीचा पती, जगाचा पालनकर्ता असून तो पाण्यात-क्षीरसागरात शेषशायी नागावर-शयन करतो आणि प्रलयानंतर त्याच्यापासून सृष्टीची पुनरुत्पत्ती होते. शैव भूमिकेप्रमाणे शिव म्हणजे मंगलमय, कल्याणकारी, स्वयंभू, विश्वनिर्माता आणि देवांचा देव महादेव होय. हा तुलनेने सहज प्रसन्न होणारा, प्रसन्न झाल्यावर सढळ हाताने देणारा, समुद्रमंथनात आलेले विष स्वत: पिऊन जगाला विनाशापासून वाचवणारा, नीलकंठ, महातपस्वी आणि कैलासावर राहणारा पार्वतीपती शिवशंकर होय.

भगवत् भक्ती

बहुधा, इ.स.पू. १३व्या शतकात, पण प्राचीनतम उपनिषदांनंतर केव्हा तरी वेदव्यास, भीष्म, श्रीकृष्ण, पांडव, कौरव इत्यादी पात्रे काळाच्या रंगमंचावर येऊन महाभारत युद्ध प्रत्यक्ष घडून गेले असावे. त्यावर आधारित 'महाभारत' या जगातील सर्वांत मोठ्या आदिकाव्याची रचना स्वत: व्यासमुनी व त्यांच्यानंतरच्या एक हजार वर्षांत वैशंपायन व सौती या प्रतिभावंतांनी केलेली आहे; परंतु त्यांच्यानंतरच्या शेकडो वर्षांत कितीतरी अनामिक व अनाहूत लेखकांनी महाभारतात आपापली भर टाकलेली आहे. तसेच अठरा अध्यायांची गीता, ज्याला अनेक हिंदू आपला धर्मग्रंथ मानतात, तो मूळ महाभारतात स्वत: श्रीकृष्णाने अर्जुनाला केलेला उपदेश आहे, असे मानले जाते. काही संशोधक मात्र असे म्हणतात की, गीता ही महाभारतानंतर बारा- पंधराशे वर्षांनी केव्हा तरी त्यात हुशारीने टाकलेली 'भर' आहे. याचा एक पुरावा असा की, गीतेची भाषा पाणिनीय व्याकरण अनुसरणारी, तुलनेने आधुनिक आहे. पाणिनीचा काळ इ.स.पू. सातवे शतक असा असून महाभारत युद्धकाळी तो व त्याची भाषा अस्तित्वातच नव्हती. दुसरा मुद्दा असा की, गीतेची संपूर्ण रचना वैष्णवीय भूमिकेच्या उदयानंतरची व श्रीकृष्णाला विष्णूचा अवतार म्हणजे परमेश्वर गृहीत धरून झालेली आहे, असे स्पष्ट दिसते. आता महाभारत जरी श्रीकृष्णाच्या जीवनकाळातच घडलेले आहे आणि तो जीवित असतानाच जरी काही थोडे लोक त्याला परमेश्वर मानत होते, तरी तेव्हा त्याचे परमेश्वरत्व सर्वमान्य झालेले नव्हते. म्हणजे श्रीकृष्णाची 'विष्णू अवतार' ही भूमिका तेव्हा सर्वमान्य झालेली नव्हती आणि म्हणून तर महाभारत युद्ध घडले.

हिंदू धर्मात शैव आणि वैष्णव या भूमिका केव्हापासून स्वीकारल्या गेल्या वा लोकमान्य व सार्वत्रिक झाल्या, ते नेमके सांगता येत नाही; परंतु वेदकाळात व

उपनिषदांच्या सुरुवातीच्या दोन शतकांमध्ये तरी त्या नक्की प्रचलित नव्हत्या, असे दिसते. मग तोपर्यंत हे विष्णू आणि महेश कुठे होते? तेव्हा शिवशंकर हा बहुधा वेदपूर्व सिंधुसंस्कृतीतील अनार्य किंवा असूरांचा देव असावा असे दिसते, कारण पुष्कळ असूर शिवशंकराला ईश्वर मानत होते. विष्णू त्याच असूर संस्कृतीतील ईश्वर असणे शक्य आहे; पण नंतरच्या काळात केव्हा तरी ब्रह्मा, विष्णू, महेश ह्या ईश्वरांचा वैदिकांच्या देवतामंडलात स्वीकार झाला. ते हिंदू धर्मातील मुख्य देव बनले आणि त्यांनी विश्वव्यवस्थापनाची कामे आपापसांत वाटून घेतली. त्यानंतर विष्णुभक्ती व शिवभक्ती हे लोकप्रिय भक्तिमार्ग झाले.

हिंदू धर्मात वैष्णव भक्तीची सुरुवात साधारणत: भागवत पुराण या इ.स.पू. २५० च्या सुमारास रचलेल्या श्रीकृष्णाचे चरित्र व नवविधा भक्ती सांगणाऱ्या ग्रंथापासून मानता येते. त्यानंतर इ.स. दुसऱ्या शतकात महाभारतात समाविष्ट केलेल्या गीतेने भक्तिमार्ग हा ज्ञान, कर्म व ध्यानयोग यांच्याप्रमाणेच पण सर्वसामान्यांना समजेल व जमेल असा मोक्षप्राप्तीचा साधा-सोपा मार्ग आहे, असे सांगितले. पुढे इ.स. चौथ्या पाचव्या शतकात दक्षिण भारतात शैव व वैष्णव या भक्तिमार्गी पंथात अनुक्रमे 'नयनार' व 'अळवार' असे संत होऊन गेले. पुढे नवव्या शतकात शंकराचार्य हे शिवभक्तीच्या नयनार पंथात आणि इ.स. हजारनंतर विष्णुभक्तीच्या अळवार पंथात रामानुजाचार्य हे मोठे विद्वान संत होऊन गेले. शंकराचार्यांनी जरी भारतभर अनेक शिव व विष्णू मंदिरांचे जीर्णोद्धार व स्थापना केल्या तरी भारतात भक्तिमार्गाची भक्कम पायाभरणी केली ती रामानुजाचार्यांनी, असे मानावे लागते. त्यांच्यामुळेच भारतात मध्ययुग हे भक्तिमार्गमय बनले असे दिसते. पुढे इ.स.पंधराव्या शतकात रामानुजाचार्यांनी शिकवलेल्या भक्तिमार्गाचा व त्यांच्याच शिष्यपरंपरेतील एक शिष्य रामानंद याने उत्तर भारतात जाऊन प्रसार केला. तिथे विष्णुभक्ती लोकप्रिय केली. पुढे तेथील वैष्णवात रामभक्ती करणारे व कृष्णभक्ती करणारे (दोघेही विष्णूचेच अवतार असून) असे दोन पंथ पडले. उदाहरणार्थ, संत तुलसीदास रामभक्त, तर संत सूरदास कृष्णभक्त होते. ईश्वर मानवी अवतार घेतो, ही कल्पना जगात फक्त हिंदू धर्मातच आहे. पंधराव्या शतकातील इस्लाम संत कबीर व शीख धर्म संस्थापक गुरुनानक (जे 'अवतार' ही संकल्पना मानत नव्हते) यांच्यावरही रामानंदांचा प्रभाव होता.

दक्षिण भारतात रामानुजाचार्यांनंतर तेराव्या शतकारंभी वैष्णव पंथात मध्वाचार्य हे दुसरे मोठे भक्तिमार्गी आचार्य होऊन गेले. खरे तर, मुळात ब्रह्मसूत्रांचा भक्तिमार्गाला विरोध होता. तरीही या मोठ्या भक्तिमार्गी आचार्यांच्या व संताच्या शिकवणुकीमुळे भक्तिमार्गाचा प्रसार होत राहिला. पुढील शतकांमध्ये भक्तिमार्ग भारतभर पसरला.

मध्वाचार्यांचे वैशिष्ट्य असे की, इतर सर्व पंडित उपनिषदातील अद्वैत मताची पताका उंचावून धरत असताना त्यांनी मात्र द्वैतवाद सांगितला. आत्मा हा परमात्म्याचा अंश नसून तो त्याचे जणू प्रतिबिंब आहे, म्हणजे त्या दोहोंत द्वैत आहे असे अद्वैताच्या विरोधी मत त्यांनी ठासून सांगितले. ते त्यांच्या अनुयायांमध्ये प्रचलित आहे. तसे पाहिले तर माणूस ईश्वराची भक्ती करतो म्हणजे तो त्याला वेगळा मानतोच की!

बाराव्या शतकात कर्नाटक व महाराष्ट्राच्या सीमेवर होऊन गेलेल्या महात्मा बसवेश्वरांनी 'वीरशैव' हा एकेश्वरी शैव पंथ स्थापन करून 'ॐ नम: शिवाय' हा षडाक्षरी मूलमंत्र देऊन शिवभक्ती लोकप्रिय केली. तेराव्या शतकारंभी चक्रधर स्वामींच्या महानुभाव पंथाने महाराष्ट्रात कृष्णभक्ती उचलून धरली. महाराष्ट्रात तेराव्या शतकाच्या अखेरीस ज्ञानेश्वर, त्यांची भावंडे, तसेच नामदेव व पुढील चार-पाच शतकांत एकनाथ तुकारामादी मोठमोठे संत होऊन गेले. त्यांच्या पंथाला 'वारकरी पंथ' म्हणतात आणि तो आज एकविसाव्या शतकातही लोकप्रिय भक्तिमार्गी पंथ आहे. पंढरपूरचा विठोबा हे अवघ्या महाराष्ट्राचे आराध्य दैवत असून तो श्रीकृष्णाचा अवतार आहे व तेच परब्रह्म आहे, असा या पंथात विश्वास आहे. अर्थात त्याबरोबरच शिवभक्ती, गणेशभक्ती, दत्तभक्ती (ब्रह्मा, विष्णू, महेश यांचा एकत्रित त्रिमुखी देव) इत्यादी भक्तिमार्गसुद्धा लोकप्रिय आहेत. एकाच वेळी वेगवेगळ्या रूपात ईश्वर आहे, असे हिंदूंना पटू शकते. तसे हिंदू हे ब्रह्मवादी या अर्थी एकेश्वरवादीच आहेत; पण ते देवाला अनेक रूपांत पाहतात आणि दगडाधातूंच्या मूर्तीतही प्रतीक रूपाने तो आहे, असेही ते सोयीसाठी मानतात.

संतांचा प्रभाव

शास्त्री-पंडितांच्या वादविवादात गुंतून पडलेला, संस्कृत पोथ्यात गुंडाळला गेलेला 'गीतोपदेश', समाजातील सर्वसामान्य माणसाच्या मनात आणि जिभेवर आणण्याचे महान कृत्य ज्या 'भावार्थदीपिका' किंवा 'ज्ञानेश्वरी'ने केले, तो ज्ञानेश्वररचित ग्रंथ मराठी भाषेचे लेणे आहे. ज्ञानेश्वरी हे संस्कृत गीतेचे मराठी भाषांतर नाही, तसेच तो स्वतंत्र ग्रंथही नाही, तर ते गीतेवरील (तेराव्या शतकाच्या अखेरीस केलेले) साध्यासोप्या मराठीतील अतिसुंदर भाष्य आहे. गीतेवरील या 'आद्य प्राकृत भाष्या'ने जनमनावर शतकानुशतके टिकेल, असा प्रभाव पाडला आहे.

असेच काहीसे पंधराव्या-सोळाव्या शतकांमध्ये युरोपमध्ये घडून गेले होते. त्याला 'रेनेसान्स' म्हणजे 'पुनरुत्थान' वा 'प्रबोधन' असे म्हणतात. या चळवळीने प्रथमत: लॅटिन भाषेतील बंदिस्त ज्ञान स्थानिक भाषांमध्ये आणण्याचे महत्कार्य केले. 'बायबल'चे पहिले जर्मन भाषांतर मार्टिन ल्यूथरने केले. त्यानंतर इतर युरोपीय लोक-

भाषांमध्ये बायबलची भाषांतरे झाली. त्यामुळे मार्टिन ल्यूथरच्या धर्मसुधारणेच्या कल्पनांचा युरोपभर प्रसार होऊ शकला. युरोपातील प्रबोधनाचा परिणाम केवळ धार्मिक विचारांवरच पडला असे नाही. वैज्ञानिकांनी त्याच सुमारास लावलेल्या इतर शोधांमुळे (उदाहरणार्थ, सूर्यकेंद्रित ग्रहभ्रमण, नवीन समुद्रमार्ग, जगाचे नवीन भूभाग, होकायंत्र, कागद, मुद्रणकला, बंदुकीची दारू इत्यादी) आणि प्रबोधनातील बुद्धिप्रामाण्यवादी, तर्कशुद्ध विचारसरणी व वस्तुनिष्ठ निरीक्षणाची आवश्यकता अशा कल्पनांना ‘निसर्गाचा व निसर्गशक्तींचा उपयोग मानवी हितासाठी करणे योग्य आहे’ या शिकवणुकीची जोड मिळाल्यामुळे चौकस वृत्ती व वैज्ञानिक दृष्टिकोन रुजण्याला व विकसित होण्याला मोठी प्रेरणा मिळाली. अशा प्रकारे प्रबोधनाच्या विचारसरणीमुळे पुढील काळात युरोपीय राष्ट्रे विज्ञान व तंत्रज्ञान क्षेत्रात प्रगती करू लागली व त्यामुळे जग बदलू लागले.

ज्ञानेश्वरांचा ‘ज्ञानेश्वरी’ हा ग्रंथ इ.स. १२९०मध्ये लिहून झालेला आहे. म्हणजे त्याचा प्रभावकाळ चौदाव्या शतकापासूनचा म्हणजे रेनेसान्सच्या काहीसा आधीचाच आहे. ज्ञानेश्वरांचे वडील विट्ठलपंत हे संन्यास घेऊन नंतर गुरूच्या आज्ञेने गृहस्थाश्रमात परतलेले होते. त्यानंतर त्यांना निवृत्ती, ज्ञानेश्वर व सोपान हे तीन मुलगे आणि मुक्ताबाई ही मुलगी, अशी चार मुले झाली. त्यामुळे त्या काळी ‘दक्षिणकाशी’ म्हणून प्रसिद्ध असलेल्या ‘पैठण’च्या धर्मपीठाने त्यांचे ब्राह्मणत्व नाकारले आणि त्यांना देहदंडाची शिक्षा ठोठावली. त्याप्रमाणे त्यांनी देहत्याग केला. त्यांच्या मुलांनी धर्मपीठात आपले पांडित्य दाखवूनही धर्मपीठाने त्यांचा ब्राह्मण म्हणून स्वीकार केला नाही. त्यामुळे त्यांना अत्यंत कठीण परिस्थितीत जगावे लागले. त्या सुमारास थोरल्या निवृत्तीने नाथपंथीय गुरू गहिनीनाथ यांचे शिष्यत्व स्वीकारले, ते निवृत्तीनाथ बनले. नाथसंप्रदाय हा मूळचा पंजाबमधला, गोरखनाथांनी स्थापन केलेला. हटयोगाची कठीण साधना करणारा हा शैव पंथ बुद्धपरंपराही मानणारा होता. एकेकाळी भारताच्या अनेक भागांत हा पंथ पसरलेला होता. ज्या चार भावंडांना ‘संन्याशाची पोरे’ म्हणून हिंदू धर्मपीठाने आसरा नाकारला, त्यांना नाथपंथाने मात्र आपल्यात सामावून घेतले. निवृत्तीनाथ या थोरल्या भावालाच ज्ञानेश्वरांनी स्वत:चा गुरू मानला. त्यामुळे किंवा इतर कशामुळे असेल, पण ज्ञानेश्वरीवर केवळ शैवपंथाचाच नव्हे, तर बुद्धविचारांचाही प्रभाव आहे, असे म्हणता येते. (उदाहरणार्थ, ज्ञानेश्वरांचे अहिंसा व शांतरसाविषयींचे प्रेम.) निवृत्तीनाथांच्याच आज्ञेवरून ज्ञानेश्वरांनी अत्यंत सुंदर काव्यरचनेद्वारे कर्मकांड, रूढी, परंपरा, अंधश्रद्धा आदींच्या विरोधात लोकशिक्षण देऊन परिस्थितीने हतबल झालेल्या सामान्य जनतेला भक्तिमार्गाकडे वळवण्याचे महान कार्य सुरू केले, जे

त्यांच्यानंतर इतर अनेक संतांनी पुढील चार शतके चालू ठेवले, वाढवले.

व्यवहारात नसली तरी निदान अध्यात्मात तरी सर्वांमध्ये समता असावी म्हणून संतांनी त्यांचा भक्तिमार्ग सर्वांसाठी खुला ठेवला. नामस्मरण करण्याचा, अभंग रचण्याचा, भक्ती करण्याचा हक्क प्रथमच सर्वसामान्यांना प्राप्त झाला. त्यामुळे नामदेव शिंपी, सेना न्हावी, रोहिदास चांभार, बंका महार, चोखामेळा, संत सखुबाई, संत कान्होपात्रा, भागू महारीण असे किती तरी संत विविध जातीजमातींमध्ये निर्माण झाले, त्यांनी अभंग रचना केल्या. संतांनी लोकांना असा उपदेश केला की, 'लोकहो, ईश्वरप्राप्तीसाठी काहीही कर्मकांड नको व कुणी मध्यस्थ, पुरोहित नको. तुम्ही स्वत: देवाचे नामस्मरण करा व विठ्ठलाची भक्ती करा.' त्यामुळे संतसंप्रदाय हा महाराष्ट्रात अस्पृश्यांसह सर्व बहुजन समाजाचा मुख्य धर्म बनला. पण स्वत:ला पृथ्वीवरचे देव समजणारे आणि समतेला विरोध असलेले सनातनी शास्त्री-पंडित या संतांपासून दूर राहिले. बहुजन समाज मात्र विठ्ठलभक्तीत सुखसमाधान मानू लागला.

शैवपंथ हा शिवाला ईश्वर मानणारा पंथ. या पंथामध्ये अनेक उपपंथ असून नाथपंथ त्यापैकीच एक आहे, परंतु तो योगप्रधान शैवपंथ आहे. ज्ञानेश्वरांनी मात्र योगाऐवजी भक्तीवर भर दिला. विठ्ठलाची भक्ती ही मूलत: विष्णुभक्ती आहे, कारण विठ्ठल (पांडुरंग) हा कृष्णाचा अवतार आहे आणि कृष्ण हा विष्णूचा अवतार आहे, असे मानले जाते. ज्ञानेश्वरांनी शंकराचार्यांचे अनुकरण करून शिवभक्ती व विष्णुभक्ती एकरूप केली. तसेच त्यांनी ज्ञानमार्ग (निर्गुणोपासना) व भक्तिमार्ग (सगुणोपासना) हे दोन्ही मार्ग तत्त्वत: एकच आहेत, असे सांगितले. संत नामदेव, एकनाथ, तुकाराम, जनाबाई व संत चरित्रकार महिपती यांनी विठ्ठलाला 'बुद्धरूपा'त पाहिले आहे, असे उल्लेख त्यांच्या वाङ्मयात आहेत. त्यामुळे वारकरी पंथावर आणि एकूणच भक्तिसंप्रदायावर बुद्धविचारांचा प्रभाव आहे, या मताला पुष्टी मिळते.

ज्ञानेश्वरांसह सगळेच संत बंडखोर होते. त्यांनी मंत्रतंत्र, भूतपिशाच्च, गंडेदोरे, चमत्कार वगैरे अनेक अंधश्रद्धा नाकारल्या. 'मंत्राने जर शत्रू मरत असेल तर तलवार कशाला पाहिजे?' असे ज्ञानेश्वर म्हणत. (तरी आजही कित्येक तथाकथित सुशिक्षित लोकसुद्धा मंत्रसामर्थ्यावर विश्वास ठेवतात!) खरे तर ज्ञानेश्वर व इतर संतांचे थोरपण एवढे स्पष्ट होते की, त्यांच्या नावाशी कुठलेही चमत्कार जोडण्याची जरूर नव्हती. पण त्यांचे भक्त म्हणवणाऱ्यांनी तेही केले. ज्ञानेश्वरांनी निर्जीव भिंत चालवली व रेड्याच्या तोंडून वेद वदवले, असे सांगितले जाते. तसे करायला ते काय कुणी जादूगार होते काय? पण ज्यांना त्यांचे थोरपण कशात होते ते कळत नाही आणि ज्यांना अशा अफवा पसरवण्यात आनंद होतो, असे लोक अशा थापा मारतात! भोळे

लोक त्यावर विश्वास ठेवतात.

युरोपातील प्रबोधनाच्या चळवळीने बुद्धिप्रामाण्य, तर्कशुद्ध विचारसरणी, वस्तुनिष्ठ निरीक्षणाची आवश्यकता इत्यादी गुणांना जसे किंवा ज्या प्रमाणात प्रोत्साहन दिले; तसे किंवा त्या प्रमाणात, ज्ञानेश्वरीने काही केलेले दिसत नाही. १२९०मध्ये ज्ञानेश्वरी लिहिली गेली. त्यानंतर तीनच वर्षांनी अल्लाउद्दीन खिलजीने देवगिरीच्या यादव राजांवर पहिली स्वारी केली. १२९६मध्ये ज्ञानेश्वरांनी आळंदीत जिवंत समाधी घेतली. त्यानंतरही उत्तरेतील मुसलमान आक्रमकांचे महाराष्ट्रात व दक्षिण हिंदुस्थानावर हल्ले व अत्याचार होतच राहिले. गीतेने अर्जुनाला जसे युद्ध लढायला प्रवृत्त केले, तसे ज्ञानेश्वरीने येथील जनतेला युद्धप्रवृत्त केले असते तर सामान्य लोकांनी आक्रमकांपुढे मान खाली घालण्याऐवजी जोरदार प्रतिकार करून दक्षिण हिंदुस्थानात तरी हल्लेखोरांची राज्ये होऊ दिली नसती, असे आपले माझ्या अल्पमतीला वाटते.

संतांना निरोप

महाराष्ट्रात सुमारे पाच शतके प्रसार होत राहिलेल्या संत चळवळीने त्यांच्या देश-काळ-परिस्थितीत आवश्यक व उपयुक्त असे लोकशिक्षण मोठ्या प्रभावीपणे करून आपल्यावर उपकार केले आहेत, याविषयी काहीच शंका नाही. आजही संतांची भक्ती चळवळ बहुजनांमध्ये लोकप्रिय आहे, पण आम्हाला संतांचे थोरपण नेमके कशात होते, हे कळत नाही. आपल्याला असे सांगितले जाते की, संतांना ईश्वरी साक्षात्कार होत असत आणि त्यांच्या आजूबाजूला चमत्कार घडत असत, म्हणून ते मोठे होते. नामदेवादी संतांशी ईश्वर प्रत्यक्ष बोलत असे. तुकाराम महाराजांना सदेह वैकुंठाला न्यायला विमान आले. असे कुठलेही चमत्कार खरे नव्हेत, हे आजच्या विज्ञानयुगात, एकविसाव्या शतकात तरी, आपणाला कळायला हवे. एवढेच काय पण 'संत कर्मसंन्यासवादी होते' आणि त्यांनी लोकांना (फक्त) पारलौकिक सुखाचा मार्ग सांगितला असे काही जण म्हणतात, तेही खरे नव्हे. संतांचे स्वतःचे वर्तन कार्यशीलतेचे होते, कर्मसंन्यासाचे नव्हे आणि लोकांचे ऐहिक जीवन सुखी, समाधानी, नीतिपूर्ण व उन्नत व्हावे, यासाठीच ते प्रयत्नशील होते. अर्थात त्यांचे चमत्कार नाकारल्यामुळे किंवा त्यांच्या अशा ऐहिकतेमुळे त्यांच्या थोरत्वात काहीही उणेपण येत नाही, असे मी मानतो. कारण त्यांच्या थोरत्वाचा खरा व मुख्य पैलू प्रस्थापित धर्मवाद्यांकडून होणारा छळ सोसून अगदी प्रतिकूल परिस्थितीत चुकीच्या धार्मिक मतांविरुद्ध अयोग्य रूढीपरंपरांविरुद्ध सतत बंडखोरी करून लढत राहणे हा आहे. मात्र त्यांच्या थोरत्वाच्या याच पैलूला आपण दुर्लक्षित करतो.

भक्तिमार्गी संतांनी तथाकथित धार्मिक, कर्मठ आचारांची उपयुक्तता नाकारून

दैनंदिन जीवनातील निर्मळ आचरणाला व शुद्ध भावनेला महत्त्व दिले. त्यांनी धर्माच्या नावाने लादलेल्या दंडकांची, कर्मकांडांची, अगदी व्रते, तीर्थयात्रा इत्यादींचीही दडपणे नाकारली. त्यांनी लोकांना मानसिक आधारासाठी हवा असलेला साधा-सोपा देव मिळवून दिला. त्या काळी ते ठीकच होते, असे म्हणावे लागते. संतांनी धार्मिकतेच्या 'दंभाचा' धिक्कार केला. उपासनेच्या नावाने होत असलेल्या अध:पतनाला (उदा.: वामाचारी तंत्रपंथाच्या प्रसाराला) बांध घातला. समाजातील निम्न स्तरातील तामस उपासना व परंपरांची व्यर्थता पटवून दिली. अग्नीत तीळ-तांदूळ जाळण्यापेक्षा (म्हणजे यज्ञ करण्यापेक्षा) मनातील कामक्रोध जाळून मन सात्त्विक, निर्मळ करा, असे सांगितले. तसेच 'धनसंपत्तीचा देखावा करू नका', 'एकमेका साह्य करू, अवघे धरू सुपंथ', 'नवसे पोरे होती, तर का करणे लागे पती?', 'मन करा रे प्रसन्न, सर्व सिद्धींचे कारण' असे कित्येक मौलिक उपदेश केले. थोडक्यात, संत आपापल्या काळात अंधश्रद्धा निर्मूलनातून समाजोद्धाराचे महान कार्य करत होते.

उच्चवर्णीयांचे वेदांचे अर्थशून्य पाठांतर निरुपयोगी आहे, असे संतांनी सांगितले. संस्कृतचे देवभाषा म्हणून असलेले अनाठायी महत्त्व नाकारून त्यांनी लोकांच्या बोली भाषेला प्रतिष्ठा मिळवून दिली. त्यांचे हे बंड केवळ भाषेपुरते मर्यादित नसून ही त्यांची जीवनव्यापी बंडखोरी होती. संतांनी लोकभाषा हे माध्यम वापरून मुख्यत्वे दोन प्रकारचे कार्य केले. एक, बहुजनांनी अंगीकारलेल्या क्षुद्र देवतांमुळे आलेल्या विकृत आचारांचा निषेध. दोन, तशा मानसिकतेत असलेल्या आणि उच्चवर्णीयांच्या तथाकथित ज्ञानप्रक्रियेपासून वंचित राहिलेल्या बहुजनांना उन्नयनाचा मार्ग दाखवणे. थोडक्यात, स्वत:ला धार्मिक म्हणवणाऱ्या भोंदूंचा पर्दाफाश आणि सामान्यांचा उद्धार ही दोन महत्कार्ये संतांनी केली आहेत.

मात्र प्रत्यक्ष लोकव्यवहारांतील वर्णधर्माची चौकट, जातिभेदांच्या भिंती, स्पृश्यास्पृश्यतेची दुष्ट चाल, स्त्रियांबाबतचे भेदभाव अशा अन्याय्य व्यवस्था संत मोडू शकले नाहीत, हे खरे. कारण बंडखोर असले तरी ती माणसेच होती. त्यांनाही स्थल-काल-परिस्थितीच्या मर्यादा होत्या. कदाचित असे असू शकेल की, त्यांच्या काल-परिस्थितीत आत्मा, पुनर्जन्म, कर्मविपाक वगैरे विषमतामूलक परंतु मूलभूत असलेल्या संकल्पना ते झुगारून देऊ शकले नाहीत आणि नव्या समतावादी कल्पना त्यांना निर्माण करता आल्या नाहीत. परिणामी जातिवर्णभेदादि दोषांवर 'मुळापासून घाव घालण्याचे कार्य' ते हाती घेऊ शकले नाहीत.

आज संपूर्णत: बदललेले आपले जीवन व परिस्थितीतून पाहिले असता 'संत विचारां'मध्ये अनेक उणिवा दिसून येतात-

१) संतांनी जरी अध्यात्मात जातिवर्णभेद व स्पृश्यास्पृश्यता नाकारली तरी प्रत्यक्ष व्यवहारात समता आणण्याचा त्यांनी काही प्रयत्न केला नाही.

२) समाजातील स्त्रियांच्या दुय्यम स्थानाबद्दलसुद्धा तेच घडले. अगदी विसाव्या शतकाच्या सुरुवातीपर्यंत स्त्रीशिक्षणाला विरोधच होत राहिला.

३) संतविचारांतील धार्मिक चौकटीत यक्ष-यक्षिणी, राक्षसयोनी, स्वर्ग-नरक, कर्मसिद्धान्त, पुनर्जन्म, आत्मा, ईश्वर, मोक्ष अशा अनेक निराधार गोष्टी पुराव्यावाचून मानाव्या लागतात. हे आपल्या जीवनप्रवासाचा आधार म्हणून स्वीकारणे आज अनिष्ट व अहितकारक आहे.

४) संतांनी जरी भुताखेतांची पूजा-उपासना नाकारली तरी त्यांचे अस्तित्व नाकारले नाही. त्यामुळे त्याविषयांच्या अंधश्रद्धा चालूच राहिल्या.

५) संत सामान्य जनांना आत्मज्ञान व मुक्तीचा सोपा मार्ग सांगण्यासाठी प्रयत्नशील होते, मात्र लोकांवर कोसळणाऱ्या परचक्रांविषयी काहीच बोलत नव्हते.

६) संतसाहित्यात देह, प्रपंच, विषयसुख, गर्भावस्था इत्यादींविषयी घृणास्पद व निंदाव्यंजक वर्णने आहेत. त्या विचारांना आपण आजही चिकटून बसायचे आहे का?

७) संतांनी लोकांना आत्मोन्नतीची शिकवण दिली हे खरे, पण त्याचे साधन म्हणून त्यांनी ईश्वरभक्तीच सांगितली. त्यांच्या शिकवणीतून ईश्वरभक्ती, मोक्षप्राप्ती, पुनर्जन्माच्या फेऱ्यांतून सुटका वगैरे श्रद्धा काढून टाकल्या तर संतविचारांत काय उरेल?

८) संतांबद्दल आम्हा विवेकवाद्यांचा मुख्य आक्षेप हा आहे की, संतांनी भारतीयांना श्रद्धावादी बनवले. श्रद्धेमुळे स्वतंत्र विचार करण्याच्या शक्तीचे खच्चीकरण होते. शिवाय संतांमुळे भारतातील लोक असे मानू लागले की, देवदर्शनाने, नामस्मरणाने, भजनपूजनाने मनुष्यजीवन कृतकृत्य होते. या निरर्थक, उपयोगशून्य व्यवहारात आजही आपण दिवसच्या दिवस, महिनेच्या महिने फुकट घालवतो. आपण श्रद्धांना मिठी मारून बुद्धीला सोडचिठ्ठी दिलेली आहे, असे म्हणावे लागते.

आज एकविसाव्या शतकात आपले जग व परिस्थिती पूर्णत: बदलली आहे. जगाची लोकसंख्या सात अब्जांच्या पुढे गेलेली आहे. भारतात तुटपुंज्या जमिनीवर त्यांपैकी सव्वा अब्ज लोक राहत आहेत. त्यातील जवळजवळ अर्धे लोक शहरांमध्ये, निमशहरांमध्ये दाटीवाटीने प्रदूषित विषारी हवा, पाणी व अन्न खाऊन, औषधे घेऊन कसेबसे जगत आहेत. जंगले, पाणी, वनस्पती, पशुपक्षी कमी होऊन नैसर्गिक समतोल

ढासळत आहे. आपण माणसे भूमीला भार झालो आहोत आणि तरीही स्त्रियांनी प्रत्येकी चार मुलांना जन्म द्यावा, असेही मूर्खपणे म्हणत आहोत. ईश्वर अवतार घेईल व आम्हाला वाचवेल, असे आपल्याला वाटते.

आजचे आपले शहरी, निमशहरी जीवन व जग जर संतांनी इथे परत येऊन पाहिले तर ते चक्रावून जातील. आमचे मोबाईल, टीव्ही, स्कूटर, चारचाकी वाहने, ट्रेन, बोटी, विमाने, भयानक अण्वस्त्रे, इंटरनेट संपर्क क्रांती, प्रवासाच्या साधनांची क्रांती, व्यापारउदिम, व्यवसाय, जगातील नवीन राष्ट्रे, त्यांच्या संस्कृती, त्यांच्या राज्यपद्धती, सर्वांचे परस्परावलंबन, नवी वैश्विक संस्कृती, नव्या जगाच्या नव्या समस्या हे सर्व काही संतांच्या स्वप्नातही आले असणे शक्य नाही. अशा या जगात भारत हे सव्वा अब्ज लोकसंख्येचे, राजकीय स्वातंत्र्य असलेले, लोकशाही राज्यव्यवस्थेचे, बहुप्रांतीय, बहुभाषिक, बहुधार्मिक व धर्मनिरपेक्ष असे प्रचंड गुंतागुंतीचे, पण जगातील एक महत्त्वाचे राष्ट्र आहे. त्यामुळे आपले आजचे प्रश्न आजच्या 'विज्ञान व मानवता' या मार्गानेच आपल्याला सोडवावे लागणार आहेत. आपल्या आजच्या समस्यांची उत्तरे मायबाप संतांच्या विचारांत मिळणे शक्य नाही. त्यामुळे संतांविषयी आदर बाळगूनही आपण त्यांना 'निरोपाचा नमस्कार' करणेच योग्य आहे, असे वाटते.

समाजसुधारक

एकोणिसाव्या शतकाच्या सुरुवातीपासून भारतभर ब्रिटिशांचे राज्य स्थिरस्थावर होऊ लागले. त्यांनी इंग्रजी भाषा व वेगळी शिक्षणपद्धती आणली आणि सर्व जातिवर्णांना शिक्षण खुले ठेवले. काही थोडे भारतीय समुद्र पर्यटनाची बंदी (धर्माने घातलेली) झुगारून समुद्रापलीकडे जाऊ लागले. त्यामुळे भारताबाहेरही काही जग आहे, अशी जाणीव भारतीयांना प्रथमच होऊ लागली. फ्रेंच राज्यक्रांतीने निर्मिलेल्या व नंतर जगभर पसरलेल्या 'स्वातंत्र्य, समता व बंधुता' या मूल्यांचे महत्त्व भारतीय सुशिक्षितांना (नवशिक्षितांना) पटू लागले. इकडे भारतभर ख्रिस्ती मिशनऱ्यांनी, हिंदू धर्मातील अंधश्रद्धा, अस्पृश्यता व जन्मजात उच्चनीचता वगैरे अनेक दोषांवर बोट ठेवून जोरदार प्रचार केला. अशा अनेक कारणांनी भारतातील बुद्धिमंत आत्मपरीक्षण करू लागले. त्यामुळे देवभक्तीभोवती फिरणाऱ्या संतांच्या स्थितिप्रिय शिकवणुकीचा प्रभाव कमी होऊ लागून एकोणिसाव्या शतकाने भारताला, विशेषत: महाराष्ट्राला मोठे 'संत' देण्याऐवजी मोठे 'समाजसुधारक' दिले. त्यात म. फुले, लोकहितवादी, आगरकर, न्यायमूर्ती रानडे अशी कितीतरी नावे आहेत, ज्यांनी भारतीयांच्या आचारविचारांना योग्य पुरोगामी दिशा देण्यासाठी आपले आयुष्य खर्ची घातले.

म. जोतिबा फुले

'आधुनिक भारताचे पहिले महात्मा' हे स्थान ज्यांना खरेच शोभून दिसते असे एकमेव व्यक्तिमत्त्व म्हणजे महात्मा जोतीबा फुले (१८२७ ते १८९०) हे होत. अनेक चुकीच्या रूढी-परंपरांनी ग्रासलेल्या, त्यामुळे परकीयांच्या टीकेचे लक्ष्य बनलेल्या, भारतातील बहुसंख्याकांच्या 'हिंदू' या धर्मातील दोषांवर कडाडून पहिला हल्ला चढवणारी आणि त्याद्वारे 'मानवी समानतेची' घोषणा करणारी व्यक्ती म्हणजे महात्मा फुले. महात्मा गांधींनीही त्यांना 'खरा महात्मा' म्हटले. स्वातंत्र्यवीर सावरकरांनी त्यांना 'थोर समाज क्रांतिकारक' म्हणून गौरवले आणि डॉ. बाबासाहेब आंबेडकरांनी त्यांना गौतम बुद्ध व कबीर यांच्यासारखेच गुरूस्थानी मानले. जोतिबा भारतीय समाजक्रांतीचे आद्य जनक होते.

जोतिबा फुले हे मोठे बंडखोर व्यक्तिमत्त्व होते. हिंदू धर्मातील मध्ययुगीन समाजरचना ही नि:संशय अन्यायकारक असून ती उखडून टाकली पाहिजे, असे सांगून त्यांनी स्वत: त्या दिशेने पावले टाकली. परंपरागत हिंदू समाज चातुर्वर्ण्य व जातिभेदाच्या पायावर उभा होता. तत्कालीन विचारवंतांनासुद्धा त्यातील दोष दिसत नव्हते. अन्याय कळत नव्हते. उत्तरकालीन पेशव्यांचे– जे मुळात बेजबाबदार राज्यकर्ते होते आणि उघडपणे ब्राह्मणी वर्चस्वाचे पुरस्कर्ते होते– राज्य जाऊन परकीय ब्रिटिश सत्ता आली होती. आम जनतेत वर्णीय अहंकार आणि विषमता टिकून होती. अशा काळात सामाजिक अन्यायांवर निकराने घणाघाती घाव घालण्याचे काम जोतिबांनी केले.

एकीकडे जोतिबा ब्राह्मणी वर्चस्वावर तुटून पडत होते आणि दुसरीकडे शूद्रांना 'उठा, ज्ञान मिळवा आणि आपला समानतेचा हक्क बजावा' असे जिवाच्या आकांताने सांगत होते. खिस्ती, इस्लाम इत्यादी धर्माचे लोक जर त्यांचा धर्मग्रंथ केव्हाही वाचू शकतात, तर हिंदूंच्या पुरोहितांनी वेद आणि मनुस्मृतीची कशाला लपवाछपवी करावी, असा त्यांचा प्रश्न होता. जोतिबांचा विरोध ब्राह्मणांना नव्हता, तर तो ब्राह्मणशाहीला व पुरोहितशाहीला होता आणि तोही तत्कालीन विशिष्ट परिस्थितीची तीव्र प्रतिक्रिया म्हणून होता. ब्राह्मण-ब्राह्मणेतरांत फूट पडावी, असे त्यांचे उद्दिष्ट नव्हते व तसे म्हणणे हा त्यांच्या विचारांचा विपर्यास म्हणावा लागेल. मानवी समानता हे जोतिबांचे खरे उद्दिष्ट होते.

जोतिबा स्त्रीशिक्षणाचे कट्टर पुरस्कर्ते होते. आपली पत्नी, सावित्रीबाईंना शिक्षण देऊन त्यांनी पहिली स्त्री-शिक्षिका घडवली. सोवळ्याओवळ्यावर आणि अंधश्रद्धांवर ते तुटून पडले. प्राथमिक शिक्षण सर्वांना सक्तीचे केले जावे, अशी

मागणी त्यांनी त्या काळात (आणि तसे करणारे ते पहिलेच भारतीय होते.) केली होती. त्याचप्रमाणे शेतकऱ्यांचे व कामगारवर्गाचे दु:खही त्यांनीच सर्वांपुढे ठेवले. त्यांचा 'सार्वजनिक सत्यधर्म पुस्तक' हा ग्रंथ मानवी स्वातंत्र्याचा जाहीरनामाच म्हणावा लागेल. त्यांची 'सत्यशोधक चळवळ' हीच महाराष्ट्रातील खेड्यापाड्यांपर्यंत पोहोचलेली पहिली समाजसुधारक चळवळ होय.

सगळेच धर्म व धर्मग्रंथ मानवनिर्मित आहेत आणि विशिष्ट वर्गाचे हितसंबंध जपण्यासाठी ते तसे निर्मिलेले आहेत, असे जोतिबांनी सांगितले. फलज्योतिष, जारणमारण, भूतबाधा, कर्मकांड, संस्कार विधी, दैव, शुभाशुभ वगैरे सर्व श्रद्धा खुळचट आहेत आणि मंत्रतंत्रांची शक्ती, साधुसंतांचे चमत्कार, बाबाबुवांचे अंगारेधुपारे हे सर्व साफ खोटे आहे, असे जोतिबांनी लोकांना ठणकावून सांगितले.

साधारणपणे असे मानले जात असे की, हिंदू समाजात दिसून येणारी उच्चनीचता ही पूर्वजन्मींच्या पापपुण्यामुळे किंवा ईश्वरी संकेतानुसार आलेली आहे. हजारो वर्षे जनमनात रुजलेली ही समजूत जोतीबांनी साफ धुडकावून लावली. तसेच अवतार म्हणजे स्वत: ईश्वर मानवी रूपात अवतार घेतो, ही हिंदूंची सुप्रसिद्ध व वैशिष्ट्यपूर्ण कल्पनाही त्यांनी पूर्णत: त्याज्य ठरवली. परंतु त्यांनी 'निर्मिक' या नावाने ईश्वराचे अस्तित्व मानले होते, हे मात्र खरे आहे. त्यामुळे त्या अर्थाने त्यांना नास्तिक म्हणता येणार नाही. त्यांनी निर्मिक या नावाने ईश्वरच मानला होता, याबाबत काही शंका नाही; परंतु तो परंपरेने मानलेल्या ईश्वरासारखा मुळीच नव्हता. त्यांनी किंवा कुणी असा निरुपद्रवी निर्मिक मानल्यामुळे काही नव्या-जुन्या अंधश्रद्धा निर्माण होण्याची शक्यता नव्हती, असेही म्हणता येईल. ज्योतिबांच्या निर्मिकाला मी 'निरुपद्रवी' म्हणतो, कारण की, तो काही जादू, चमत्कार करत नाही, माणसाचे भविष्य ठरवत नाही, रागावून 'शाप' देत नाही की, प्रार्थनेने प्रसन्न होऊन आपल्याला काही 'वर'ही देत नाही. वेगळ्या शब्दांत असे म्हणता येईल की, त्याला अस्तित्व असले तरी कर्तृत्व (उपयुक्त किंवा उपद्रवी किंवा कसलेही) मात्र नाही. काही आस्तिकांनी मानलेला हा आपले भाग्य न ठरवणारा निरुपद्रवी ईश्वर कदाचित अनेक निरीश्वरवाद्यांनाही मान्य होईल असा होता.

'सुधारकाग्रणी' आगरकर

सुधारकाग्रणी गोपाळ गणेश आगरकर यांना अवघे ३९ वर्षांचे आयुष्य लाभले. मात्र त्यांच्या धर्मविषयक चर्चेने तत्कालीन आत्मसंतुष्ट महाराष्ट्रीय समाजाला हलवून सोडले, समाजाच्या खुळचट धार्मिक समजुतींवर त्यांनी सातत्याने प्रहार केले, त्यामुळेच महाराष्ट्रातील अनेक विचारवंत आत्मपरीक्षण करून पुरोगामी दिशेला वळले, असे

म्हणावे लागते. त्यांच्या नंतरच्या पिढीतील सर्व पुरोगामी लेखक आणि कार्यकर्ते त्यांना 'सुधारकाग्रणी' म्हणतात, आपले स्फूर्तिस्थान मानतात. हिंदू धर्मातील विचारांमध्ये व कर्मकांडांमध्ये काल्पनिक पारलौकिक जीवनाला दिले जाणारे महत्त्व व भर त्यांना अजिबात मान्य नव्हता. परलोकविषयक तर्ककुतर्क करत ऐहिक जीवनाकडे दुर्लक्ष करणे त्यांना आत्मघातकीपणाचे वाटे. आपले आजचे निर्णय घेण्यासाठी जुन्या ग्रंथांवर विसंबण्याऐवजी ते काम आपण विज्ञानावर सोपवले पाहिजे, असे त्यांचे म्हणणे होते. समाजशिक्षक या त्यांच्या भूमिकेतून ते समाजाला असे सांगू इच्छित होते की, पुढे येणाऱ्या काळात जुन्या ग्रंथांचे प्रामाण्य नष्ट होईल, व्हावे आणि आपण नवीन काळाला नवीन विचारांनी सामोरे गेले पाहिजे.

'मनुष्य केव्हा तरी परिपूर्ण अशा सत्ययुगात सुखी होता आणि आता तो दुर्दैवी कलियुगात दु:खी आहे', हा हिंदू धर्मातील विश्वासही आगरकरांना अमान्य होता. याउलट माणसाचा प्रवास हा रानटी अवस्थेतून हळूहळू सुधारणांकडे होत आहे, हा पाश्चात्य प्रबोधनातील विश्वास त्यांना मान्य होता. त्याचप्रमाणे धर्म व धार्मिक वृत्ती दैवी नसून मानवी आहेत, असे त्यांचे म्हणणे होते. आजचे धर्म उद्या नाहीसे होऊ शकतील, असे ते म्हणत. जग परिवर्तनशील आहे आणि परिवर्तनाचा कर्ता हा माणूसच आहे, अशी त्यांची धारणा होती.

मानवी नीतिशास्त्राची उभारणी धर्म किंवा ईश्वर या कल्पनांवर आधारित करणे आगरकरांना मान्य नव्हते. ईश्वराची व विश्वाची हेतुगर्भताही त्यांना मान्य नव्हती. नीती हे धर्मनिरपेक्ष शास्त्र मानले जावे आणि मानवी समाजाच्या नीतीला दैवी अधिष्ठानाची काहीही गरज नसावी, असे त्यांचे म्हणणे होते. थोडक्यात, नीती हा मनुष्य– समाजाचा प्रश्न असून त्यात ईश्वराच्या हेतूचा काही प्रश्नच उद्भवत नाही, असे ते म्हणत. त्यांच्या मते 'मनुष्यतेचे ऐहिक सुखसंवर्धन' हाच सार्वत्रिक भावी धर्म असून त्यासाठी उपयुक्ततावादी व व्यक्तिस्वातंत्र्यवादी नीती असली पाहिजे.

आकाशातून देव इथे कधी आले नाहीत आणि इथून परत कधी गेले नाहीत; आम्हीच त्यांना इथे निर्माण करतो, त्यांचे गुणगान, भक्ती, तपश्चर्या करतो आणि वाटेल तेव्हा त्यांना विसरून जातो, असे आगरकर म्हणत. 'सत्याचा विजय होतो,' असे जे आपण मानतो, त्याविषयी आगरकर म्हणतात, 'सत्यावलंबन हे बहुतेकांना मुळातच हितावह असल्यामुळे, जेव्हा त्या बहुतांचे प्राबल्य होते तेव्हा सत्याचा विजय होतो व उलटपक्ष प्रबळ असला तर सत्य दडपले जाते.' आगरकर असेही म्हणाले आहेत की, 'आमच्या सांप्रतच्या इंद्रियास ईश्वरस्वरूप अगम्य आहे.' याचा अर्थ असा होतो की, आगरकर ईश्वराचे अस्तित्व नाकारत नाहीत व त्या अर्थी ते

'नास्तिक' किंवा 'निरीश्वरवादी' नव्हते, तर ते 'अज्ञेयवादी' होते; परंतु कुठल्याही धर्मनि वर्णिलेला ईश्वर व त्याचे कर्तृत्व मात्र त्यांना मुळीच मान्य नव्हते.

आज संतांपेक्षा समाजसुधारकांची आवश्यकता

स्त्रियांबाबत विधवाविवाहविरोध, जरठ-बालविवाह, स्त्रियांचे अज्ञान, परावलंबित्व, कुचंबणा वगैरे दु:खांची मुख्य कारणे स्त्रीशिक्षणाचा अभाव आणि त्यामुळे त्यांच्या सर्वांगीण विकासाला होणारा अडथळा हीच आहेत, हे ओळखून महात्मा फुले, महर्षी कर्वे वगैरे समाजसुधारक स्त्रीशिक्षणासाठी जन्मभर झिजले. सनातन्यांचा विरोध आणि जननिंदा सोसूनही त्यांनी महाकठीण कर्म केले. आज भारतात जवळजवळ सर्वच क्षेत्रांत सुशिक्षित आणि शहाण्या स्त्रिया कार्यरत आहेत, त्या या सुधारकांमुळेच. स्त्रीशिक्षण संकल्पनेत स्त्री-पुरुषांतील समानता कटाक्षाने अभिप्रेत होती. 'चूल आणि मूल' यात स्त्रीचे आयुष्य बंदिस्त करून ठेवणे, हा सनातनी अन्याय सुधारकांना मान्य नव्हता.

संतांनी लोकांना 'स्वधर्मपालना'च्या नावाखाली आपापल्या जातीवर्णाची कर्तव्ये करत आयुष्य व्यतीत करा, असे सांगितले होते. स्वधर्म शब्दाचा त्यांचा अर्थ वर्णधर्म किंवा जातीधर्म हाच होता. वर्णयोग्य धर्मपालन हे त्या काळी परमार्थाचे साधन मानले जात होते. संतांनी परमार्थाचा अधिकार सर्व जातीवर्णांना व स्त्री-पुरुषांना बहाल केला खरा; परंतु 'वर्णजातिव्यवस्था व स्पृश्यास्पृश्यता या ईश्वरनिर्मित नसून मानवनिर्मित आहेत आणि त्या अन्यायकारक आहेत म्हणून त्या झिडकारल्या पाहिजेत' हे सत्य संत कधीच सांगू शकले नाहीत. एकोणिसाव्या शतकातील सुधारकांनी मात्र ते ठणकावून सांगितले. शेकडो वर्षे हिंदू धर्मात प्रस्थापित झालेल्या या व्यवस्था गुण नसून दोष आहेत, असे प्रथम सांगितले ते सुधारकांनीच.

ब्राह्मो समाज, आर्य समाज, प्रार्थना समाज, सत्यशोधक समाज वगैरे नवविचारांवर आधारलेल्या सामाजिक चळवळींनी एकोणिसाव्या शतकात जातिसंस्थेवर आणि स्पृश्यास्पृश्यतेवर प्रखर हल्ले केले. अशा नवसमाजांचे काम विसाव्या शतकात बुद्धिवाद्यांनी चालू ठेवले. संतांनी आध्यात्मिक समतेचे पहिले पाऊल टाकले असले तरी त्यामुळे ना जातिभेद शिथिल झाले, ना अस्पृश्यता कमी झाली, ना वंचितांचे दु:खनिरसन झाले, ना समाजजीवनाला मानवतावादी वळण लागले. हे सर्व करून दाखविले, ते सुधारकांनीच.

प्रामाणिकपणे विचार करणाऱ्या सर्वांना आता ही गोष्ट पटलेली आहे की, आजच्या काळात आध्यात्मिक समता उपयोगाची नाही, कारण ती केवळ कल्पित परमार्थासाठीची समता आहे. त्यात इहलोकी लागणारी 'रोटी, कपडा और मकान'

येत नाहीत. त्यामुळे आज आवश्यकता आहे ती सामाजिक समतेची. त्यातूनच सामाजिक एकता व राष्ट्रीय एकात्मता निर्माण होईल. समाजाला ही दिशा सुधारकांनी मिळवून दिली आहे, संतांनी नव्हे. आज स्वतंत्र भारताच्या राज्यघटनेप्रमाणे कुठल्याही जातीपंथाच्या व्यक्तीला हवे ते शिक्षण मिळू शकते. कुठल्या जातीवर्णाच्या माणसाने कुठला व्यवसाय करावा यावर कुठलीही बंधने नाहीत. प्रत्येक व्यक्तीला आपापले मत मांडण्याचे स्वातंत्र्य आहे. स्त्रीला व्यवहारात बरोबरीचा दर्जा, व्यवसायाची समान संधी आणि समाजात स्वतंत्र स्थान आहे. परंपरेने तिच्या पायात अडकवलेल्या बेड्या तुटल्या आहेत. जातींच्या संस्था व त्यांचे काही उपद्रव (उदाहरणार्थ, बहिष्कार) अजूनही टिकून आहेत; पण शहरी, निमशहरी वातावरणात तरी आंतरजातीय विवाह होत आहेत. जातिसंस्था किंवा कोणीही त्यांना रोखू शकत नाही. सामाजिक व्यवहारात कुणी कुणाला जात विचारत नाही. कुणी कुणाचा अपमान करू धजत नाही. आपली योग्य दिशेने वाटचाल फुले, आगरकर, सावरकर व आंबेडकर इत्यादी सुधारकांमुळेच झालेली आहे.

आज आपल्या देशापुढे किती तरी कठीण प्रश्न उभे आहेत. लोकसंख्येची बेसुमार वाढ होत आहे. जीवनाच्या प्रत्येक क्षेत्रात भ्रष्टाचार फोफावत आहे आणि त्यावर काही उपाय सापडत नाही. बहुतांश जनतेत शिक्षणाचा व विज्ञानाचा प्रसार होत असूनही जीवनात वैज्ञानिक दृष्टिकोनाचा मात्र अंगीकार होत नाही. अतिदूरच्या ग्रामीण भागात आणि तळागाळातील लोकांमध्ये प्राथमिक शिक्षणाचा व प्राथमिक सोयीसुविधांचाही अभाव आहे. या निरक्षरतेचे व विषमतेचे, दारिद्र्याचे निर्मूलन होणे आवश्यक आहे.

आपल्या अनेक कठीण समस्यांची मूळ कारणे आपल्या वृत्तीत दडलेली आहेत. आपली प्रचंड लोकसंख्यावाढ अज्ञान व दारिद्र्यामुळे होत आहे. मुले ही देवाची देणगी मानल्यामुळे आपण कुटुंबनियोजनाच्या विरोधात आहोत. या प्रचंड लोकसंख्येच्या अन्न-पाण्याची काळजी ईश्वर घेईल, असे आपल्याला वाटते. आपण भ्रष्टाचार करण्याच्या मोहाला स्वत:च बळी पडतो आणि मग अमुकतमुक देवाच्या दर्शनाने व काही दान करून प्रायश्चित्त घेतो आणि पुढचा भ्रष्टाचार करायला मोकळे होतो! तळागाळातील लोकांचे दारिद्र्य व निरक्षरता ही त्यांच्या पूर्वजन्मीच्या कर्मामुळे आहे, असे आपण मानतो. देवच प्रत्येकाचे सुख-दु:ख व भाग्य ठरवत असल्यामुळे जे जे घडेल ते आपण फक्त पाहत राहावे, असेही समजतो. गुरू, बुवा, बाबा यांच्या चमत्कारांवर विश्वास ठेवतो. आपण काळ व परिस्थितीप्रमाणे बदलण्यास तयार नसतो. आपले आजचे बहुतेक राजकीय नेते अंधश्रद्ध आणि प्रतिगामी विचारांचे

असतात. त्यांना शाळा, शिक्षण, समाजसेवा, हॉस्पिटल यांपेक्षा देऊळ बांधणे, त्यावर सोन्याचा कळस चढवणे किंवा धार्मिक कार्यक्रमांमध्ये मिरवणे महत्त्वाचे वाटते. आपण वृत्तीने अजूनही अंधश्रद्ध, दैववादी आणि परंपराप्रिय आहोत. इंग्रजांच्या दास्याच्या शृंखला तोडून आपणाला जवळपास ७० वर्षे झाली खरी; परंतु आपल्या विकृत सनातनी वृत्तींच्या शृंखला तोडण्यात यशस्वी होऊ, तेव्हाच आपण खरे स्वतंत्र होऊ, मुक्त होऊ.

महाराष्ट्रातील संतांचा काळ तेरावे ते सतरावे शतक असा आहे, तर सुधारकांचा व बुद्धिवाद्यांचा काळ एकोणीस व विसावे शतक असा आहे. भारताबाहेरचे जग किती व कसे बदलले आहे, ते संतांना कधी दिसले नाही, पण जग व ती परिस्थिती सुधारकांना व बुद्धिवाद्यांना मात्र दिसली. त्यांनी ती लक्षातही घेतली. आधुनिक विज्ञानाच्या अनेक शाखांतील आश्चर्यकारक शोध आणि जगाची औद्योगिक आणि तंत्रज्ञानविषयक प्रगती या गोष्टी सुधारकांच्या आणि बुद्धिवाद्यांच्याच काळात घडलेल्या आहेत. अशा अनेक कारणांमुळे आपल्या जीवनातले जे प्रश्न संतांना कळणे शक्य नव्हते, ते सुधारकांना चांगल्या प्रकारे कळले होते. त्यामुळे आता सुरू असलेल्या एकविसाव्या शतकात देशातील सव्वा अब्ज जनतेच्या सुखासाठी व प्रगतीसाठी संतांच्या 'देवभक्तीच्या आणि स्थितिप्रिय' मार्गाने नव्हे, तर सुधारकांच्या व बुद्धिवाद्यांच्या 'मानवतावादी आणि चैतन्यमय' मार्गाने पुढील वाटचाल केली पाहिजे.

धर्मांच्या वाटचाली

हिंदू धर्म पाश्चात्त्यांच्या धर्माप्रमाणे कुणा एका व्यक्तीचे (प्रेषिताचे) प्रामाण्य मानणारा, कुणा एकमेव ईश्वराकडून निवडल्या गेलेल्या प्रेषितापुढे एकान्तात प्रकट केलेला (रिव्हिल्ड रिलिजन) धर्म नव्हे. तो शेकडो ऋषींनी शेकडो वर्षे सांगितलेला तत्त्वनिष्ठ धर्म आहे. तो व्यक्तिनिष्ठ (प्रेषितनिष्ठ) तसेच एकाच धर्मग्रंथाचे अवलंबन करणारा नसल्यामुळे बदलत्या परिस्थितीशी हा धर्म जुळवून घेऊ शकतो. अशा लवचीकतेमुळे या धर्मात इतर धर्मांपेक्षा टिकून राहण्याचे सामर्थ्य जास्त आहे. उदाहरणार्थ, माणसाला विज्ञानाचा शोध लागल्यावर हिंदू धर्मात कसलीही पडझड झाली नाही. याउलट युरोपात मात्र वैज्ञानिकांना जाळण्यात आले किंवा त्यांचा छळ करण्यात आला, असे युरोपच्या इतिहासात नमूद आहे. शिवाय काही लोकांना वाटते तसा हिंदू धर्म हा एरव्ही नाहीच, पण मूलतःसुद्धा केवळ आर्यवंशीयांचा धर्म नव्हे. भारतात सात-आठ हजार वर्षांपूर्वीपासून आलेल्या कित्येक मानव समूहांनी त्यांच्यातील शत्रुत्वानंतरच्या काळात (आर्य व अनार्य, सुर व असूर इत्यादी) एकत्र येत समावेशकता, सर्वजनहित, सहिष्णुता अशा थोर मूलतत्त्वांचे आणि सर्वांच्या कल्पनांचे संमीलन केले. त्यातून ताठ उभा राहिलेला हिंदू धर्म केवळ आर्यांचा नसून संस्कृतिसंगमाचा विश्वधर्म आहे. ईश्वराचे अस्तित्वही न मानणाऱ्या नास्तिकांनासुद्धा या धर्मात स्थान आहे, जे ईश्वर मानणाऱ्या इतर कुठल्याही धर्मात नाही. मधल्या दीर्घ काळात या धर्मात अनेक दोष निर्माण झाले, हे खरे आहे, पण कालौघात हा धर्म स्वतःच्या चुकीच्या धारणा, स्वतःमधील

दोष सुधारत राहू शकला आणि योग्य मार्गाने पुढील वाटचाल करू शकला, हेही तेवढेच खरे आहे.

हिंदू संस्कृतीची वाटचाल

जे बहुतांशी भारत या राष्ट्रात व जगात इतरत्रही राहून (सुमारे एक अब्ज लोक) हिंदू सांस्कृतिक जीवन जगत आहेत, त्यांच्या व त्यांच्या पूर्वजांच्या जीवनपद्धतीची आजपर्यंतची वाटचाल म्हणजे 'हिंदू संस्कृतीची वाटचाल' होय. विसाव्या शतकाच्या मध्यापर्यंत भारतातील हिंदू धर्माबद्दल पाश्चात्य जगाची अशी गैरसमजूत झाली होती (किंवा येथील ख्रिश्चन मिशनऱ्यांनी करून दिली होती) की, 'हिंदू' हा अडाणी लोकांचा, जुनापुराणा, मृतप्राय झालेला धर्म आहे. या लोकांवर मागील पाच-सातशे वर्षे अत्याचारी मुसलमान सुलतानांची सत्ता होती. आता दीड-दोनशे वर्षे ख्रिश्चनधर्मीय असलेल्या ब्रिटिशांची सत्ता असल्यामुळे त्यांना एकदा इंग्रजी शिक्षण दिले की, हिंदू हा धर्मच नष्ट होऊन जाईल. अशा परिस्थितीत स्वामी विवेकानंद यांनी १८९३च्या अमेरिकेतील शिकागो येथील सर्वधर्म परिषदेत कमालीची वादळी सुरुवात करून पुढील काही वर्षांत युरोपात आणि अमेरिकेत अनेक लोकप्रिय भाषणे केली. पाश्चात्त्यांना त्यांच्या धर्म व संस्कृतीतील दोष दाखवून दिले आणि हिंदू धर्मातील वेदान्त तत्त्वज्ञानाची जगासमोर अशी काही मांडणी केली की, जग अक्षरशः हादरून गेले. लोकांना कळून चुकले की, हजारो वर्षांच्या समर्थ चिंतनाच्या पायावर खंबीर उभा असलेला हा हिंदू धर्म, जो एक हजार वर्षांतील आक्रमणांनी नष्ट झालेला नाही, तो सहजासहजी अस्तंगत होणे शक्य नाही.

जगात इतर कुठल्याही संस्कृतीला नसेल असा प्रगल्भ वैचारिक वारसा हिंदू धर्माला मिळालेला आहे. पाच ते आठ हजार वर्षापूर्वीच्या सिंधुसंस्कृतीतील आपल्या खापर-खापरपणजोबांनी उपयुक्ततावादी, प्रयत्नवादी, प्रवृत्तीवादी व सर्व नागरिकांच्या सुखाचा विचार करण्याचा वारसा आपल्याला दिलेला आहे. 'दशदिशांतून चांगले विचार आमच्याकडे येवोत' अशी आपली एक ऋग्वेदीय प्रार्थना आहे. आमचे मन मोकळे आहे व आमची वृत्ती संकुचित नाही, असे ही प्रार्थना सांगते. आज जगात काही बदल होत जाऊन का होईना, पण प्रचलित राहिलेल्या मानवी संस्कृतींमधे वैदिक संस्कृती ही संस्कृती संगमाची सर्वांत जुनी मानवी संस्कृती आहे. वेदोपनिषदे रचणाऱ्या आपल्या खापरपणजोबांनी विश्व, निसर्ग व त्यातील सर्व जीवन एकात्म आहे, सर्व अस्तित्व एकच आहे व त्यात भेद नाहीत, असे अद्वैत आम्हाला शिकवलेले आहे. त्यामुळे ईश्वर जरी मानला तरी तो सर्व भूतमात्राच्या ठायी आहे, प्रत्येकाच्या हृदयात आहे, असे आपण मानतो. आपल्या लोकायतवादी चार्वाकांनी

वर्णभेद, लिंगभेद, स्वर्ग, नरक, कर्मकांड वगैरे सर्व काही नाकारले आहे. सर्व लोक समान आहेत आणि सर्वांनी कष्ट करून सुखाने जगावे, असे आपल्याला सांगितले आहे. जैन व बौद्ध धर्मांनी आपल्या तत्कालीन यज्ञसंस्थेतील पशुहिंसा वगैरे दोष दाखवून देऊन आपल्याला सत्य-अहिंसेचे महत्त्व शिकवले आहे. भक्तिमार्गी संतांनी कर्मठ धार्मिक आचारांची उपयुक्तता नाकारून दैनंदिन जीवनातील 'निर्मळ आचरणाला' व 'शुद्ध भावनेला' महत्त्व द्या, असे शिकवलेले आहे. दुसऱ्या धर्मात जे चांगले असेल तेही तुम्ही स्वीकारा, अशीही आपल्याला शिकवण आहे. एकोणिसाव्या व विसाव्या शतकातील समाजसुधारकांनी व बुद्धिप्रामाण्यवाद्यांनी आपल्याला 'आता पुराणप्रामाण्य विसरून बुद्धिप्रामाण्याकडे वळा' असे शिकवले आहे. आपला हा प्रचंड वैचारिक वारसा केवढा तरी मोठा, अभिमान वाटावा असा आहे. विविध धर्मांतील वेगळेपणावर भर देऊन माणसामाणसांत भेद निर्माण करू नयेत, अशी आपली वृत्ती या वैचारिक वारशामुळे बनलेली आहे. या समजूतदार, सहिष्णू व मानवतावादी मनोवृत्तीच्या पायावरच हिंदू संस्कृतीची वाटचाल आजवर चालू आहे आणि ती अशीच चालू राहिल.

आधुनिक काळात भारतात एका प्रतिगामी चौकडीचे कारस्थान जोरात चालू आहे. ती चौकडी अशी –१) सत्तालोभी राजकारणी (सर्व पक्षांचे, जे जातिधर्माच्या नावे मते मागतात.). २) धनलोभी सद्‌गुरू, बुवा, बाबा, बापू व त्यांचे प्रतिनिधी. ३) धंदेवाईक वृत्तीचे देवळांचे मालक, ट्रस्टी व ज्यांची उपजीविका व उत्पन्न देवाधर्माच्या नावाने चालते असे सर्व लोक आणि ४) पापी, भ्रष्टाचारी व सर्व तऱ्हेचे गुन्हेगार, ज्यांना त्यांच्या पापांना माफी किंवा पांघरूण मिळण्याच्या आशेने देवाधर्माची गरज असते. या चौकडीचे देवधर्म, कर्मकांड, दैववाद व धार्मिक उत्सव यांचे प्रस्थ वाढवण्यात हितसंबंध गुंतलेले आहेत. त्यासाठी ते जास्तीत जास्त लोकांना श्रद्धाळू, भक्त, श्रीभक्त बनवून आपले स्तोम माजवण्याचे कारस्थान रचून अमलात आणत आहेत, एकमेकांना साह्य करत आहेत. त्यामुळे एक शक्यता अशी आहे की, या धर्मातील सामान्य माणूस अधिकच देवभोळा, धर्मभोळा व दैववादी बनेल. वास्तव जीवनातील ऐहिक-भौतिक प्रयत्नांकडे त्याचे दुर्लक्ष होईल. तो आपल्या श्रद्धांना कुरवाळत ईश्वराच्या कृपेची वाट बघत बसून राहिल किंवा कदाचित कडवाही (तालिबानवादी) बनू शकेल.

या चौकडीचे कारस्थान व प्रयत्न कितीही जोरदारपणे होत असले तरी मला जास्त शक्यता (किंवा आशा म्हणा हवे तर) कशाची वाटते, तेही सांगतो. हिंदू संस्कृतीच्या वाटचालीत आधुनिक काळात ज्या सुधारणा झालेल्या किंवा होऊ

घातलेल्या आहेत, त्या हळूहळू का होईना पण होतच राहतील. स्त्रीवर्ग चूल, मूल आणि घर यांच्या कोंडवाड्यातून बाहेर पडून बाहेरच्या विविध कार्यक्षेत्रांत येऊन यशस्वी झालेला आहे, तो अधिकाधिक संख्येने येतच राहिल. शिक्षण मिळाल्यामुळे अधिकाधिक स्त्रियांना आपले हक्क आणि कर्तव्ये कळतील आणि सामाजिक व भौतिक प्रगतीलाही त्यांचा हातभार लागेल. वेगवेगळ्या पार्श्वभूमीच्या (जातिवर्णाच्या) लोकांना स्वतंत्र भारताच्या राज्यघटनेने उपलब्ध केलेले 'हवे ते शिक्षण' मिळून आणि ते त्या त्या कार्यक्षेत्रांत कार्यरत झाल्याने व्यावसायिक कसबांमध्ये सार्वत्रिक वाढ होऊ शकेल. सामाजिक न्याय व त्यामुळे मिळणारे सुख यातही वाढ होईल. जास्त लोक श्रद्धाळू, धर्मभोळे व दैववादी न राहता ते विज्ञान-शिक्षण व वैज्ञानिक विचार पद्धती यांच्या प्रसारामुळे बुद्धिप्रामाण्यवादी व प्रयत्नवादी होऊ शकतील. आधुनिक प्रगतिशील जगात याच गुणांची आवश्यकता असल्यामुळे जगात आपले राष्ट्रीय कर्तृत्व वाढू शकेल आणि जास्तीत जास्त लोकांना अधिकाधिक सुख मिळू शकेल. याचे एक महत्त्वाचे कारण असे आहे की, मधल्या काळातील आपली 'कूपमंडूक वृत्ती' सोडून आधुनिक जगाबरोबर आपण चांगलेच जुळवून घेत आहोत आणि विरोधी प्रतिगामी कारस्थाने चालू असूनही हिंदू धर्माची योग्य दिशेला वाटचाल चालू आहे व राहिल, असे मला वाटते.

ज्यू संस्कृतीची वाटचाल

आशिया खंडात अरबस्ताननंतरच्या पश्चिम टोकाला असलेले पॅलेस्टाइन हे ज्यू लोकांचे मूलस्थान आहे. ज्यू सेमिटिक वंशाचे आहेत. सेमिटिक ही मेडिटेरेनियन लोकांची द्रविडांप्रमाणे एक शाखा आहे. आज जगात प्रचलित असलेल्या महत्त्वाच्या सर्व धर्मांमध्ये प्राचीनत्वात हिंदू धर्मानंतर दुसरा क्रमांक लागतो, तो ज्यू धर्माचा. ज्यूंचे दुसरे एक वैशिष्ट्य आहे की, हे लोक त्यांच्या पूर्वजांनी प्रत्यक्ष ईश्वराबरोबर (जेहोव्हाबरोबर) करार केलेला आहे, असे मानतात. तसे मानणारा हा जगातील एकमेव धर्म आहे. ज्यू लोक मूलतः सेमिटिक वंशाचे असल्यामुळे व पुढील काळात याच धर्मातून ख्रिश्चन व इस्लाम हे (नंतर सर्व वंशांमध्ये पसरून जगात सर्वांत मोठे बनलेले धर्म) उत्पन्न झालेले असल्यामुळे काही जण तिन्ही धर्मांना मिळून 'पश्चिम आशियात जन्मलेले सेमिटिक धर्म' असे म्हणतात.

या लेखातील सर्व धर्मांबाबतच्या माहितीसाठी शंकरराव सावंत लिखित 'ईश्वराचा शोध' या संशोधनपर, माहितीपूर्ण व सुंदर ग्रंथाचा आधार घेतलेला आहे.

ज्यू धर्म सुमारे चार-सव्वाचार हजार वर्षांपूर्वी निर्माण झालेला असावा. त्यांचा 'जुना करार' (म्हणजे जेहोव्हा या एकमेव ईश्वराबरोबर केलेला करार) हा हिब्रू

भाषेतील ३९ पुस्तकांचा धर्मग्रंथ इ.स.पू.१४०० ते इ.स.पू.२०० या काळात रचला गेला असावा, असे मानले जाते. त्याचप्रमाणे हा ग्रंथ ऋग्वेदापेक्षाही सुसंगत व (विशेषतः अब्राहमनंतर) ऐतिहासिक घटनांचे कालानुक्रमे वर्णन करणारा आहे, असे मानले जाते. त्यातील अनेक घटनांची वर्णने अतिशयोक्त असावीत, पण त्या घटना म्हणजे काल्पनिक कादंबरी नव्हे, असे सर्व लोक मानतात. नंतर स्थापना होऊन जगभर पसरलेल्या ख्रिश्चन धर्माचे लोक जरी 'नवा करार' हा धर्मग्रंथ मानत असले तरी 'जुना करार'लाही ते धर्मग्रंथाचा मान देतात. त्यांच्या बायबलचे दोन भाग आहेत, असे मानतात. पुढील काळात याच ख्रिश्चन लोकांनी केलेल्या छळाला कंटाळून ज्यू लोक इ.स. सहाव्या शतकात भारतात आले. त्यांना 'यहुदी' किंवा 'बेने इस्रायली' म्हणतात. कोकणात त्यांना 'शनवार तेली' म्हणतात. ज्यू लोक जगात इतरत्रही अनेक ठिकाणी गेले. तिथे स्थानिक लोकांसोबत पण आपला धर्म व उपासना पद्धत कायम ठेवून राहिले. विसाव्या शतकात १९४८मध्ये सर्व जगभर पसरलेल्या ज्यू लोकांचा आपला स्वतःचा देश असावा, म्हणून पॅलेस्टाइनमध्ये इस्रायल हे राष्ट्र निर्मिले गेले. मूळ हिब्रू भाषिक सर्व ज्यू एक राष्ट्र म्हणून तिथे राहू लागले.

अशा या ज्यू लोकांच्या जुन्या कराराप्रमाणे त्या काळी ईश्वर (जेहोव्हा) हा माणसाप्रमाणे आपल्या भक्तांबरोबर हिंडत फिरत असे. त्यांच्याशी बोलतही असे. आपल्या भक्तांचे संरक्षण करण्याची हमी त्याने अनेक वेळा घेतली. त्यासाठी त्यांच्याबरोबर करार (कव्हिनंट) केले. ईश्वराने नोव्हा, अब्राहम वगैरेंबरोबर म्हणजे अनेक माणसांबरोबर (प्रेषितांबरोबर) केलेल्या करारांचे उल्लेख जुन्या करारात आहेत. तसे उल्लेख नव्या करारात मात्र नाहीत, कारण त्यात येशू हा ईश्वराचा एकमेव पुत्र मानलेला असून त्याचा शब्द हाच ईश्वराचा शब्द मानलेला आहे. जुन्या करारात 'आदम' (पहिला मानव) पासून 'नोव्हा' हा दहावा वंशज असून तिथपर्यंतच्या प्रत्येक वंशजाला ८०० ते ९०० किंवा जास्त वर्षांचे आयुष्य मानलेले आहे. नोव्हा हा ६०० वर्षांचा असताना एक प्रचंड जलप्रलय झाला, तेव्हा त्यातून नोव्हा व त्याचे कुटुंबीय ईश्वराच्या मदतीने वाचले, असे मानले जाते. सुकी जमीन दिसण्यापूर्वी एकूण दीडशे दिवस जलप्रलयाचे पाणी होते. त्या नोव्हाची प्रजा हीच आजची ज्यू जनता व तेच ईश्वराचे लाडके लोक आहेत, असे ज्यू धर्मीय लोक मानतात. हिब्रू या शब्दाचा अर्थ 'नदी ओलांडून आलेले लोक' असा आहे. म्हणजे ते इराकमधील टायग्रिस व युफ्रेटिस या नद्या ओलांडून पॅलेस्टाइनमध्ये स्थिर झाले असावेत.

अब्राहम हा ज्यू लोकांचा (नोव्हानंतरचा) पहिला मोठा प्रेषित आहे. त्याला ईश्वर समक्ष भेटत असे व त्याच्याशी बोलत असे. त्याच्या प्रांतात दुष्काळ पडल्यामुळे

ईश्वराच्या सल्ल्यावरून तो त्याच्या लोकांना ईशान्य आफ्रिकेतील इजिप्त देशात घेऊन गेला. ईश्वराच्या आज्ञेवरून त्याने वयाच्या नव्याण्णव्या वर्षी स्वतःची सुंता करून घेतली. तेव्हापासून ज्यू पुरुष सुंता करू लागले. पुढे मुसलमानांनी ही पद्धत उचलली. इजिप्तमध्ये जन्म झालेला मोझेस हा ज्यूंचा दुसरा मोठा प्रेषित. इजिप्तच्या राजाने ज्यू लोकांचा अनन्वित छळ केला. ईश्वराने मोझेसला आज्ञा केली की, मूर्तीपूजा करू नको आणि मी एकटाच ईश्वर आहे हे कायम लक्षात ठेव. मोझेसपासून ज्यू लोक कट्टर एकेश्वरवादी बनले.

जुन्या करारातील पहिल्या पुस्तकास 'जेनेसिस' म्हणजे 'सृष्टयुत्पत्तीचे पुस्तक' असे म्हणतात. त्याप्रमाणे 'प्रकाश होऊ दे' असे ईश्वराने म्हणताच प्रकाश निर्माण झाला. ईश्वराने प्रकाशाला काळोखापासून वेगळे केले. मग ईश्वराने 'आकाश होऊ दे' असे म्हणताच आकाश निर्माण झाले. मग त्याने आकाश व पाणी वेगळे केले. त्यानंतर त्याने निर्जल प्रदेश, गवत, वृक्ष, फळझाडे वगैरे आणि दिवस-रात्र, ऋतू, वर्ष वगैरे निर्मिली. त्यानंतर सूर्य, चंद्र, तारे, जलचर, भूचर इत्यादी प्राणी निर्माण केल्यानंतर शेवटी त्याने स्वतःसारखाच असणारा मनुष्यप्राणी निर्माण केला. यावरून असे स्पष्ट दिसते की, ज्यू लोकांना ईश्वर हा माणसाप्रमाणे दोन हात, दोन पाय वगैरे अवयव असलेला शरीरधारी प्राणी वाटत होता. म्हणजे तो शरीरधारी नसून केवळ शक्तिरूप आहे किंवा सर्वशक्तीमान आहे किंवा सर्व जगावर प्रेम करणारा आहे, असे काही त्याच्या वर्णनावरून वाटत नाही. मात्र, अब्राहमच्या काळानंतर ईश्वराचे लोकांना दिसणे, फिरणे व बोलणे बंद झाले. नवव्या पुस्तकापासून ईश्वराची फक्त वाणी ऐकू आली, अशा कथा आहेत. ती वाणी फक्त पुजाऱ्यांना ऐकू येत असे. जुना करार हा ऋग्वेदाप्रमाणेच अनेक प्रेषितांनी वेगवेगळ्या काळी ईश्वरी प्रेरणेनुसार रचलेला ग्रंथ आहे, पण त्यात तत्त्वज्ञान कमी, आचारधर्म व व्यवहारधर्म जास्त आणि नीतिकथा आहेत. ज्यूंचे धर्मगुरू नीतिपालनाबाबत फार आग्रही असत.

ज्यू लोकांच्या या प्राचीन धर्माची भारतातील त्याहून प्राचीन असलेल्या वैदिक धर्माबरोबर तुलना करणे योग्य आहे, असे वाटते. या दोन्ही धर्मांना एकमेव प्रेषित संस्थापक नाही. अनेक तत्त्वचिंतकांनी या दोन्ही धर्मांचे आराखडे ठरवले आहेत. हे दोन्ही धर्म 'प्रवृत्तीवादी' आहेत. ब्रह्मचर्य व संन्यास यांची महती दोन्ही धर्मांत नाही. वैदिक धर्मांत उपनिषदकाळी निवृत्तीवाद शिरला. ज्यू धर्म मात्र अखेरपर्यंत प्रवृत्तीमार्गीच राहिला. ज्यूंच्या हवनातील पशुहत्येचा येशूने, तर वैदिक यज्ञातील पशुहत्येचा उपनिषदांनी व बुद्धाने निषेध केला. दोन्ही धर्मांतील यज्ञहवने आता बरीच कमी झाली आहेत. ऋग्वेदात फारसे चमत्कार नाहीत; जुन्या करारात आहेत. वैदिक धर्मांत अनेक देवता

या निसर्गशक्तींचे देवीकरण करून झालेल्या असून सर्व देव एकाच ईश्वराची रूपे आहेत, असे ते मानतात.

जगात विविध देशांत पसरलेल्या ज्यूंचा भारत व हॉलंड सोडून बाकी जवळजवळ सर्व देशांमध्ये शेकडो वर्षे अतोनात छळ झाला. ज्यू लोक इतर धर्मीयांना आपल्या धर्मात घेत नाहीत. त्यांची वृत्ती सावकारी असते, म्हणून त्यांची ऐहिक भरभराट होते. ते ज्या देशात राहतात त्या देशाबद्दल त्यांना प्रेम वाटत नाही, अशा त्यांच्याबद्दल असलेल्या सार्वत्रिक (गैर)समजुतींमुळे त्यांचा नेहमी संशय घेतला जात असे. बहुतेक ठिकाणी त्यांना दुय्यम वागणूक मिळे. असे असूनही व्यापार, उद्योगधंदे, शिक्षण, वकिली, वैद्यक, राजकारण, विज्ञान संशोधन इत्यादी अनेक क्षेत्रांत ज्यू लोकांनी विलक्षण प्रगती केली आहे. विशेष म्हणजे जगभरातील ज्यूंची लोकसंख्या अवघी दोन कोटींच्या आत आहे. फ्रॉईड, कार्ल मार्क्स, आइनस्टाइन यांच्यासारखे ज्यू लोक त्यांच्या त्यांच्या क्षेत्रातील युगप्रवर्तक म्हणून ओळखले जातात. शिवाय कित्येक ज्यू शास्त्रज्ञांनी नोबेल पारितोषिके मिळवून त्यांची बौद्धिक प्रगती उच्च दर्जाची आहे, हे दाखवून दिले आहे. इस्रायल हे ज्यू लोकांचे राष्ट्र निर्माण झाल्यानंतर अल्पसंख्याक म्हणून जगभर जीवन जगलेल्या ज्यू लोकांनी एकत्र येऊन, आपल्या राजसत्तेच्या मदतीने स्वतःच्या प्राचीन संस्कृतीचा शोध घेण्यास सुरुवात केली आहे आणि हिब्रू भाषेचे पुनरुज्जीवन करून जगाच्या सांस्कृतिक वाटचालीत स्वतःचे स्थान निर्माण करण्याचा प्रयत्न चालवला आहे. तेथील आजची राजकीय स्थिती किती भयानक व स्फोटक आहे, हे सर्वांना माहीत आहे. सर्व बाजूंनी कट्टर इस्लामिक अरब राष्ट्रांनी इस्रायल घेरलेले असून, दोन्ही बाजू एक दुसऱ्याचा सर्वनाश करण्याच्या योजना आखत आहेत.

स्वतःचे राष्ट्र निर्माण झाल्यावरही ज्यू लोक धार्मिकबाबतीत तरी बहुतांशी पुराणमताभिमानीच राहिले आहेत, असे म्हणतात. जेहोव्हा हा एकच ईश्वर आहे, आपण त्याचे आवडते लोक आहोत आणि मूर्तिपूजा निषिद्ध आहे, असे ते मानतात. ईश्वर लवकरच त्याचा शेवटचा प्रेषित आपल्याकडे पाठवेल. आपल्याला 'अच्छे दिन' दाखवेल, अशी त्यांची श्रद्धा आहे. तरीही ते दैववादी नसून 'प्रयत्नवादी' आहेत. एक राष्ट्र म्हणून ते धर्मनिरपेक्ष आहेत.

इराणमधील झरथुश्त्राचा धर्म

'इराण' हा शब्द 'आर्य' शब्दापासून आलेला आहे. प्राचीन भारतीय आर्यांच्या वेद-वेदान्त वाङ्मयात 'शकद्वीप' असा ज्याचा उल्लेख आहे, तोच 'पर्शिया' म्हणजे 'इराण' देश होय. इराणी लोक आणि वैदिक आर्य हे मूळ एकाच आर्य वंशाचे.

आर्यांच्या काही शाखा अफगाणिस्तानमार्गे भारतात आल्या आणि (कदाचित पाचशे किंवा अधिक वर्षांनंतर असू शकेल) त्यांच्या दुसऱ्या काही शाखा इराणमध्ये पोहोचून तिथे स्थायिक झाल्या, ही गोष्ट आता सर्वमान्य आहे. या इराणी आर्यांपैकी 'झरथुष्ट्र' या प्रेषिताने सांगितलेला 'अवेस्ता' हा धर्मग्रंथ मूळ स्वरूपात उपलब्ध नसून फक्त आठवणींतून लिहून काढलेल्या स्वरुपात आज उपलब्ध आहे. मुसलमानांच्या आक्रमणांनी वाताहत होऊन इ.स.च्या आठव्या शतकात पळून भारतात आलेल्या या लोकांना 'पारशी' म्हणतात. ते आजही त्यांचाच धर्म व संस्कृती पाळतात. ज्यूंप्रमाणेच हे लोकही इतरांना आपल्या धर्मात घेत नाहीत. हे इराणी-पारशी लोक गेली अनेक वर्षे भारतात मित्रत्वाने राहत आहेत. शिवाय अलीकडील काळात औद्योगिक क्षेत्रात कर्तबगारी दाखवून भारताच्या राष्ट्रीय विकासाला त्यांनी चांगला हातभार लावला आहे. जगात या पारशी लोकांची संख्या फार तर तीन लाखांच्या आत म्हणजे जेमतेम ०.००४ टक्के (म्हणजे जगातील एक लाख लोकांत फक्त चार जण) एवढीच असावी. असे असूनही 'झरथुष्ट्राचा धर्म' हा जगातील एक महत्त्वाचा धर्म ठरतो.

वैदिक धर्म व इराणी झरथुष्ट्राचा धर्म या दोहोंतील विलक्षण साम्य –

१) दोन्ही धर्मांमध्ये 'अग्नी' ही असामान्य महत्त्वपूर्ण देवता आहे.

२) दोन्ही धर्मांमध्ये 'सोम' (अवेस्ती भाषेत 'अहोम') या एक प्रकारच्या गुंगी आणणाऱ्या वेलीच्या रसाला एवढे महत्त्व आहे की, त्याचे सेवन दोन्ही धर्मांमध्ये धार्मिकदृष्ट्या आवश्यक आहे.

३) मित्र, वरुण, द्युस इत्यादी देवता दोन्हीकडे आहेत. (म्हणून असेल, काही लोक तर अवेस्ताला 'पाचवा वेद' असे म्हणतात.)

४) केव्हा तरी आर्यांच्या या दोन शाखांमध्ये भांडण होऊन त्यांच्यात शत्रुत्व निर्माण झाले. तेव्हापासून एकमेकांच्या देवांना ते दूषणे देऊ लागले. खरे तर वैदिक 'असूर' व इराणी अहुर हे दोन्ही 'देव' या एकाच अर्थाचे, उच्चार भेदाने ('स'चा 'ह' होणे) झालेले दोन शब्द आहेत. नंतर केव्हा तरी वैदिक आर्यांनी 'असूर' हा शब्द देवाच्या उलट 'दैत्य' या अर्थी वापरण्यास सुरुवात केली, तर 'अहुरमज्द' (सर्वांत मोठा असूर) हा झरथुष्ट्राचा सर्वश्रेष्ठ 'देव' आहे. इंद्र हा वैदिकांचा देव आणि वृत्र हा इंद्राचा शत्रू तर इराणी लोकांत वेरेथ्रन (म्हणजे वृत्र) हा देव असून, अंद्र (म्हणजे इंद्र) हा त्यांनी 'दैत्य' म्हणजे शत्रू म्हणून निर्देशिला आहे. तसेच वेदामध्ये दस्यू हा शब्द हीनत्वदर्शक आहे, तर अवेस्तात खुद्द झरथुष्ट्राला दरव्युमा (म्हणजे दस्यू) म्हटलेले आहे. या सर्वांवरून या दोन समाजातील शत्रुत्व स्पष्ट दिसून येते.

५)	इराणी व वैदिक आर्य यांचे सण, प्रार्थना, मंत्रांवरील श्रद्धा, पुरोहितांचे वर्चस्व, आचारविचार व नीतिनियम यात कमालीचे साम्य आहे.

६)	अवेस्ती व वैदिक संस्कृत या भाषांच्या धाटणीत, पद्यरचना पद्धतीत व व्याकरणातही साम्य आहे.

७)	अवेस्ता व ऋग्वेद हे दोन्ही प्रवृत्तीपर ग्रंथ असून, दोन्हीत शेतीची महती आहे.

येशू ख्रिस्ताप्रमाणे झरथुष्ट्रदेखील कुमारिकेचा मुलगा होता, असे म्हणतात. झरथुष्ट्राच्या आधी हे इराणी लोक अग्नी, सूर्य, चंद्र, आकाश वगैरे देवतांना पुजत असत. त्यांच्यात कदाचित मूर्तिपूजाही प्रचलित असणे शक्य आहे, पण झरथुष्ट्राने 'अहुरमज्द हा एकमेव देव आहे' असा पुकारा केला. 'अग्निपूजा' (अग्नी हे ईश्वराचे प्रतीक) व 'अहोमचे सेवन' आवश्यक आहे, असे सांगितले. मूर्तिपूजा नाकारली. सदाचार, भूतदया यांच्यावर भर दिला. त्याने एका गुहेत बसून दहा वर्षे चिंतन केल्यावर त्याला ज्ञानप्राप्ती झाली. अहुरमज्द हा एकमेव ईश्वर आपल्या समक्ष बोलतो, असे झरथुष्ट्र म्हणत असे. लोकांकडून हवा तसा प्रतिसाद न मिळाल्यामुळे वयाच्या चाळीसाव्या वर्षी तो शेजारच्या बॅक्ट्रिया प्रांतात गेला. तेथील राजाने त्याचे शिष्यत्व पत्करल्यामुळे नंतर त्याचा धर्म फोफावला. वयाच्या अठ्ठ्याहत्तराव्या वर्षी बल्ख नगरात, अग्निमंदिरात उपासना करत असताना शत्रूंनी हल्ला करून त्याला ठार मारले.

'अवेस्ता'चा काळ निश्चित करण्यासाठी त्याची भाषा हा घटक जर महत्त्वाचा मानला व भारतात आर्य-आर्येतरांची युद्धे सुमारे पंधराशे वर्षे चालू राहून इ.स.पू. पंधराव्या शतकाच्या आसपास संपली आणि साधारण तेव्हाच वेदरचनाही पूर्ण झाली, हे मान्य केले, तर साधारण त्याच सुमारास (इ.स.पू. १५वे शतक) म्हणजे आजपासून सुमारे साडेतीन हजार वर्षांपूर्वी झरथुष्ट्राने अवेस्ता रचला असावा, असे म्हणता येते. कारण ऋग्वेदाच्या संहितीकरणानंतर आठेक शतकांनी आलेल्या पाणिनीय संस्कृत भाषेचे अवेस्तांतील भाषेशी साम्य नाही. शिवाय वेदांनंतर रचलेले वेदान्त ग्रंथ (प्रमुख उपनिषदे) यांचा तत्त्वचिंतन काळ व रचनाकाळ हाही सुमारे इ.स.पू. १५०० ते इ.स.पू. १००० असावा, असे आपण मागे पाहिले आहे. त्यामुळे अवेस्तांतील विचार काहीसे वेदांप्रमाणे असले तरी ते वेदान्ताप्रमाणे नाहीत; म्हणजे त्यात आत्मा, ब्रह्म व पुनर्जन्म या कल्पना नाहीत.

झरथुष्ट्राने अहुरमज्द हा सर्वश्रेष्ठ देव असून, तो फक्त चांगलीच कामे करतो व त्याला 'याझत' नावाचे तेहतीस साहाय्यक देव (देवदूत) आहेत, असे सांगितले. अवेस्तातील या ईश्वरविषयक कल्पनेला 'एकेश्वरवादाची एक व्यावहारिक मांडणी' असे अवश्य म्हणता येईल; परंतु त्यात सृष्टीनिर्मितीपूर्वी असलेला 'अव्यक्त ईश्वर'

किंवा नंतर उपनिषदांतील तत्त्वचिंतनात आलेल्या आत्मा, पुनर्जन्म, ब्रह्म किंवा असे इतर काहीही तत्त्वचिंतन नाही. त्याऐवजी झरथुष्ट्राने असे सांगितले की, जसा अहुरमज्द फक्त सर्व चांगलीच कामे करतो व सर्व शुभ कृत्यांचा कर्ता आहे, तसेच अहरिमन नावाचा त्याचा एक समर्थ विरोधकही आहे. तो फक्त वाईट कामेच करतो व तो अशुभ कृत्यांचा कर्ता आहे. जसे देवाभोवती याझत हे देवदूत आहेत, तसेच अहरिमनभोवती त्याचे मदतनीस दुष्टात्मे आहेत. हा अहरिमन अहुरमज्दप्रमाणेच अमर व सर्वव्यापी असून या दोघांमध्ये जगभर व सतत युद्ध चालू असते. त्यात शेवटी विजय अहुरमज्दचाच होणार आहे. झरथुष्ट्राने सांगितले की, आपण (मानव) देवाच्या बाजूचे आहोत म्हणून चांगल्याचा वाईटावर विजय होण्यासाठी आपण सदाचार व सत्कृत्ये करून त्याला मदत केली पाहिजे आणि त्याच्या विजयासाठी प्रार्थनासुद्धा केली पाहिजे. त्याच्या शुद्धतेचे प्रतीक म्हणून अग्नी व सूर्य यांना पूज्य मानले पाहिजे. त्याने असेही सांगितले की, संन्यास व सर्वसंगपरित्याग अयोग्य आहेत (प्रवृत्तिवाद). झरथुष्ट्राने सांगितले की, माणसाला मृत्यूनंतर जीवन आहे. त्यासाठी प्रत्येकाच्या पापपुण्याची बेरीज–वजाबाकी करून त्यानुसार त्याला स्वर्ग वा नरक मिळतो. या धर्मात नरकातही सुधारण्याची संधी असून, जगाच्या शेवटानंतर 'सर्वांना सुखी जीवन' आहे, ज्यात पाप नाही, दुःख नाही.

आता गंमत बघा. अहुरमज्द या सर्वश्रेष्ठ देवाशी युद्ध करण्याएवढे सामर्थ्य, अमरत्व व सर्वव्यापकत्व अहरिमनला मिळाल्यामुळे अहुरमज्दचे सामर्थ्य अर्धे झाले. एकच एक सर्वश्रेष्ठ देवाऐवजी 'चांगला आणि वाईट' अशी दोन तुल्यबळ 'देवत्वे' निर्माण झाली. त्याचा एक वेगळाच फायदा झाला. जगात सर्वत्र दुःख, अन्याय, अत्याचार व दुष्टत्व तर उघडच दृष्टोत्पत्तीस येते. किंबहुना 'सुख जवापाडे व दुःख पर्वताएवढे' असे जगात दिसते. विश्व निर्माता ईश्वर तर त्याच्या सर्व मुलांवर प्रेम करतो व सर्वांना न्याय देतो. मग या जगात अनेकांच्या वाट्याला दुःख, अन्याय व अत्याचार का येतात, असा प्रश्न पडतो. शिवाय उपनिषदकाळी भारतातील तत्त्वचिंतकांनी शोधून काढलेली 'ज्याच्या त्याच्या पूर्वजन्मातील पाप' ही चलाख युक्ती तत्कालीन ज्यू धर्माला माहीत नव्हती, त्यांच्यापर्यंत पोहोचली नव्हती किंवा त्यांना पटत नव्हती. त्यामुळे जगातल्या अन्यायाचे, वाईटाचे, अशुभाचे उत्तरदायित्व स्वीकारण्यासाठी त्यांनाही कुणी तरी हवाच होता. त्या कामासाठी हा अहरिमन अगदी फिट्ट ठरला. त्यामुळे ज्यू या प्रचलित धर्माने या अहरिमनला 'सॅटन' किंवा 'सैतान' असे नाव देऊन आपल्या धर्मात घेतले. ज्यू धर्माच्या पहिल्या बारा पुस्तकांपर्यंत असा सैतानासारखा कुणीही नव्हता. तोपर्यंत त्यांचा ईश्वर स्वतःच चांगली आणि वाईट कृत्ये करत असे;

पण तेराव्या पुस्तकापासून दुष्कृत्यांचा कर्ता म्हणून सैतान उपलब्ध झाल्यामुळे ईश्वर फक्त चांगली कामे करू लागला. अन्याय व दुष्टत्व या आरोपातून तो मुक्त झाला. पुढील काळात ज्यू धर्मातूनच निर्माण झालेल्या ख्रिश्चन व इस्लाम या आजच्या जगातील दोन मोठ्या धर्मांनी त्यांच्या स्थापना होतानाच ज्यू धर्मातून सैतान ही संकल्पना घेतली आणि त्यांच्या ईश्वराची सर्वचांगुलता अबाधित राखली. या सर्व धर्मांत असलेला असा सैतान भारतात निर्माण झालेल्या हिंदू धर्मात मात्र मुळीच नाही. हिंदूंच्या 'पुनर्जन्म' संकल्पनेने जगातील दुःख–दुर्दैवाची स्पष्टीकरणे मिळत असल्यामुळे अमर सैतानाची त्यांना गरजच नव्हती. या धर्मातील राक्षस, भुते अगदी रावणसुद्धा सैतान नव्हे, कारण या दुष्ट शक्ती स्थानीय, मर्यादित सामर्थ्यांच्या व मर्त्य आहेत.

इराणमध्ये झरथुष्ट्रस्थापित पारशी धर्माचे जगभरात अत्यंत कमी अनुयायी असूनही हा धर्म जगातील एक महत्त्वाचा धर्म आहे. कारण १) सैतान, २) ईश्वरी राज्याची स्थापना आणि ३) ईश्वरी न्यायाचा शेवटचा दिवस (कयामत) या महत्त्वाच्या धार्मिक संकल्पना पश्चिम आशियानिर्मित सर्व धर्मांनी याच धर्मातून घेतलेल्या आहेत, असे दिसते.

ख्रिश्चन संस्कृतीची वाटचाल

दोन हजार वर्षांपूर्वी पॅलेस्टाइनमध्ये स्वतःला ज्यू धर्माचा प्रेषित म्हणवणाऱ्या येशू ख्रिस्ताने 'स्वर्गाचे राज्य (देवाचे राज्य) जवळ आले आहे. म्हणून तुम्ही केलेल्या पापांबद्दल पश्चात्ताप करा' अशी शिकवणूक सर्व लोकांना द्यायला सुरुवात केली. तत्कालीन ज्यू धर्ममार्तंडांनी त्याला सुळावर चढवले, पण त्याच्या नावाने सुरू झालेला ख्रिश्चन किंवा ख्रिस्ती हा धर्म विविध मार्गांनी प्रसार पावून आज जगातील सर्वांत मोठा धर्म बनला आहे. ख्रिश्चन चर्च व धर्मगुरू जगातील सर्व देशांमध्ये आहेत.

येशू ख्रिस्ताने ज्यूंचा 'जुना करार' व त्यातील प्रेषित, दहा आज्ञा इत्यादींना पवित्र मानून बहुशः त्यावर आधारित अशा श्रद्धा व मूलतत्त्वे सांगितली. ती अशी– ईश्वराने काळ व सृष्टी यांना एकदम निर्मिले. निर्मिती शून्यातून व सहा दिवसांमध्ये केली. तो व सृष्टी एक नाहीत; ते द्वैत आहे. सृष्टी ही त्याची फक्त निर्मिती आहे आणि त्याच्याच इच्छेने सृष्टीचा केव्हाही शेवट होईल. मनुष्य ही ईश्वराची खास पसंतीची सर्वश्रेष्ठ निर्मिती आहे, त्याच्या प्रतिमेप्रमाणे बनवलेली. त्याने मनुष्याला इच्छास्वातंत्र्य दिलेले आहे. देवाची आज्ञा न पाळणे, हे पाप. आदम (म्हणजे पहिला मानव) याने केलेले पाप हे 'आरंभीचे पाप', तेही आजच्या मानवाला नडत आहे. शिवाय सैतानाच्या नादी लागून मानव आणखी पापे करतो. सैतान मोठा दुष्टात्मा आहे, पण तो ईश्वराच्या आज्ञेबाहेर नाही. या धर्मात ईश्वराबरोबर त्याचे देवदूतही आहेत. माणसाच्या शरीराच्या

मृत्यूनंतरही आत्म्याला जीवन आहे. पापमुक्त न झालेले आत्मे, त्यांचा वैयक्तिक निवाडा होऊन नरकात पाठवले जातात आणि तिथे जर त्यांनी पश्चात्ताप केला तर त्यांना शुद्ध होण्याची संधी दिली जाते. जगाच्या अंतिम दिनी वैश्विक निवाडा होऊन आत्मा कायमचा (अनंत काळपर्यंत) नरकात किंवा स्वर्गात जातो.

येशूच्या मृत्यूनंतर त्याच्या वचनांचा व उपदेशकथांचा संग्रह बनवलेला 'बायबल' हा ख्रिश्चनांचा धर्मग्रंथ मानला जातो. येशूने सांगितले की, ईश्वर एकच आहे, पण तो त्याला जेहोव्हा न म्हणता 'आकाशातील बाप' म्हणत असे. हा आकाशात राहणारा ईश्वर प्रेमळ बापासारखा आहे, असेही तो म्हणे. त्याला मद्यमांसाचा नैवेद्य नको. येशू हा त्याचा एकच मुलगा असून, मानवाच्या पापविमोचनाचा मार्ग सांगण्यासाठी ईश्वराने येशूला पृथ्वीवर पाठवले. ईश्वर व्यक्तीप्रमाणे इच्छा, जाणिवा असलेला, पण शुद्ध पवित्र आत्मा अशा स्वरूपाचा असून, त्याला सुरुवात नाही व शेवट नाही. एकाच ईश्वरात बाप, मुलगा व पवित्र आत्मा अशी त्रयी आहे. (हे काहींचे मत). मानवाचे दुःख देवाने मारलेल्या छडीसारखे आहे, म्हणजे ते त्याला सुधारण्यासाठी आहे. ते त्याला स्वतःच्या व आरंभीच्या पापांमुळे मिळालेले आहे. ख्रिश्चन धर्म हा तसा मानवता व भूतदया यावर आधारित धर्म आहे; परंतु त्यासाठी त्यांच्या धर्माचा स्वीकार करणे, ही पूर्वअट आहे. 'ईश्वरावर प्रेम करा व शेजाऱ्यावर प्रेम करा' या त्याच्या धर्माज्ञा आहेत. प्रेम, दया, नम्रता व संयम हेच सर्वांत मोठे सद्गुण आहेत. स्वर्गप्राप्तीसाठी पापविमोचन व देवाची कृपा ही दोन्ही आवश्यक आहेत. देवाच्या कृपेची दारे सर्वांना मोकळी आहेत, पण त्यासाठी प्रार्थना करणे आवश्यक आहे.

मानवजात, पृथ्वी, निसर्ग आणि हे विश्व यांची निर्मिती ईश्वराने केव्हा व कशी केली, हे जुन्या कराराने सांगितले आणि बायबलने मान्य केले. त्या माहितीची तुलना विज्ञान व खगोल शास्त्राने संशोधित व सिद्ध केलेल्या सत्याबरोबर केली तर काय दिसते?

ईश्वराने सृष्टीनिर्मिती नेमकी केव्हा म्हणजे कुठल्या सहा दिवसांमध्ये केली, ते बायबलमध्ये लिहिलेले नाही, पण ख्रिश्चन धर्मगुरूंचा सर्वांत लोकप्रिय अंदाज असा आहे की, सृष्टीनिर्मिती इ.स.पूर्वी ४००४ वर्षे झालेली आहे. म्हणजे सृष्टी निर्माण होऊन आज फक्त सुमारे सहा हजार वर्षे झालेली आहेत. ईश्वराने निर्मितीच्या पहिल्याच दिवशी आकाश व पृथ्वी यांची निर्मिती केली. संपूर्ण निर्मितीला ईश्वराला एकूण सहा दिवस लागले. सूर्य आणि पृथ्वी नसताना दिवस कसे होत होते कुणास ठाऊक! पृथ्वी निर्माण झाली त्या दिवशी सूर्य व चंद्र नव्हते. त्यांची देवाने चौथ्या दिवशी निर्मिती केली. पृथ्वीच्या नंतर सूर्याची निर्मिती झाली. याउलट विज्ञान सांगते की, पंधरा अब्ज

वर्षांपूर्वी विश्व अस्तित्वात आल्यापासून आजतागायत नवनवीन ग्रहतारे, तारकासमूह व तारकाविश्वे (म्हणजे प्रत्येकी अब्जावधी सूर्यांनी बनलेल्या आकाशगंगा) सतत निर्माण होत आहेत आणि यापुढेही होत राहणार आहेत. शिवाय विश्व सतत प्रसरण पावत आहे. असे दिसते की, ईश्वराने ही गुपिते कुणाही प्रेषिताला सांगितली नव्हती. बायबल सांगते की, विश्वनिर्मितीच्या सहाव्या दिवशी ईश्वराने मानवाला निर्माण केले. म्हणजे पृथ्वीनिर्मितीनंतर पहिले फक्त पाच दिवस मानव पृथ्वीवर नव्हता. याउलट जीवशास्त्र, वैज्ञानिक सांगतात की, ४.६० अब्ज वर्षांपूर्वी पृथ्वी निर्माण झाल्यावर त्यातील ४.५९ अब्ज वर्षांपर्यंत पृथ्वीवर माणूसच काय, पण त्याचा माकडपूर्वजसुद्धा अस्तित्वात नव्हता. चतुष्पाद मर्कट अवस्थेतून सुमारे एक ते सव्वा कोटी वर्षांपूर्वी तो माकडपूर्वज आणि सुमारे अवघ्या दहा लाख वर्षांपूर्वी दोन पायांवर ताठ चालू शकणारा आदिमानव बनला. बायबल सांगते, विश्वनिर्मिती ईश्वराच्या शब्दांनी झाली. याउलट वैज्ञानिक म्हणतात, भौतिक विश्वाचे काही कायमचे नियम आहेत आणि त्या नियमांनीच विश्वनिर्मिती झालेली आहे, होत आहे. बायबलमधील ज्ञान हे ईश्वराचा एकमेव पुत्र असलेल्या येशूला साक्षात्काराने झालेले ज्ञान आहे, तर शास्त्रज्ञांचे ज्ञान हे आधुनिक वैज्ञानिक पद्धतीने संशोधन करून पुराव्यांवर आधारित असलेले, त्यांनी स्वतःच मिळवलेले ज्ञान आहे.

चर्च हे ख्रिश्चन धर्मियांचे पवित्र प्रार्थनास्थळ आणि त्यांच्या सुसंघटित धर्मसंस्थेचे बलस्थान आहे. या धर्मामध्ये आज जरी पुष्कळ पंथोपपंथ असले तरी सर्व धर्मगुरू आपापल्या पंथाचे चर्च, त्यातील पैसा, संघटन व कार्यक्रम नीट सांभाळून आहेत. त्यांच्यात मतभेद असूनही सर्व पंथ बायबललाच आपला धर्मग्रंथ मानतात. इ.स. तिसऱ्या शतकापासून ख्रिस्तमय झालेल्या युरोपच्या पुढील इतिहासावर नजर टाकली तर असे दिसते की, पुराणमतवादी कॅथॉलिक व नवमतवादी प्रोटेस्टंट यांच्यामध्ये भयंकर युद्धे आणि कत्तलीसुद्धा झालेल्या आहेत. धर्मप्रसारासाठी त्यांनी तलवार वापरल्याचीही पुष्कळ उदाहरणे आहेत.

त्या काळी चर्च राजकारणावर व संपूर्ण मानवी जीवनावर आपले प्रभुत्व राखू इच्छित होते. तेव्हा चर्चने जादूटोण्यावर विश्वास ठेवून व धार्मिक अधिकारांचा आधार घेऊन युरोपांतील अनेक देशांतील हजारो (होय, हजारो!) निरपराध स्त्रियांना चेटकिणी ठरवून त्यांना जिवंत जाळले. शेकडो वर्षे हे क्रौर्य चालूच होते! तसेच कुणाही माणसाचे (शास्त्रज्ञाचे वगैरे) बायबलविषयक मत जर पोप व इतर धर्मगुरूंच्या मताहून वेगळे असेल तर चर्च न्यायमंडळामार्फत त्याला दोषी ठरवून छळ करत असे किंवा त्यांना मृत्यूदंड देत असे. बायबलमध्ये प्रेम, दया, नम्रता, संयम अशी अनेक मानवी

मूल्ये असूनही चर्चच्या असहिष्णुतेची, आक्रमकतेची व अमानवी क्रौर्याची ही अनेक उदाहरणे दिसून येतात.

इ.स. पंधराव्या-सोळाव्या शतकामध्ये जेव्हा विद्येच्या पुनरुज्जीवनामुळे युरोपात बुद्धिवादी विचार, तर्कसुसंगतता, सत्यशोधनासाठी प्रत्यक्षनिष्ठा इत्यादी गुण येऊ घातले होते, म्हणजे युरोपात 'विज्ञान' प्रवेश करू इच्छित होते, तेव्हा चर्चने दात-ओठ खाऊन त्याला प्रचंड विरोध केला. कित्येक वैज्ञानिक शोधांना सैतानी ठरवले किंवा दबाव आणून ते शोध मांडूच दिले नाहीत. अर्थात पुढे विरोध कमी कमी होत गेला. आता ख्रिश्चन धर्मगुरू जरी विज्ञानाला घाबरून असले तरी कधी कधी ते त्याबद्दल न बोलण्याचे धोरण ठेवतात, कधी कधी विज्ञानाविषयी जनमनात जाणीवपूर्वक गैरसमज पसरवतात आणि त्यांच्या ईश्वराने दिलेल्या त्रिकालाबाधीत ज्ञानात दोष वा उणीवा आहेत, हे मान्य करायचे टाळतात. आपला जगभराचा धर्मप्रसार मात्र संघटितपणे व शांतपणे करत राहतात. सुरुवातीला काहीसा निवृत्तीपर असलेला ख्रिश्चन धर्म आधुनिक काळात मात्र प्रवृत्तीपर धर्म बनलेला असून, तो आता तसाच ओळखला जातो.

काही महिन्यांपूर्वी वृत्तपत्रीय बातम्यांमध्ये असे वाचल्याचे आठवते की, ख्रिश्चन धर्मगुरू पोप यांनी 'माणूस उत्क्रांतीने निर्माण झाला' हे विज्ञानाचे म्हणणे खरे असू शकेल, असे मान्य केले. चला, निदान एवढे तरी बरे झाले.

अरबस्तान व इस्लामधर्म

इस्लाम धर्म अरबस्तानात स्थापन झाला. नंतरच्या काळात तो जगभर पसरला. लोकसंख्येच्या मापाने आज जगात त्याचा ख्रिश्चन धर्माच्या खालोखाल दुसरा नंबर लागतो. भांडखोर, दुराचारी व बहुदेवतांचे मूर्तिपूजक असलेल्या आणि दैन्य, दास्य, मद्यपान वगैरे दोषांनी जर्जर झालेल्या अरबी टोळ्यांमध्ये ईश्वरनिष्ठ मोहम्मदाने निर्भयपणे एकेश्वरवादाचा प्रचार करून त्यांना शिस्त लावून सुसंस्कृत केले. मोहम्मदचा अर्थ प्रशंसित असा आहे. त्याचा जन्म इ.स. ५७०मध्ये मक्केत कुरेशी नावाच्या प्रतिष्ठित जमातीत, पण गरीब घरात झाला. आईवडील लहानपणीच वारल्याने चुलता व आजोबा यांनी त्याचे संगोपन केले. मोहम्मद अशिक्षित पण चिंतनशील वृत्तीचा आणि अत्यंत प्रामाणिक होता. लहान वयातच नोकरीच्या निमित्ताने त्याने सीरियापर्यंत प्रवास केला. तिथे ज्यू व ख्रिस्ती धर्मगुरूंबरोबर त्याचा संबंध आला. काही काळ मेंढपाळ म्हणून काम केल्यानंतर त्याने मक्केतील खदिजा नावाच्या एका श्रीमंत व घरंदाज विधवेकडे नोकरी केली. ती त्याच्याहून पंधरा वर्षे मोठी होती. पुढे तिने मोहम्मदाच्या रूप-गुण-विचारांनी प्रभावित होऊन त्याच्याशी लग्न केले. मक्केजवळील

एका गुहेत एकटाच बसून तो ईश्वराचे चिंतन करत असे. चिंतनातून अंतर्मुख होत होत वयाच्या चाळिसाव्या वर्षी ईश्वराने त्याला ज्ञानप्राप्तीसाठी निवडले, असे मानले जाते. त्यातून त्याने इस्लाम धर्म स्थापन केला. खदिजा त्याची पहिली शिष्या झाली. इस्लामचा अर्थ ईश्वराज्ञापालन (विनोबांच्या भाषेत 'हरिशरणता') असा असून 'ईश्वरावरील अविचलित श्रद्धा' हे इस्लाम धर्माचे मूलतत्त्व आहे. नंतर मोहम्मदाला 'रसूल' म्हणजे अल्लाचा दूत म्हणजेच ईश्वराचा प्रेषित (पैगंबर) मानले जाऊ लागले. इस्लाम धर्माचे अनुयायी जगात मुसलमान म्हणून ओळखले जातात. कुराण हा त्यांचा धर्मग्रंथ आहे. ज्ञानप्राप्तीनंतर भावविवश अवस्थेत तेवीस वर्षे मोहम्मद जे बोलत गेला, त्याचे त्याच्या मृत्यूनंतर (इ.स. ६३२) संकलन करून कुराण बनलेले आहे. कुराण हा अल्लाचा शब्द (अपौरुषेय) आहे आणि मूर्तिपूजा हे पाप आहे, असे इस्लाम धर्म मानतो.

अल्ला हा 'एकमेव' देव आहे. कुराणातील अल्ला ज्यू व ख्रिस्ती धर्मीयांच्या एकमेव ईश्वराहून काहीसा वेगळा आहे, मात्र स्वर्ग, नरक, सैतान, आत्मा, सृष्टिनिर्मिती, सृष्टीचा शेवट इत्यादी कल्पना कुराणाने बव्हंशी जुना करार व बायबलवरूनच घेतलेल्या दिसतात. ज्यूंचे प्राचीन प्रेषित व ख्रिश्चनांच्या येशूलाही ते प्रेषितच मानतात; पण येशूला ते ईश्वराचा पुत्र मानत नाहीत. त्यांच्या मते ईश्वराला पुत्र असणे शोभत नाही. इस्लाम धर्मातही आदम व इव्ह हे दोघे ईश्वरनिर्मित आदिमानव आहेत. ईश्वराने सहा दिवसांत आकाश, तारे, ग्रह यांसह पृथ्वीवरील सर्व सृष्टी आणि सात स्वर्ग वगैरे निर्माण केले. ईश्वराने माणसाची निर्मिती काळ्या मातीपासून किंवा गोठलेल्या रक्तापासून केली आणि पुरुष-स्त्री यांना एकाच आत्म्यापासून (वेगवेगळ्या आत्म्यांपासून नव्हे) निर्माण केले, असे कुराणात सांगितले आहे. त्यात आत्म्याचा उल्लेख आहे, पण त्याचा विशेष ऊहापोह नाही. इहलोकीचे जीवन म्हणजे खेळ असून परलोकीचे जीवन हेच खरे जीवन आहे, असे कुराण सांगते. प्रेषित मोहम्मद हा आयुष्यभर अल्लाच्या प्रेमाने भारावलेला असूनही त्याने स्थापिलेला धर्म हा आज जगातील एक महत्त्वाचा प्रवृत्तीपर धर्म आहे. त्यात संन्यास, ब्रह्मचर्य किंवा संसारत्यागाचा उपदेश नाही. मात्र इतर सर्व धर्मांप्रमाणे त्यात सद्‌विचार व सदाचारावर भर आहे.

ज्यू धर्माने स्वीकारलेले 'सैतान' हे पात्र ख्रिस्ती धर्मात आले, तेव्हा त्याचे सामर्थ्य कमी करून त्याला घेतले गेले आणि त्याला आकाशातील बापाबरोबर लढण्याएवढे सामर्थ्य न ठेवता, त्याला त्याच्या आझेत आणले गेले. कुराणानेही 'दुष्टाव्याचा कर्ता' म्हणून 'सैतान' ही संकल्पना स्वीकारली, पण 'इब्लिस' हे नाव देऊन व त्याचे सामर्थ्य आणखी कमी केले. कुराणातील सैतान हा अल्लाच्या नोकरासारखा

असून त्यानेच त्याला दुष्ट कर्मे करण्याची परवानगी (हुकूम) दिली आहे, असे कुराण सांगते. ख्रिस्ती व इस्लाम या दोन धर्मांतील ईश्वरांमध्ये एक महत्त्वाचा फरक असा आहे की, 'आकाशातील बाप' हा प्रेमळ व दयाळू आहे, तर 'अल्ला' हा कडक न्यायदाता, स्वामी, मालक असून आपण त्याचे सेवक आहोत.

मोहम्मदाने अरब टोळ्यांमधील भ्रामक व अनीतिमान चाली नष्ट करून, टोळीगणिक बहुदेवता मानण्याऐवजी, त्यांना एकेश्वरवाद शिकवून त्यांच्यात एक सामाजिक, सांस्कृतिक उत्थान निर्माण केले. त्यामुळे त्यांच्यात ज्ञानार्जनाची आस्था निर्माण होऊन तिथे एक सांस्कृतिक अभिसरण घडून आले. एका अशिक्षित माणसाने 'विद्याभिरुची वाढवली' हे म्हणणे काहीसे चमत्कारिक वाटत असले, तरी ते पूर्णत: खरे आहे. अरेबियातील वाङ्मयीन प्रगती, काव्य आणि इतर साहित्य प्रकारांचा उदय कुराणाबरोबर किंवा त्यामागोमाग झालेला असून, यातून अनेक उत्कृष्ट ग्रंथांची उत्पत्ती झाली, हे मत आता विद्वन्मान्य आहे. अरबी भाषा ही ग्रीक, हिब्रू किंवा संस्कृत भाषांसारखी प्राचीन नसून तीत कुराणपूर्व काळात धड व्याकरणही नव्हते, फारसे काही ग्रंथही नव्हते. मोहम्मदानंतर त्या भाषेची सर्वांगाने वाढ झाली. इ.स. आठव्या शतकात हारून-अल्-रशीद व इतरांनी परदेशातून विद्वान लोक आणून त्यांच्याकडून ग्रीक, संस्कृत इत्यादी भाषांतील ग्रंथांची अरबी भाषांतरे करवून घेतली. अंकगणित, खगोलशास्त्र, संगीत, रसायन, वैद्यक, तर्कशास्त्र, अलंकारशास्त्र इत्यादी विषयांचे ज्ञान अरबांनी भारतीय पंडितांकडून मिळवले आणि ते युरोपियन लोकांना दिले. ख्रिस्तपूर्व ग्रीक संस्कृतीतील प्लेटो, ऑरिस्टॉटल यांच्याही ग्रंथांची त्यांनी भाषांतरे करून घेतली. ग्रीकादी विद्वानांच्या ग्रंथांमुळे आणि अरबांशी आलेल्या संबंधांमुळेच पुढे युरोपात प्रबोधन चळवळ घडू शकली, ही गोष्ट आता सर्वमान्य झालेली आहे. थोडक्यात, पश्चिम आशिया व दक्षिण युरोप या खंडप्राय भूभागाला एक नवी दृष्टी देण्यास मोहम्मद हा अशिक्षित, पण सदाचरणी माणूस मूळ कारण ठरला, हे ऐतिहासिक सत्य आहे.

मोहम्मद पैगंबरच्या मृत्यूनंतरची (इ.स. ६३२) दोन शतके अरबांनी पूर्व व पश्चिम अशा दोन्ही दिशांना जोरदार आक्रमणे करून दक्षिण युरोपात अगदी स्पेनपर्यंत आणि मध्य आशियातील बहुतेक देशांवर आपले वर्चस्व प्रस्थापित करून जुलमाने धर्मप्रसार केला. त्यानंतर इ.स. १२२९पर्यंत चाललेल्या ख्रिश्चनांच्या धर्मयुद्धांनी (क्रुसेड्सनी) इस्लामला तुर्कस्तानपर्यंत मागे रेटत आणले. त्यापूर्वी इ.स. ७०८मध्ये मोहम्मद कासीम या अरब सेनापतीने भारतातील सिंध प्रांत जिंकला. त्याच्यानंतर सुमारे तीनशे वर्षांनी गझनीच्या मोहम्मदाने लूटमार, मूर्तिभंजन व अत्याचार करण्यासाठी भारतावर अनेक स्वाऱ्या केल्या. पुढे इ.स. ११९२मध्ये मोहम्मद घोरीने पृथ्वीराज

चव्हाणांचा पराभव करून दिल्लीचे तख्त काबीज करून स्वत:चे राज्य स्थापन केले. त्याच्यानंतरची ५०० वर्षे वेगवेगळ्या मुसलमान सुलतानांनी भारतात राज्ये केली. गझनीचा मोहम्मद, नंतर झालेले घोरी व पुढचे मोगल हे सर्व तुर्क होते, अरब नव्हे. अनेक मुसलमान सुलतानांनी आणि त्यांच्या सैन्यांनी भारतात केलेल्या जुलूम-जबरदस्तीमुळे येथील हिंदू लोकांमध्ये इस्लामबद्दल तिटकारा निर्माण झाला.

आधुनिक काळात जगातील अनेक देश 'इस्लामधर्मीय' आहेत. त्यातील अनेक देशांमध्ये लोकशाही असलीच तर ती केवळ देखाव्यापुरती आहे. हे देश 'नागरी समाज' (सिव्हिल सोसायटी) ही संकल्पना मानत नाहीत आणि मानवी हक्कांचाही मान राखत नाहीत. कुराणातल्या 'बहुविधता' या तत्त्वाला नाकारून ते धर्मनिरपेक्षतेला हराम म्हणजे पाप मानतात. अनेक इस्लामिक देशांमध्ये भाषण, विचार वगैरे स्वातंत्र्ये अस्तित्वात नाहीत, तसेच या बहुतेक देशांमध्ये स्त्रीजीवन अन्यायग्रस्त असून तेथील स्त्रिया असाहाय्य आहेत. तसेच लहानसहान गुन्ह्यांसाठी क्रूर शिक्षा देणे, 'ऑनर किलिंग'सारख्या दुष्ट प्रथा, इस्लामची अनुमती नसूनही अनेक इस्लामिक देशांमध्ये अस्तित्वात आहेत आणि मुल्ला-मौलवी त्यांना उघड किंवा छुपा पाठिंबा देत आहेत. शिवाय सुन्नीविरुद्ध शिया या वादात आधुनिक काळात अनेक इस्लामिक देशांमध्ये (पण भारतात नव्हे) सातत्याने भयंकर अत्याचारही होत आहेत. काळाशी सुसंगत असे नवविचार स्वीकारायला इस्लामचे मुल्ला-मौलवी तयार नाहीत, असे जगभर दिसून येते.

एवढेच नव्हे, तर काही इस्लामिक देशांमध्ये तालिबान, अल कायदा, इसिस, बोकोहराम वगैरेंसारख्या कट्टर दहशतवादी संघटना दहशत पसरवून निष्पाप लोकांना, बालकांना, स्त्रियांना छळ करून ठार मारत आहेत. त्यामुळे इस्लाम आणि क्रौर्य, युद्धखोरी व दहशतवाद हे एकच शब्द आहेत, असे जगाला वाटू लागलेले आहे. खरे तर, सर्वसाधारण मुसलमान स्त्री-पुरुषांना इतर धर्मीयांप्रमाणे शांततापूर्ण जीवन हवे असते; परंतु त्यांच्यातील कट्टरतावाद्यांवर 'आपण वेगळे आहोत, ईश्वराचे कार्य करत आहोत व त्याबद्दल मृत्यूनंतर आपणाला सर्व सुखाचा स्वर्ग मिळणार आहे,' अशी श्रद्धा बिंबवली जात असल्यामुळे जगभर 'इस्लामिक दहशतवाद' पसरत आहे.

सूफी पंथ, संत कबीर आणि शीख धर्म

इस्लाम धर्माचा संस्थापक प्रेषित मोहम्मद यांनी म्हटले होते की, त्यांच्यानंतर त्यांच्या अनुयायांमध्ये बहात्तर पंथ (संप्रदाय) निर्माण होतील. प्रत्यक्षात इस्लाममध्ये त्याहून जास्त पंथ निर्माण झालेले असावेत. त्यापैकी शिया व सुन्नी हे दोन मुख्य पंथ आहेत. मुळात प्रेषित मोहम्मदाच्या मृत्यूनंतर त्यांचा जावई अली यांच्याकडे खलिफापद

यावे की न यावे, या वादावरून हे दोन पंथ निर्माण झाले आहेत. अलीची बाजू रास्त व न्याय्य मानणारे शिया व विरुद्ध बाजूचे सुन्नी होत. सुन्नीपंथीय लोक संख्येने शियापंथीय लोकांपेक्षा जास्त आहेत. इराणसारख्या काही देशांत मात्र शियापंथीय बहुसंख्य आहेत. इस्लाम धर्मीयांमध्ये वहाबी, अहमदिया, सूफी इत्यादी अनेक पंथ आहेत. परंतु त्यांच्या खोलात न शिरता 'इस्लामला लागलेले गूढवादी वळण,' असे ज्याला काही लोक ओळखतात व ज्याचा नंतरच्या काळात मुख्यत्वे भारतात प्रसार झालेला आहे, त्या सूफी पंथाबद्दल जाणून घेऊ.

सूफी पंथ : अबू याझीद (इ.स. ७९६ ते ८७४) या संताने इराणमध्ये इस्लाम अंतर्गत सुरू केलेल्या सूफी पंथात 'सृष्टी आणि ईश्वर एकच आहेत' म्हणजेच 'जीवात्मा हा परमात्म्याचाच अंश आहे' असे कुराणाच्या तत्त्वज्ञानाशी 'विसंगत' असलेले अद्वैत मत सांगितले आहे. उदाहरणार्थ, 'मीच ईश्वर आहे' हे त्याचे प्रसिद्ध वाक्य उघडपणे 'अहं ब्रह्मास्मि' या बृहदारण्यकोपनिषदांतील वाक्याचे सरळ भाषांतर आहे. प्रो. झीनर या विद्वानाने असे दाखवून दिले आहे की, सुरुवातीच्या सूफी संतांनी ही मते त्या काळी इराणपर्यंत पोहोचलेल्या हिंदूंच्या वेदान्त तत्त्वज्ञानातून घेतलेली आहेत. इस्लामशी न जुळणाऱ्या अशा मतांसाठी अरबस्तानादी देशात कित्येक सूफी संतांचा वेडे ठरवून भयंकर छळ झाला.

पुढील काळात हे सूफी संत इराणमधून जगात इतरत्र गेले, भारतातही आले. मुसलमान राज्यकर्ते असलेली भारतभूमी धर्मप्रसारासाठी त्यांना फार मानवली. ख्वाजा मोइनुद्दीन चिश्ती (इ.स. ११४२ ते १२३६) हा त्यांचा भारतातील पहिला मोठा धर्मप्रसारक. त्याचा राजस्थानातील अजमेरचा दर्गा अत्यंत लोकप्रिय असून सर्व पंथांचे लोक तिथे नवस करतात. सूफी संत चमत्कार करतात, असे मानले जात असे. इतिहासात या संतांना राजाश्रयही मिळत गेला. खरे तर सूफी संतांच्या दर्ग्यांच्या पूजा, नवस व ताबूतांच्या मिरवणुका यांना कट्टर मुसलमानांचा विरोध असूनही भारतात मात्र या गोष्टी इस्लामी संस्कृतीचा भाग बनलेल्या आहेत.

सूफी संत भारतात येण्यापूर्वी आणि नंतरही त्यांच्यात पुष्कळ पंथ आणि उपपंथ निर्माण झाले होते. त्यातील काहींनी अद्वैत मत राखले होते, तर काही विरुद्ध टोकाच्या द्वैत मताकडे वळले होते, असे दिसते. मात्र या सर्व पंथोपपंथांपैकी कुणीही धर्मसमन्वयवादी होते, असे दिसत नाही. त्यांच्यापैकी भारतातील सुऱ्हावर्दी, नक्षबंदी असे काही पंथ तर मुसलमान राज्यकर्त्यांनी हिंदू प्रजेला बळजबरीने मुसलमान केले पाहिजे, अशी शिकवण देत होते.

संत कबीर (इ.स. १४४० ते १५१८) : जन्माने बहुधा मुसलमान असलेला पण

खराखुरा धर्मसमन्वयवादी असलेला, उत्तर भारतात होऊन गेलेला एक लोकप्रिय महात्मा म्हणजे संत कबीर. त्याने हिंदूंचे वेद, कर्मकांड, जातीपाती व मूर्तिपूजा नाकारल्या, पण ईश्वरशरणतेवर भर दिला. तो रामभक्तही होता. देव देवळात किंवा दगडाच्या मूर्तीत नाही, तर प्रत्येकाच्या हृदयात आहे, अशी शिकवण त्याने दिली. मुसलमानांचा आणि हिंदूंचा असे दोन वेगळे ईश्वर नसून सर्वांचा एकच ईश्वर आहे, असे त्याने सांगितले. हिंदूंच्या जातींबद्दल तो म्हणतो की, 'एकाच ज्योतीपासून सगळे झाले तर कोण ब्राह्मण आणि कोण शुद्र?' कबिरावर संत नामदेवांच्या विचारांचाही मोठा प्रभाव होता, असे दिसते. हे सारे महात्मे मानवतावादी होते, सर्वांभूती परमेश्वर पाहण्याची त्यांची दृष्टी होती.

संत कबीराने उत्तर भारतातील लोकांना भक्तिमार्ग शिकवला. खरे तर कबिराच्या काळापूर्वींच भारताच्या बऱ्याच मोठ्या भागावर मुसलमानांची राज्ये होती. त्यांच्यापैकी काही सुलतान स्वत: धर्मवेडे होते किंवा धर्मवेड्या मुल्ला मौलवींच्या तंत्राने वागणारे होते. हिंदूधर्मीय जनतेचा विनाकारण छळ करणारे होते. त्यामुळे या भिन्न धर्मीय सामान्य जनतेत सामंजस्य निर्माण करणे, निदान तसा प्रयत्न करणे आवश्यक होते. ते काम कबिराने केले. त्याने हिंदूंची मूर्तिपूजा नाकारली खरी, पण भक्तिमार्ग प्रेमपूर्वक स्वीकारला, शिकवला. कबिरानंतर काही दशकांनी आलेल्या गुरू नानकांनीसुद्धा अशाच प्रकारे धर्मसमन्वयाचे कार्य उत्तर भारतात केले. मुसलमानांतील सूफी संतांच्या काही विचारांचा आणि हिंदूंतील भक्तिमार्गी संतांच्या शिकवणुकीचा या दोघांवर बराच परिणाम पडला असावा, असे दिसते.

शीख धर्म : पंजाब प्रांतात जिथे सूफी संतविचारांचा प्रभाव निर्माण झाला होता, तिथे काही लोक अंतर्मुख होऊन दोन्ही धर्मांतील आचारविचारांवर मनन करू लागले होते. त्यांपैकीच एक असलेल्या गुरूनानक (इ.स. १४६९ ते १५३९) या चिंतनशील माणसाने मुसलमानांचा एकेश्वरवाद आणि हिंदूंचे कर्मविपाक व पुनर्जन्म हे सिद्धान्त एकत्र करून, पण हिंदूंच्या चातुर्वर्ण्याला व मूर्तिपूजेला विरोध करून समतेवर आधारित शीख धर्म स्थापन केला. या धर्माचे सुमारे दीड कोटी अनुयायी मुख्यत्वे भारतात व जगात इतरत्रही पसरलेले आहेत. गुरूनानक हा शीख धर्माचा पहिला गुरू आणि गुरू गोविंदसिंग हा दहावा व शेवटचा गुरू होय. या दहा गुरूंची आणि नामदेवादी इतर संतांची वचने एकत्र करून त्यांच्या 'गुरू ग्रंथसाहिब' या धर्मग्रंथाची रचना झालेली आहे. हा ग्रंथ गुरुमुखी, मुलतानी, पर्शियन, प्राकृत, हिंदी व मराठी अशा सहा भाषांत असून, त्यात शीखेतर संतांचीही वचने आहेत. शीख धर्मात स्त्रियांना समान वागणूक सांगितलेली आहे, जी इतर कुठल्याही धर्मात नसावी. न्याय

व सत्यासाठी शिखांनी मरणाला नेहमी तयार असावे, अशी या धर्माची आज्ञा आहे. त्याचप्रमाणे प्रत्येकाने श्रम करून उदरनिर्वाह करावा, अशी गुरूनानकांची शिकवण आहे. राम, कृष्ण, अल्ला ही सर्व एकाच ईश्वराची वेगवेगळी नावे आहेत, असे नानक म्हणत. या धर्मात बसवेश्वरांच्या धर्माप्रमाणे श्रमाला प्रतिष्ठेचे स्थान आहे. काही लोक शीख धर्माला इस्लामचा प्रभाव असलेली पण हिंदू धर्म सुधारणेचीच चळवळ मानतात. शीख धर्माची मूलतत्त्वे थोडक्यात पुढीलप्रमाणे सांगता येतील–

१) या धर्मात एकेश्वरवादावर भर आहे. २) सर्वशक्तिमान ईश्वर हा एकमेव, जगाचा निर्माता, सांभाळकर्ता व नाशकर्ता आहे. या धर्मात ब्रह्मा, विष्णू, महेशसुद्धा आहेत, पण ते ईश्वरनिर्मित आहेत, स्वयंभू नव्हेत. ३) जग हे ईश्वराचे त्याच्या इच्छेने झालेले आविष्करण असून त्याच्या पलीकडेही तो उरलेला आहे. म्हणजे ईश्वर जगाहून श्रेष्ठ आहे. ४) ईश्वर, जग व त्यातील बदल हे सर्व सत्य आहेत. ईश्वर सर्व गुणांचा सागर आहे. त्याला कशाचीही कमतरता नाही आणि तो 'अवतार' घेत नाही. ५) मनुष्याने संन्यास न घेता, शिस्तबद्ध संसारी (ऐहिक) जीवन जगावे. ६) मानवी मन व आत्मा आध्यात्मिक व श्रेष्ठ असून ते स्वार्थाने मलिन होतात. हा दुष्ट स्वार्थ टाकून शुद्ध व्हा. ७) जिवाला कर्मफलसिद्धान्त व पुनर्जन्म आहेत. सत्कृत्ये व खऱ्या मनाने केलेली ईश्वरभक्ती यामुळे त्याची जन्ममरणाच्या फेऱ्यातून सुटका होते आणि ईश्वराशी तादात्म्य मिळते (आत्मा परमात्म्याशी एकरूप होतो किंवा त्याच्यासारखा होतो, दोन्ही अर्थ.) ८) मनापासून केलेले नामस्मरण, भजन व कीर्तन ही आवश्यक सत्कृत्ये होत. ९) मुक्तीसाठी ईश्वरकृपा व त्यासाठी गुरूचे मार्गदर्शन आवश्यक आहे. १०) मानवी दुःख हे अज्ञान व मोहामुळे उत्पन्न होते. आपल्या दुःखाला ईश्वर कारण नाही, पण कधी कधी तो आपल्या भल्यासाठी दुःख देतो. ११) शीख धर्माचा मूर्तिपूजा, जातिभेद, उच्चनीचता, तीर्थयात्रा आणि सर्व बाह्य दांभिक उपचार यांना कडाडून विरोध आहे. १२) शीख धर्मात गुरू नानक, गुरू अर्जुनसिंग, गुरू गोविंदसिंग आणि त्यांचा धर्मग्रंथ 'ग्रंथसाहिब' यांना फार मान आहे. १३) 'सत्नाम अकाल' म्हणजे 'ईश्वर कालातीत आहे' ही शीख धर्माची प्रमुख घोषणा आहे.

१०.

पुनर्जन्म, सैतान आणि ईश्वरकल्पना

भारतीय उगमाचे धर्म

भारतीय उगमाच्या हिंदू, बौद्ध व जैन या प्राचीन (म्हणजे कमीत कमी अडीच हजार वर्षांपूर्वी उगम झालेले) आणि शीख या अर्वाचीन (म्हणजे सुमारे पाचशे वर्षांपूर्वी उगम पावलेला) चार धर्मांमध्ये काही साम्य व काही फरक आहेत. साधारण एकाच भौगोलिक विभागात उगम असल्यामुळे त्यांच्यामध्ये फरकांपेक्षा साम्य असण्याची शक्यता अधिक आहे.

आत्मा : या चारही धर्मांमध्ये प्रत्येक सजीवाला आत्मा आहे. त्या आत्म्यासाठी साधारण सारखा कर्मफलसिद्धान्त आहे. आत्म्याच्या मुक्तीसाठी प्रयत्न आहेत व भोगांसाठी पुनर्जन्मही आहेत. जैन धर्म सांगतो की, जरी सर्व प्राणिमात्रांत आत्मा आहे, तरी मानवाचा आत्मा जास्त प्रगत असून तो संपूर्ण ज्ञान, प्रचंड सामर्थ्य व मोक्षरूपात शाश्वत सुख मिळवण्यास समर्थ आहे. जैन धर्मात ईश्वराचे अस्तित्व स्पष्टपणे नाकारलेले असून आत्म्याचे अस्तित्व मानलेले आहे, पण तो आत्मा कुठून व कसा आला, ते मात्र सांगितलेले नाही. बौद्ध धर्मात आत्मा ही संकल्पना उशिरा मान्य झाली असावी, असे दिसते. कारण स्वत: गौतम बुद्धाने आत्मा हा केवळ 'आध्यात्मिक जाणिवेच्या स्वरूपाचा आहे' व 'तो शाश्वत (अमर) नाही' असा अनात्मवाद सांगितलेला आहे. त्याच्यानंतरच्या अनुयायांनी मात्र पुनर्जन्म होण्यासाठी अमर आत्मा आवश्यक असल्याने तो स्वीकारला असावा. हिंदू धर्मात उपनिषद काळी अमर आत्मा, त्याचे स्वरूप व गती, त्याचा पुनर्जन्म आणि आत्मा ब्रह्माचाच अंश याबाबत प्रचंड विचारमंथन झाले आणि या सर्व गोष्टी बहुश: सर्वमान्य झाल्या.

अद्वैत : हिंदू धर्मात जसे जीव आणि शिव, आत्मा आणि ब्रह्म तसेच सृष्टी आणि ईश्वर यात पूर्ण अद्वैत मानतात, तसे पूर्ण अद्वैत शीख धर्माला मान्य नाही. बौद्ध व जैन धर्मात ईश्वरच नसल्यामुळे द्वैत-अद्वैताचा प्रश्नच येत नाही.

जग सत्य आहे : या चारही धर्मांमध्ये जग सत्य आहे, परंतु या सत्य इहलोकाविषयी आसक्ती असणे हा मात्र दुर्गुण आहे. मध्यंतरीच्या काळात शंकराचार्यांनी जग मिथ्या (माया) आहे, असे सांगितले. आजही काही लोक तसे मानत असू शकतील. परंतु साधारणपणे आजच्या काळात विद्वानांचा आणि सर्वसामान्यांचा कल जग मिथ्याऐवजी सत्य मानण्याकडे आहे.

संन्यास : हिंदू, बौद्ध व जैन या तिन्ही धर्मांमध्ये सर्वसंग परित्याग करून संसारातून संन्यास घेण्याला मान्यता व प्रतिष्ठा आहे. एकट्या शीख धर्मात मात्र माणसाने संन्यास न घेता शिस्तबद्ध ऐहिक संसारी जीवन जगावे, अशी स्पष्ट आज्ञा आहे.

उच्चतम जीव : या चारही धर्मांमध्ये मनुष्य हा उच्चतम जीव मानलेला आहे, तिथून पुढे जैन धर्मात 'कैवल्य', बौद्ध धर्मात 'निर्वाण' व हिंदू धर्मात मुक्ती, शांती, देवत्व किंवा मोक्ष अशा साधारण तुल्य संकल्पना आहेत. शीख धर्मातसुद्धा जन्ममरणाच्या फेऱ्यातून सुटका मिळण्यासाठी ईश्वराशी तादात्म्य पावणे किंवा त्याच्यासारखे होणे, अशी 'मुक्ती' आहे. त्यासाठी ईश्वरकृपा व त्यासाठी गुरूचे मार्गदर्शन आवश्यक आहे. बौद्ध धर्म सांगतो की, 'निर्वाण' हे मनुष्याचे ध्येय असून, निर्वाणाचा मार्ग सर्वांसाठी खुला आहे. बुद्धाने सांगितले, की थोर आसक्तिविरहित साधू म्हणजे 'अर्हत'. ते जिवंतपणीही निर्वाण मिळवू शकतात, मग त्यांना पुनर्जन्म येत नाही. त्यांनी इतरांनाही निर्वाणप्राप्तीसाठी मार्गदर्शन केले पाहिजे. 'आत्म दिपो भव' म्हणजे पूर्णत्वासाठी, ध्येयसिद्धीसाठी 'स्वावलंबना'चा मार्ग अनुसरावा आणि अहिंसा, सत्य, दया, आत्मसंयमन, उदात्तता, पावित्र्य व अनासक्ती इत्यादी गुण आवश्यक आहेत, असे बुद्धाने सांगितले आहे.

दुःखाचे कारण : या चारही धर्मांमध्ये माणसाच्या दुःखाचे कारण साधारणपणे पूर्वजन्मीचे कर्म असे असून, देव असला तरी तो दुःखाला जबाबदार नाही, असे पक्के मानलेले आहे. बुद्धाने मात्र मानवी दुःखावरच त्याचे सर्व लक्ष केंद्रित केले होते आणि ईश्वर आहे की नाही ही चर्चा करण्याससुद्धा नकार दिला होता (अव्याकृत). बुद्धाने सांगितलेली चार थोर सत्ये अशी आहेत—१) जीवन दुःखमय आहे. २) दुःखाचे मूळ कारण अज्ञान, अभिलाषा (तृष्णा, लोभ) इत्यादीत आहे. ३) दुःखनिवारण होऊ शकते. ४) अष्टांगिका मार्गाने गेल्यास, दुःखनिवारण होऊ शकते आणि निर्वाणप्राप्तीही होऊ शकते.

'शांततापूर्ण व नैतिक जीवन', 'धर्मग्रंथ माहात्म्य', 'गुरूविषयी आदर' इत्यादी

अनेक बाबतींत या चारही धर्मांमध्ये ठळक साम्यस्थळे आहेत. तसेच काही फरकही आहेत.

ईश्वर : मुळात जैन धर्म, बौद्ध धर्म व हिंदूंतील लोकायत, बृहस्पती व चार्वाकांसारखे काही तत्त्वचिंतक ईश्वराचे अस्तित्वच नाकारतात. शीख धर्मात सर्वसमर्थ ईश्वराचे अस्तित्व मानलेले आहे. हिंदूंच्या प्रतिष्ठित व आस्तिक (म्हणजे वेद मानणाऱ्या) म्हणून मानल्या गेलेल्या षड्दर्शनांमध्ये सांख्य व वैशेषिक ही दोन दर्शने निरीश्वरवादी असून, न्याय व योग ही दोन दर्शने परिमित ईश्वरवादी आहेत, पूर्वमीमांसा म्हणजे जैमिनीसूत्रे हे दर्शन बाह्यत: ईश्वर नाकारणारे, परंतु यज्ञ व यज्ञफळ यांना केवळ मानणारेच नव्हे तर त्याची तरफदारी करणारे आहे. म्हणजे ते यज्ञालाच ईश्वर मानणारे आहे, असे म्हणता येईल. फक्त वेदान्ताचा (म्हणजे उपनिषदांचा किंवा उत्तरमीमांसेचा) तसेच त्यात ब्रह्मसूत्रे व भगवद्गीता मिळून बनणाऱ्या 'प्रस्थान त्रयी'चा हिंदू धर्मावर इतका जास्त प्रभाव पडलेला आहे की, प्राचीन हिंदू धर्मात काही दर्शने चक्क निरीश्वरवादी आहेत, ही गोष्ट हिंदू लोक साफ विसरूनच गेले आहेत. त्यामुळे हिंदूधर्मीय लोक स्वत:ला पूर्णत: देववादी किंवा ईश्वरवादीच मानतात. परंतु त्यांच्यातील मूर्तिपूजेबाबतच्या अतीव प्रेमामुळे जगातील इतर धर्मांतील लोक त्यांना देववादीच नव्हे तर ते देवभोळे, दैववादी आणि अंधश्रद्ध लोक आहेत, असे मानतात.

एकेश्वरवाद : हिंदू धर्मात एकूण कोट्यवधी देव मानले जातात. शिवाय या धर्मात (इतर धर्मांप्रमाणेच) अनेक संप्रदाय असून प्रत्येक संप्रदायाचे वेगवेगळे देव आहेत. तरीही वेगवेगळे देव ही एकाच परम ईश्वराची (ब्रह्माची) वेगवेगळी रूपे आहेत, असेही मानले जात असल्यामुळे हिंदू धर्म 'एकब्रह्मवादी' ठरतो. त्यामुळे जगातील ईश्वर मानणारे सर्व धर्म ज्या अर्थाने एकेश्वरवादी आहेत, त्या अर्थाने हिंदू धर्मसुद्धा एकेश्वरवादीच आहे, असे म्हणता येते. शीख धर्मात इस्लामप्रमाणे एकेश्वरवादावर भर आहे, जोर आहे.

अवतार : हिंदू धर्मात असे मानतात की, ईश्वर स्वत: मानवरूपात पृथ्वीवर अवतार घेतो. असे मानणारा हिंदू हा जगातील एकमेव धर्म आहे. ईश्वर मानणाऱ्या शीख धर्मालासुद्धा अशी अवतारकल्पना मान्य नाही. जैन व बौद्ध धर्मात ईश्वरच नसल्यामुळे त्याने अवतार घेण्याचा प्रश्नच येत नाही.

मूर्तिपूजा : हिंदू लोक मूर्तिपूजक आहेत. ते मूर्तीलाच ईश्वराचे प्रतीक मानून पुजतात. भारतात हिंदूंची अशी मूर्तिपूजेची मंदिरे लाखोंनी असतील. जैनांचे तीर्थंकर, त्यांच्या मूर्ती व त्यांची मंदिरे भारतात कदाचित हिंदूंच्या देवळांएवढीच किंवा जास्तसुद्धा असू शकतील, पण ते त्यांचे ईश्वर किंवा अवतार नसून त्यांचे मार्गदर्शक आहेत. आधी बौद्धांनी बुद्धमूर्ती बनवायला सुरुवात केली आणि त्यानंतर हिंदूंमध्ये मूर्तिपूजा सुरू होऊन वाढली, असे काही अभ्यासक म्हणतात. ते खरे असणे शक्य

आहे. शीख धर्माचा मूर्तिपूजेला विरोध आहे.

सृष्टीनिर्मिती : बौद्ध व जैन धर्म ईश्वरच मानत नसल्यामुळे, त्यांच्या मते जग कुणीही निर्मिलेले नसून ते अनादिकालापासून अस्तित्वात आहे. हिंदूंच्या सांख्य दर्शनाप्रमाणे सृष्टी ही भौतिक नियमांनी उत्क्रांत झालेली आहे. शीख धर्मानुसार निश्चितपणे व हिंदू धर्मानुसार बहुधा सृष्टी ईश्वरनिर्मित आहे. मात्र हिंदू धर्मात ती शून्यातून किंवा इतर कशातून निर्मिलेली नसून ईश्वराने स्वतःतून निर्मिलेली आहे. या मताला बहुधा म्हणण्याचे कारण असे की, ऋग्वेदातील दहाव्या मंडलातील नासदीय सूक्तात म्हटले आहे, देवांना किंवा अगदी जगदाध्यक्षालाही ही सृष्टी कोठून व कशी उत्पन्न झाली, हे माहीत असेल किंवा नसेलही.

पश्चिम आशियातील उगमाचे धर्म

आर्यवंशीय झरथुष्ट्राचा धर्म ज्या देशात निर्माण झाला तो इराण, आणि इस्लाम जिथे निर्माण झाला तो अरबस्तान वगैरे भूभागाला 'मध्य आशिया' आणि त्याच्या पश्चिमेला असलेल्या इस्रायल, पॅलेस्टाईनमध्ये जिथे ज्यू व ख्रिस्ती धर्म उगम पावले, त्या भूभागाला 'पश्चिम आशिया' असे म्हटले जाते. मात्र या संपूर्ण भूभागाला मी सोयीसाठी 'पश्चिम आशिया' असे म्हटले आहे. झरथुष्ट्राचा धर्म आणि ज्यू, ख्रिश्चन व इस्लाम हे तीन सेमिटिक किंवा 'अब्राहमिक' (म्हणजे 'जुना करार' मानणारे) धर्म अशा एकूण चार धर्मांमधील साम्यस्थळे व फरक इथे पाहू.

ईश्वर : चारही धर्मांतील ईश्वर एकेकच (एकमेवच) आणि सर्वशक्तिमान आहे. मात्र त्याच्या एकत्वावर व सर्वशक्तिमानत्वावर कमी–अधिक जोर आहे. पारशी धर्मात चांगला आणि वाईट असे वेगवेगळे दोन देव असून, वाईट देव (अहरिमन= सैतान) चांगल्या देवाला चक्क टक्कर देऊ शकतो. नंतर ज्यू धर्मात व पुढे त्यातून ख्रिश्चन धर्मात सैतान हे पात्र आले खरे, पण ते पुष्कळ दुबळे होऊन आले. त्यामुळे चांगला देव सर्वशक्तिमान बनला. त्या देवाला कुणी आव्हान देऊ शकत नाही. इस्लाम धर्मात अल्लाच्या एकमेवत्वावर व सर्वशक्तिमानत्वावर इतका भर आहे की, अगदी झाडाचे पान पडायचे असले तरी ते ईश्वराच्या हुकमानेच पडते. इस्लाममध्ये दुष्ट कर्मांसाठी इब्लिस हा सैतान आहे खरा, पण तो ईश्वराचा नोकर आहे. ईश्वराबरोबर कुणाचीही तुलना होऊच शकत नाही.

आत्मा : या चारही धर्मांमध्ये माणसाचा आत्मा अमर आहे, पण माणसाचे स्वरूप कमी–अधिक आध्यात्मिक आहे. या चार धर्मांपैकी इस्लामधर्मीय मनुष्य सर्वांत कमी आध्यात्मिक आहे.

माणसाचे स्थान : दैवी योजनेतील माणसाचे स्थान पारशी धर्मात सर्वांत महत्त्वाचे, त्याखालोखाल ज्यू व ख्रिश्चन धर्मात आणि सर्वांत कमी महत्त्वाचे

(आज्ञाधारक सेवकासारखे) इस्लाम धर्मात आहे.

स्वातंत्र्य : चारही धर्मांमध्ये माणसाला कमी-अधिक स्वातंत्र्य आहे. त्याचा क्रमही वर दिल्याप्रमाणेच आहे. इस्लाम धर्मात मनुष्य अल्लाच्या दासाप्रमाणे असल्यामुळे त्याला आचारविचार स्वातंत्र्य सर्वांत कमी व शिस्तपालनाचे कर्तव्य सर्वांत जास्त आहे.

जगाची निर्मिती : या चारही धर्मांमध्ये जग ईश्वरानेच निर्मिले. ज्यू व ख्रिश्चन धर्माप्रमाणे 'शून्यातून व सहा दिवसांत' पण पारशी व इस्लाम धर्मांत नेमके कसे व कशातून ते स्पष्ट नाही.

जगाचा शेवट : चारही धर्मांमध्ये जग ईश्वरावर अवलंबून आहे आणि त्याला वाटेल तेव्हा तो ते नष्ट करू शकतो, असे मानले जाते.

संन्यास : चारही धर्मांमध्ये संन्यास घेणे वा सर्वसंगपरित्याग करणे अयोग्य आहे, फक्त सुरुवातीचा ख्रिश्चन धर्म काहीसा निवृत्तीवादी होता, असे म्हणता येईल.

नैतिकता : चारही धर्मांमध्ये येथील जीवनाच्या नैतिकतेवर पुरेपूर भर आहे.

जन्म : पारशी धर्मात मनुष्य शुद्ध व निष्पाप जन्मतो. ज्यू व ख्रिस्ती धर्मांमध्ये मनुष्य आरंभीच्या पापांचा (म्हणजे आदमच्या पापांचा) बोजा घेऊन जन्मतो, तर इस्लाममध्ये मानवी जन्म ईश्वराच्या सेवेसाठीच आहे.

पुनर्जन्म : या चारही धर्मांमध्ये एकच एक जन्म आहे. कुणालाही दुसरा जन्म, वा पुनर्जन्म मिळत नाही.

मृत्यूनंतरचे जीवन : या चारही धर्मांमध्ये माणसाला मृत्यूनंतर परलोक जीवन आहे आणि तेच दीर्घ व जास्त महत्त्वाचे आहे.

नरक : ख्रिस्ती व इस्लाम धर्मांमध्ये अखेरच्या निवाड्यानंतरचा नरक अनंत काळाचा व न संपणारा आहे. ज्यू धर्मात वेगवेगळ्या कल्पना असून त्यातील एक कल्पना बारा महिने नरकवास अशी आहे. पारशी धर्मात नरक थोडा काळ भोगल्यावर जगाच्या अखेरीस अगदी सर्वांना सुखी जीवन आहे. अशी सुखी जीवनाची गॅरंटी इतर कुठल्याही धर्मात नाही.

स्वर्ग : या चारही धर्मांमध्ये स्वर्गप्राप्ती हे मानवाचे अंतिम ध्येय आहे. स्वर्ग म्हणजे ईश्वराशी जवळीक. ती कमीअधिक प्रमाणात आहे. पण यापैकी कुठल्याही धर्माने ईश्वराशी एकात्मता काही सांगितलेली नाही.

देवदूत : या चारही धर्मांमध्ये देवाभोवती किंवा त्याच्याबरोबर त्याचे देवदूतही आहेत. अर्थातच त्यांचे आकडे व नावे प्रत्येक धर्मात वेगवेगळी आहेत.

अद्वैत व अवतार : या चारही धर्मांमध्ये आत्मा व परमात्मा वेगवेगळे आहेत (म्हणजे द्वैत). या चारही धर्मांतील ईश्वर स्वत: मनुष्यरूपात अवतार घेऊन पृथ्वीवर कधीही जन्म घेत नाही, येत नाही.

सैतान : चारही धर्मांत अहरिमन किंवा सैतान किंवा इब्लिस असा जगभर वावरणारा दुष्टात्मा, दु:खदाता आहे. खरे तर मानवी दु:खांना, मानवावरील अन्यायाला व त्याच्या दुर्दैवाला, बहुधा त्याचे स्वत:चे मन, त्याचे अज्ञान आणि कधी कधी नैसर्गिक उत्पात (पूर, वादळे, भूकंप, सुनामी इत्यादी) हीच मूळ कारणे असतात. त्यांच्यामुळे रोगराई, दुष्काळ, युद्धे अशा आपत्तीही येऊ शकतात. शिवाय कुठल्याही आपत्तीत पुण्यशील माणसे व दुर्जन सारखेच भरडले जातात. यामुळे ईश्वराच्या न्यायबुद्धीविषयी शंका निर्माण होते आणि त्याच्या संपूर्ण चांगुलपणाच्या प्रतिमेला तडा जातो. ईश्वराला या अडचणीतून सोडवण्यासाठी दु:खे, दुष्कर्मे व दुष्टपणा यांचे जनकत्व दुसऱ्या कुणाकडे तरी असावे, म्हणून सैतान या कल्पनेचा जन्म झाला असावा, असे वाटते.

आपण आधी पाहिले आहे की, सैतान (अहरिमन) ही कल्पना सर्वप्रथम झरथुष्ट्राने मांडली. त्याने सर्व वाईटाचे कर्तृत्व या अहरिमनकडे दिले. तसेच त्याला ईश्वराचा म्हणजे चांगल्याचा समर्थ विरोधक ठरवला. दोघांचा म्हणजे चांगल्या– वाईटाचा सतत संघर्ष दाखवला आणि अखेर विजय ईश्वराचा म्हणजे अहुरमज्दचा होईल, असे सांगितले. या नव्या कल्पनेने क्रौर्य, दुष्टपणा व अन्याय यांसारख्या आरोपातून ईश्वर मुक्त झाला, चांगला ठरला; पण त्यामुळे दुसराच प्रश्न निर्माण झाला. साक्षात् ईश्वराशीही युद्ध करण्याच्या सैतानाच्या कर्तबगारीमुळे ईश्वराचे सर्वशक्तिमानत्व अडचणीत आले. म्हणून ज्यू, ख्रिश्चन व इस्लाम या धर्मांनी ही कल्पना स्वीकारताना ईश्वराचे सामर्थ्य परिपूर्ण राखण्यासाठी सैतानाच्या सामर्थ्यांत कपात केली. ईश्वर सैतानावर रागावतो, पण त्याला नष्ट करत नाही. म्हणून जगात दुर्बुद्धी, दुष्कर्मे, अन्याय व दु:खे चालूच राहतात. इस्लाममध्ये तर अल्लानेच सैतानाला त्याचे चाळे कल्पांतापर्यंत चालू ठेवायला परवानगी दिली आहे.

भारतीय उगमाच्या धर्मांमध्ये 'सैतान नाही, पण पुनर्जन्म आहे' आणि पश्चिम आशियात निर्माण झालेल्या धर्मांमध्ये 'पुनर्जन्म नाही, पण सैतान आहे.' वास्तवात सैतान नाही, पुनर्जन्महीं नाही आणि मुळात ईश्वरही नाही. म्हणजे सर्व मानवरचित केवळ कल्पना आहेत, सत्य नव्हेत, असे आम्ही विवेकवादी मानतो.

धर्मांच्या ईश्वरकल्पना

पश्चिम आणि मध्य आशियात निर्माण झालेले ज्यू, झरथुष्ट्र, ख्रिश्चन आणि इस्लाम हे चार धर्म आणि भारतात उगम पावलेले हिंदू, बौद्ध, जैन व शीख हे चार धर्म असे आठ धर्म हे जगातले महत्त्वाचे धर्म आहेत. हे सर्व धर्म पुरुषांनीच स्थापन केलेले आहेत. यांपैकी फक्त भारतात निर्माण झालेले जैन व बौद्ध हे दोन धर्म मूलत: ईश्वर न मानणारे असून त्यांच्याव्यतिरिक्त उरलेल्या सहाही धर्मांमध्ये माणसाने मानसिक

आधारासाठी कसला तरी ईश्वर मानलेला, कल्पिलेला आहे. ईश्वर मानणाऱ्या या सर्व धर्मांतील मुख्य ईश्वर पुरुषच आहे आणि हे धर्म सर्वार्थाने पुरुष ईश्वराधारितच आहेत. याचे कारण असे असू शकेल की, रानटी अवस्थेपासून माणसांची जी काही समाजव्यवस्था असेल, त्यात शिकार मिळवण्यासाठी पुरुषाचे शरीरबळ जास्त उपयोगी पडत असावे. त्यातून पुरुषप्रधानता आली असणे शक्य आहे. सततचे अन्न उत्पादन व पुरवठ्याचा प्रश्न मात्र स्त्रियांनी घराच्या आजूबाजूला होऊ शकणाऱ्या शेतीचा शोध लावून सोडवला असावा, पण सर्व धर्म पुरुषस्थापित असल्यामुळे त्यांचे नियम पुरुषांना अनुकूल व स्त्रियांना अन्याय्य व दुय्यम स्थान देणारे असे बनवले गेले, असे वाटते.

पूर्व आफ्रिकेत माणसाची 'शहाणा मानव' ही उत्क्रांती दीड-दोन लाख वर्षांपूर्वी झाल्यानंतर पंचाऐंशी हजार वर्षांपूर्वी शेवटचे हिमयुग येऊन गेले. त्यानंतर केव्हा तरी अन्नशोधार्थ आफ्रिकेच्या वायव्य टोकाकडून आशिया खंडात प्रवेश करून चालत चालत, तात्पुरत्या वस्त्या करत, शेवटची साठ-सत्तर हजार वर्षे ही मानवजात आशिया खंडभर आणि जगात इतरत्रही पसरत राहिली असावी. त्यांच्या वसाहतींना सुमारे आठ-दहा हजार वर्षांपूर्वी लागलेल्या शेतीच्या शोधानंतरच स्थैर्य आले. त्यानंतर केव्हा तरी म्हणजे माणसाला कल्पना रचायला स्वास्थ्य मिळाल्यावर, आजपासून सात-आठ हजार वर्षांपूर्वी ईश्वरांचा व धर्मांचा शोध माणसाला लागला असावा. त्यातले काही टिकले व काही नष्ट झाले असावेत. हेही शक्य आहे की, यातील अगदी सुरुवातीच्या ईश्वर कल्पना भूमध्य समुद्राजवळील इस्रायल, सीरिया, जॉर्डन येथील भूभागात (ज्याला आज 'बायबलची भूमी' असे म्हणतात) सुचल्या असाव्यात. तिथून मेडिटरेनियन लोकांपैकी 'द्रविड' वंशाचे लोक इराक वगैरे भागांतून चालत येऊन, समुद्र ओलांडून, सुमारे सात-आठ हजार वर्षांपूर्वी भारतात प्रवेश करून त्यांनी सिंधू संस्कृतीची स्थापना केली असावी. हीच भारताची आर्यपूर्व संस्कृती. या लोकांचे इजिप्त, इराकमधील पुरातन धर्मांशी, संस्कृतींशी आणि तेथील मानववंशांशी मोठे साम्य आढळते. त्यांच्यात दळणवळणही होते. तर्कतीर्थ लक्ष्मणशास्त्री जोशी यांनी त्यांच्या 'हिंदुधर्माची समीक्षा' या ग्रंथात (पान १३३) असे म्हटले आहे की, इजिप्त, क्रीट, मेसोपोटेमिया येथील संस्कृतींमध्ये शिव, विष्णू व काली या देवता असून नाईल, युफ्रेटिस, तैग्रिस व सिंधू यांच्या तीरावर वाढलेल्या या प्राचीन संस्कृतींचा वारसा हिंदू समाजाकडे अजूनही चालू आहे, इत्यादी. यावरून असे दिसते की, शिव आणि विष्णू हे हिंदूंचे आजचे प्रमुख देव, ज्यांना भारतातील आर्यांच्या देवतामंडलात स्थान नव्हते. त्यांचा फार उशिरा म्हणजे वेदोपनिषद काळानंतर हिंदू धर्मात समावेश झाला. हे देव आर्यपूर्व सिंधू संस्कृतींतून (जी हळूहळू नष्ट होतानाही शेकडो वर्षे तगून राहिली असावी) हिंदू धर्मात येऊन मान्यता पावले असावेत.

जगातील बहुसंख्य मानवजातीच्या पूर्वजांना सुचलेली देवाबाबतची मूळ कल्पना अशी असावी की, वनस्पती, अन्नधान्य व प्राणिमात्रांना जीवन देणारी पृथ्वीमाता-निसर्गसृष्टी ही 'मदर' आणि पाऊस, सूर्यप्रकाश वगैरे देणारा तिचा पुरुष सहकारी, आकाशात राहणारा 'फादर', मानवाचा बाप ईश्वर होय. यात भूमाता प्रत्यक्ष दिसते तरी, आकाशातील बाप मात्र अदृश्य, स्वयंभू व सर्वशक्तिमान ईश्वर आहे, अशी ही कल्पना असावी. पुढे द्रविड वंशीयांनी भारतात आल्यावर किंवा येण्यापूर्वी याच देवांविषयी जरा काव्यमय कल्पना करून त्यांना शंकर-पार्वती (शिव आणि उमा) बनवले असावे. त्यांच्याबरोबर समृद्धीची देवता म्हणून लक्ष्मी आणि तिचा पुरुष सहकारी विष्णू अशी कल्पना केली असावी. इतर कुठल्याही धर्मात देवांच्या मूर्ती किंवा प्रतिमा नाहीत, पण हिंदू धर्मात मात्र त्यांना मनुष्यरूप देऊन, संसारी बनवून त्यांच्या मूर्तीही बनवण्यात आल्या. फुले, पाने, फळे, दूध इत्यादी वस्तू देऊन त्यांच्या पूजा करण्यात येऊ लागल्या. या द्रविडांनंतर काबूलमार्गे भारतात पाच हजार वर्षांपूर्वी आलेल्या वेदरचित्या आर्यांमध्ये अशा पूजा नव्हत्या. त्यांना फक्त अग्निपूजेचे यज्ञयाग व होमहवनच माहीत होते (त्यांचे यज्ञातील इंद्रवरुणादी देव तर आज हिंदूंच्या विस्मृतीत गेलेले आहेत).

ज्यू, ख्रिश्चन आणि इस्लाम या अब्राहमिक धर्मांतल्या आकाशातील बापाने अब्राहम, मोझेस, येशू ख्रिस्त, मोहम्मद पैगंबर अशा त्याने निवडलेल्या प्रेषितांना आपल्या आज्ञा मनुष्यांना समजावून सांगण्यासाठी पृथ्वीवर पाठवले आणि त्यांनी आपापले धर्म स्थापले, असे मानले जाते. अब्राहमिक धर्मांतील परमेश्वर (आकाशातील बाप) आणि हिंदू धर्मांतील ब्रह्मा, विष्णू, महेश हे सगळेच स्वयंभू मानलेले, अशरीरी किंवा शरीरधारी देव मनुष्याच्या कल्पक डोक्यातून निघालेले दिसतात. (डॉ. रवींद्रनाथ टोणगावकर, जि. धुळे यांच्या 'माझी आध्यात्मिक वाटचाल'च्या आधाराने). त्यामुळे जगातील कुठला देव खरा व कुठला खरा नाही, असा प्रश्नच उरत नाही. सगळेच कल्पित. यावर कुणी म्हणेल की, प्रेषितांना व ऋषिमुनींना जे ज्ञान साक्षात्काराने मिळते ते साक्षात् ईश्वराकडून त्यांना मिळालेले सत्यज्ञान असते. आपण सामान्य माणसे त्याविषयी शंका घेऊ शकत नाही. येशू ख्रिस्ताने सांगितले की, तो ईश्वराचा एकमेव पुत्र आहे, तर प्रेषित मोहम्मदाने सांगितले की, ईश्वराचा पुत्र कुणीच नाही व ईश्वराला पुत्र असणे शोभत नाही. श्रीकृष्णाने सांगितले की, तो स्वतःच ईश्वर आहे, ईश्वराचा अवतार आहे. तसेच शंकराचार्य, रामानुजाचार्य, मध्वाचार्य यांनी अनुक्रमे-१) केवलाद्वैतवाद व जगन्मिथ्यावाद, २) विशिष्टाद्वैतवाद आणि ३) द्वैतवाद अशी परस्पर भिन्न सत्ये सांगितली. दुसरा मुद्दा असा की, कुणा हिंदू श्रेष्ठाने ध्यानाने मन केंद्रित केले, तर त्याला शिव, विष्णू, दत्ताचे दर्शन होते अथवा होऊ शकते; परंतु ख्रिस्ती चर्चमधील कुणा ननने मन केंद्रित केले, तर तिला येशूचे दर्शन होते अथवा होऊ शकते. यावरून दृष्टान्त, दर्शन,

साक्षात्कार वगैरे गोष्टी आपल्याच मनबुद्धीची निर्मिती असावी, असे दिसून येत नाही का? एवढा सर्वसमर्थ ईश्वर सर्व उपासकांना एकच दृष्टान्त देऊ शकत नाही का? प्रत्येकाला वेगवेगळा साक्षात्कार कसा होतो? आजचे आधुनिक प्रगत मेंदूविज्ञान सांगते की, सगळे दृष्टान्त, साक्षात्कार हे मेंदूतून निघणाऱ्या रसायनांच्या परिणामाने होणारे भास (आभास) असून मेंदूमधून बाहेर पडणाऱ्या विद्युत कंपनांच्या मोजमापाने त्यांचे वैज्ञानिक स्पष्टीकरण मिळालेले आहे. पृथ्वीवरील निसर्गसृष्टी आणि मानवी जग यांच्यामागे जर खरोखरच कुणी एक ईश्वर असेल तर सबंध जगाचा तो एकच ईश्वर असेल. प्रत्येक धर्माचा वेगळा ईश्वर असणे शक्य नाही. या सर्वसमर्थ प्रेमळ ईश्वराने जगात एवढे धर्म, पंथ, संप्रदाय का निर्माण केले? किंवा होऊ दिले? वेगवेगळ्या धर्मपंथांचे व वेगवेगळ्या श्रद्धांचे लोक अतिरेक करून एकमेकांचा छळ करतील, एकमेकांचे जीव घेतील हे त्या ईश्वराला कळले नाही का? धर्माच्याच नावाने दंगे, कत्तली आणि अत्याचार सातत्याने होत आहेत हे त्याला दिसत नाही का? की त्यासाठी तो स्वतःला जबाबदार धरत नाही? 'मरू देत या मूर्ख मानवजातीला,' असे त्याला वाटते की काय? की जगात सुख आणि न्याय निर्माण करावा असे त्याचे उद्दिष्टच नाही? बरे पूर, वादळे, अपघात, भूकंप, सुनामी अशा नैसर्गिक दुर्घटना व दंगे, युद्धासारख्या मानवनिर्मित आपत्ती सातत्याने येतच राहतात. त्यात पापी आणि पुण्यवंत सारखेच भरडले जातात, ते कसे? हाच तो ईश्वरी न्याय का?

जगनिर्माता व सांभाळकर्ता असा कुणी ईश्वर असेलच, तर त्याने प्रत्येक धर्माच्या प्रेषितांना, धर्मसंस्थापकांना वेगवेगळी व उलटसुलट माहिती का दिली? वेदान्तिक ऋषीमुनींना त्याने सांगितले की, माणसाला अनेक पुनर्जन्म घ्यावे लागतात आणि माणसाच्या दुःखाचे कारण त्याच्या पूर्वजन्मातील पापपुण्यात आहे. याउलट पश्चिम आशियातील प्रेषितांना त्याने सांगितले की, माणसाला एकच जन्म असतो आणि 'माणसाला जे दुःख सोसावे लागते, त्याचे कारण सैतान नावाची एक दुष्ट व अमर शक्ती अस्तित्वात आहे, तिच्या कारवायांत आहे'. खरेच का त्या लोकांना पुनर्जन्म नसून फक्त एकच जन्म आहे आणि फक्त भारतीय उगमाच्या धर्मांतील लोकांनाच जन्म, मृत्यू व पुनर्जन्म अशी पुनःपुन्हा गर्भवासाची शिक्षा आहे? की स्वतः ईश्वराने वेगवेगळ्या ऋषी– प्रेषितांना मुद्दाम परस्परविरोधी माहिती देऊन मानवांमध्ये भांडणे, मारामाऱ्या होण्याची व्यवस्था केली आहे? माझ्या अल्पमतीला असे वाटते की, आजच्या जगातील सगळे धर्म व त्यातील सगळे देव व ईश्वर, जे मानवजातीने स्वतःच निर्माण केलेले आहेत ते व त्यांची आनंद, स्वर्ग, मोक्षांची सगळी आश्वासने व त्यांच्या सगळ्या धमक्या हे सर्व काही आपण विसरून जाऊ आणि विज्ञान व मानवतावाद हा मार्ग पत्करू तरच मानवजात सुखी होईल. नाही तर या धर्मांपासून व ईश्वरांपासून मानवजातीची सुटका होणे फार कठीण आहे.

पुनर्जन्म, सैतान आणि ईश्वरकल्पना / १२५

ईश्वरशोध
आणि
नास्तिकता

ईश्वराचे अस्तित्व आणि त्याचे कर्तृत्व मानणारे लोक जगात बहुसंख्य आहेत आणि ते नाकारणारे अल्पसंख्य किंवा फारच अल्पसंख्य असावेत. वास्तविक जन्माला येणारे प्रत्येक बालक नास्तिकच असते. ईश्वर कोण आहे, कुठे आहे व तो काय करतो, हे त्याला कुठे ठाऊक असते? आईवडील व इतर मोठी माणसे ते त्याला सांगतात. मग ते बालपणापासूनच ईश्वर मानू लागते, कारण सर्वांच्याच मनावर बालपणापासून ईश्वराचे अस्तित्व व कर्तृत्व बिंबवलेले असल्यामुळे त्या प्रश्नाचा नि:पक्षपाती विचार बहुधा कुणीच करू शकत नाहीत. याबाबत कधी चर्चा करण्याची वेळ आलीच तर मात्र ते म्हणतात की, ईश्वराच्या अस्तित्व आणि कर्तृत्वाचा त्याला स्वत:ला प्रत्यक्ष अनुभव (स्वानुभव) आलेला आहे, म्हणून ते ईश्वरावर विश्वास (श्रद्धा) ठेवतात. तसे पाहता, सर्वच ज्ञान मानवजातीने स्वत: घेतलेल्या अनुभवातूनच जन्मलेले असते. त्यामुळे एकूणच सर्व ज्ञानांचा व मतांचा उगम व विस्तार स्वानुभवजन्यच असतो, असावा, हे म्हणणे सर्वसाधारणपणे बरोबरच आहे.

परंतु तसे म्हणण्यात एक मेख आहे आणि ती त्या अनुभवांचा अर्थ लावण्यामध्ये आहे. आपले मन जर मोकळे असेल, तर आलेल्या अनुभवांचा योग्य अर्थ लावला जाण्याची शक्यता जास्त असते आणि ते पूर्वग्रहदूषित असेल (जसे बहुधा सर्वांचे असते) तर आलेल्या अनुभवांचा अर्थ पूर्वग्रहानुसार लावला जाण्याची शक्यता जास्त असते. म्हणजे अगदी एकाच अनुभवाचा अर्थ वेगवेगळ्या व्यक्ती वेगवेगळा लावू शकतात, लावतात.

ईश्वरअस्तित्वाचा स्वानुभव

एक साधे उदाहरण पाहू. एका कुटुंबातील एक मुलगा एसएससीसाठी पुष्कळ अभ्यास करूनही परीक्षेत नापास झाला. पुढच्या वर्षी त्याच परीक्षेसाठी अभ्यास करून तो पुन्हा बसला व चांगल्या मार्कांनी पास झाला. आता त्याच्या आईचे म्हणणे असे की, दुसऱ्या वर्षी तो बसण्यापूर्वी तिने दादरच्या सिद्धिविनायकाला नवस केला होता आणि वडिलांचे म्हणणे असे की, या वर्षी मुलगा नक्की पास होईल, असा आशीर्वाद त्यांच्या गुरूने दिला होता. यंदा मुलगा पास झाला याचा आनंद आईवडलांना झाला, पण त्याचे सारे श्रेय दिले गेले ते नवसाला व गुरूबाबांच्या आशीर्वादाला. आधीच्या वर्षी तो नापास झाला, तेव्हा काही विषयांचा त्याने पुरेसा अभ्यास केला नसेल किंवा ते विषय तेव्हा त्याला नीट समजले नसतील किंवा त्या वर्षी फार अनपेक्षित प्रश्न आले असतील किंवा आणखी कुठे काही चुकले असेल, अशा शक्यता कुणी लक्षात घेत नाही. खोलात जाऊन खरे कारण शोधण्याची, योग्य अर्थ लावण्याची बहुधा बहुतेकांची तयारी नसते. त्यापेक्षा देवाच्या कृपेने किंवा गुरूबाबाच्या आशीर्वादाने हे घडले, असा निष्कर्ष काढणे फार सोपे असते. अनुभव एकच आहे, पण त्यातून निघालेले अर्थ वेगवेगळे आहेत.

जे परीक्षेबाबत खरे आहे तेच नोकरी-व्यवसाय, लग्न, सांसारिक अडचणी, आजार, शरीर प्रकृती आणि आयुष्यातील अगदी मृत्यूपर्यंतच्या सर्व बाबतींत खरे आहे. आपल्याला आलेल्या अडचणी व त्यांचे निराकरण या सगळ्यांचे अर्थ आपण आपल्या पूर्वग्रहांनुसार लावत असतो. आपल्या आयुष्यातील बरे-वाईट अनुभव ढोबळपणे दोन भागांत विभागता येतात. एक, साधक व दुसरे, बाधक. गुरूने, ज्योतिषाने सांगितले तसेच घडले तर तो साधक अनुभव आणि त्याच्या विरुद्ध घडले तर तो बाधक अनुभव. प्रत्येक श्रद्धावान मनुष्य त्याच्या आयुष्यात आलेले साधक अनुभव जमा करून ठेवतो, इतरांना उत्साहाने सांगतो आणि बाधक अनुभव मात्र काही जुजबी कारणे, पळवाटा शोधून तो बाजूला सारतो, विसरून जातो. देवाची नियमित पूजाप्रार्थना करत असल्यामुळे त्याच्यावर आलेली संकटे कशी टळली, हे तो मोठ्या उत्साहाने सांगतो. मुळात ते संकट आले कसे, त्यामुळे कमी-जास्त नुकसान झाले कसे, याचे त्याच्याजवळ काही उत्तर नसते. दैवी शक्तींवरील विश्वास, गुरूच्या अतिनैसर्गिक सामर्थ्यांवरील विश्वास, तसेच ज्योतिष, मुहूर्त, पत्रिका पाहणे, जुळवणे वगैरेंवरील विश्वास याला बाधक असे प्रत्यक्ष अनुभव श्रद्धावंताच्या जीवनात आले तरी तो आपली श्रद्धा सोडत नाही. पूर्वजन्मींची कर्मे ठाऊक नाहीत आणि ईश्वराची इच्छा काय आहे ते माहीत नाही, असे तो म्हणतो. थोडक्यात, तो सगळे

साधक अनुभव जमा करतो आणि सगळे बाधक अनुभव बाजूला सारतो. कुठल्याही घटनेचा योग्य अर्थ समजण्यासाठी पूर्वग्रहविरहित मोकळे, विवेकी मन हवे असते, मात्र ते फारच थोड्यांपाशी असते. सर्व घटनांकडे वैज्ञानिक दृष्टिकोनातून बघण्याची व तर्कबुद्धी वापरण्याची सवय अनेकांनी स्वतःला लावून घेतलेली नसते.

दंगे, युद्धे, आगी, वाहनांचे-घरांचे अपघात, जत्रेत झालेली चेंगराचेंगरी व त्यात होणारे स्त्रिया-बालकांचे मृत्यू इत्यादी सर्व मानवनिर्मित दुर्घटनांचे अनुभव अत्यंत महत्त्वाचे आहेत. अशा आपत्तीतून काही जण वाचत असले तरी कित्येक जण त्यात आपले जीवनसर्वस्व गमावून बसतात. अशा दुर्घटनांमध्ये मरणारे का मरतात आणि वाचणारे का वाचतात, याचा विश्वासार्ह शोध गूढ दैवी शक्तींचे अस्तित्व किंवा कर्मफलसिद्धान्त मानून आपण कधीच घेऊ शकणार नाही.

तसेच अतिवृष्टी, महापूर, भूकंप, त्सुनामी अशा नैसर्गिक आपत्ती केव्हा, कुठे येतील आणि केवढा हलकल्लोळ माजवतील, हे कुठलाही सद्गुरू, बुवा, बाबा, ज्योतिषी यांना कधीच माहीत नसते. या आपत्ती अचानक येतात. त्यात हजारो निष्पाप माणसांना आपले सर्वस्व वा प्राणसुद्धा गमवावे लागतात. वादळाने, पुराने हजारोंच्या आयुष्याची वाताहत होऊ शकते. शिवाय सर्वच आपत्ती हिंदू, मुसलमान, ख्रिस्ती किंवा धार्मिक, अधार्मिक असा कुठलाही भेद करत नाहीत. अशा आपत्तींमध्ये सापडून मरणारे सर्व लोक पापी आणि त्यातून वाचणारे सर्व लोक पुण्यवान असतात? जे सहीसलामत वाचतात ते म्हणतात, आम्ही गुरुकृपेने किंवा ईश्वरकृपेने वाचलो; पण ज्यांचा जीव जातो त्यांच्यावर तो परमदयाळू ईश्वर का बरे कृपा करत नाही? त्यांचे नातेवाईक म्हणतात, त्यांच्या नशिबात अपमृत्यू होता.

थोडक्यात, हे सर्व स्वतःची समजूत घालण्याचे प्रयत्न आहेत. खरे तर या आपत्तींचा पूर्वग्रह विसरून मोकळ्या मनाने एकत्रित आढावा घेतला, तर हे सर्व अनुभव ईश्वरावरील श्रद्धेला स्पष्टपणे बाधक असतात. अशा लाखो संसार उद्ध्वस्त करणाऱ्या दुर्घटना का म्हणून तो ईश्वर घडवून आणतो? का म्हणून त्याच्याच दर्शनासाठी, उत्सवासाठी गेलेल्यांच्या चेंगराचेंगरीत हजारो निष्पाप लोक पायदळी तुडवले जातात? परंतु असे अनेक बाधक अनुभव पचवण्याची कला आपल्याला अवगत नसते. सर्व दुर्घटनांचे स्पष्टीकरण आपण सैतानाच्या दुष्टपणावर किंवा पूर्वजन्मीच्या पापांवर ढकलतो आणि आपल्या पुढील पिढ्यांना त्यांच्या बालपणापासूनच त्याची दीक्षा देतो. सुरुवातीपासून माणसांच्या शेकडो पिढ्यांमध्ये असेच घडत आलेले असल्यामुळे 'ईश्वरवादी मत' माणूस जातीच्या सामाईक मनात टिकून राहिले आहे.

ईश्वरचिकित्सा आणि सत्यशोध

काही लोक 'देव' आणि 'ईश्वर' हे शब्द समानार्थी वापरतात, तर काही लोक ईश्वर ही सर्वश्रेष्ठ शक्ती असून देव ही ईश्वराच्या अधिकार परंपरेतील लहान, स्थानीय किंवा विभागीय शक्ती आहे, असे मानतात. या संकल्पनेप्रमाणे ईश्वराच्या अधिकार परंपरेत अनेक साहाय्यकही असतात. त्यांना काही धर्मांमध्ये 'देवदूत' असे मानून (म्हणजे काल्पनिकच) त्यांचाही देवांसारखा मान राखला जातो. ज्यांना प्रेषित, ऋषी, मुनी, संत वगैरे मानले जाते, ती आपल्यासारखीच माणसे असतात. परंतु ईश्वराने या काही निवडक माणसांवर काही अनुग्रह (कृपा) केलेली असते, असे मानले जाते. हिंदू धर्मात अशा ऋषी, मुनी, संतांपैकी काहींमध्ये थोडासा 'ईश्वरी अंश' असतो, असे मानून त्यांना खास मान दिला जातो, तसेच ईश्वर स्वत: मनुष्य अवतारही घेऊ शकतो. ख्रिस्ती धर्मात येशू हा ईश्वराचा (एकमेव) पुत्र आहे, असे मानले जाते.

देव, ईश्वर किंवा परमेश्वर या शब्दांच्या अनेक व्याख्या असून त्याचे नेमके स्वरूप सांगणारे शेकडो ग्रंथ जगातील अनेक धर्मांमध्ये लिहिले गेले आहेत. त्या सर्व ग्रंथांमध्ये मतभेद असले तरी ईश्वराबाबत एक समान सूत्र आहे.

विश्वामागील एकमेव सर्वश्रेष्ठ शक्ती किंवा विश्वाची एकमेव परमसत्ता म्हणजे ईश्वर होय. ती अमर म्हणजे कालातीत आहे, अदृश्य आहे आणि साधारणत: न्यायी, चांगली व प्रेमळ आहे, असे मानले जाते. अदृश्य असूनही ही शक्ती (शरीरधारी, अशरीरी किंवा ब्रह्मस्वरूप) प्रत्यक्ष अस्तित्वात आहे. मानवी जीवनात दखल घेणाऱ्या (वा त्यावर लक्ष ठेवणाऱ्या) या शक्तीलाच ईश्वर मानले जाते.

ईश्वराचे अस्तित्व मानले की, तो कुठे राहतो, कसा दिसतो व काय करतो, असे प्रश्न निर्माण होतात. त्यापैकी तो करतो काय, या प्रश्नाचे सर्वसाधारण उत्तर असे सांगितले जाते की, तो हे विश्व, आपली पृथ्वी आणि तीवरील जीवन निर्माण करतो, त्यांचा सांभाळ करतो. शेवटी केव्हातरी तो विश्वाचा विनाशही करणार आहे. या बाबतचे वेगवेगळ्या धर्मांतील तपशील वेगवेगळे आहेत. तसेच तो राहतो कुठे, या प्रश्नाचे उत्तरसुद्धा आकाशात, तीर्थक्षेत्रात, मंदिरात, सर्वत्र किंवा माणसाच्या हृदयात (अंतर्यामी), असे मतभेदग्रस्तच आहे. म्हणजे या शक्तीचे स्वरूप, पत्ता, तिच्या इच्छा-भावना, उद्दिष्टे व कार्यपद्धती वगैरे आम्हाला माहीत नसल्या तरी, अशी एक वैश्विक परमसत्ता अस्तित्वात आहे आणि आपण तिची प्रार्थना केली तर ती प्रसन्न होऊन आपली मदत करते, असे मात्र सर्वत्र मानले जाते.

अशा या सर्वश्रेष्ठ शक्तीच्या मानाने मनुष्य अगदीच क्षुद्र असल्यामुळे त्यांनी ईश्वराची चिकित्सा करूच नये, असे पुष्कळ लोक मानतात. माणसांचे सर्व धर्मग्रंथही

तसेच सांगतात. कारण स्वतंत्र तर्काने होणारा विरोध त्यांना नको असतो.

हे खरेच आहे की, विश्वाच्या प्रचंड पसाऱ्यात मनुष्य क्षुद्रच नव्हे तर नगण्यही आहे. तरीसुद्धा हा दुर्बल, नगण्य मनुष्य त्याला निसर्गत: व उत्क्रांतीने प्राप्त झालेल्या मेंदू-बुद्धीचा वापर करून वैज्ञानिक साधनांद्वारे अतिप्रचंड भौतिक विश्वाची व नियमांची ज्याप्रमाणे चिकित्सा करतो, त्याचप्रमाणे त्याला (म्हणजे माणसाला) त्या सर्वश्रेष्ठ परमसत्तेची चिकित्सा करण्याला कोणाची काहीही हरकत असू नये. गतिशील आणि शक्तिमय विश्वाचे संचलन कुठल्या शक्तींनी व नियमांनी होते, याचा शोध विज्ञान अवश्य घेते. परंतु त्या शक्ती व ते नियम भौतिक असतात. त्यांच्या मागे काही गूढ, अतिभौतिक शक्तींचे अस्तित्व आहे, असे मानण्याची किंवा नाकारण्याची विज्ञानाला काहीच आवश्यकता नाही किंवा ती शक्ती कशी आहे, हे प्रश्न विज्ञान कधी विचारत नाही. विज्ञान अशी चिकित्सा जरी थेटपणे करत नसले तरी आपण (म्हणजे सामान्य जिज्ञासू माणसाने) ती करण्याला कुणाचा आक्षेप का असावा?

अनेक ईश्वरवादी म्हणजे 'आस्तिक' लोक हे मान्य करतात की, ईश्वराला कुणी कधी पाहिलेले नाही. परंतु जगात जे अनेक चमत्कार दिसतात, त्यांच्यामागचे कारण म्हणून त्यांना ईश्वर मानावा लागतो. आता प्रत्यक्षात घडते असे की, विज्ञान संशोधनाने एखाद्या चमत्कारामागची भौतिक कारणपरंपरा कळली की, त्या भोवतीचे गूढ वलय नाहीसे होते. परंतु त्यापलीकडेही एखादे कारण उरते व त्यामागे ईश्वर असू शकेल असे वाटू लागते. असे करत करत अंतिमत: काय हाती लागेल ते माहीत नसले तरी सगळे चमत्कार, साक्षात्कार आणि त्यांच्यामागे आपण उभा केलेला ईश्वर, अशा सर्व घटकांनी चिकित्सेच्या कसोटीला तोंड दिलेच पाहिजे. शिवाय ईश्वर जर खरोखरच अस्तित्वात असेल तर केव्हा तरी तो चिकित्सकांच्या कसोटीत पास होईलच की! मग अज्ञेयवाद्यांनी किंवा नास्तिकांनी त्यांच्या तर्कबुद्धीच्या साहाय्याने केलेल्या उलटतपासणीला ईश्वरवाद्यांनी घाबरून जाण्याचे किंवा आक्षेप घेण्याचे कारण काय?

हिंदू धर्मात मनुष्याला (सर्वच सजीवांना) ईश्वराचा अंश मानलेले आहे; म्हणजे ईश्वर व मनुष्य यात अद्वैत मानले गेले आहे. मनुष्य जर खरेच ईश्वराचा अंश असेल तर ईश्वराची चिकित्सा करायला का हरकत असावी?

पण ईश्वरचिकित्सा करण्यात एक मोठी अडचण आहे. ती अशी की, तपासलेला प्रत्येक पुरावा ईश्वराचे अस्तित्व-दर्शक नसून त्याच्या विरोधी म्हणजे नास्तित्व-दर्शक आहे असे आढळून आले तर ईश्वर नाकारावा लागतो. त्यामुळे अनेकांची मोठी पंचाईत होते. आपल्या मन-बुद्धीला पटण्याजोगा सार्वत्रिक पुरावा उपलब्ध नाही,

त्याअर्थी ईश्वर अस्तित्वात नाही, असे म्हणण्याची अनेकांची तयारी नसते. कारण त्यामुळे आपण समाजात नास्तिक ठरू, अशी भीती त्यांना वाटत असते. काही जणांना अशी भीती वाटते की, जर कसला तरी ईश्वर खरोखरच अस्तित्वात असेल आणि आपल्या चिकित्सेतील चुकीमुळे जर आपण त्याला नाकारले तर तो आपल्याला कडक शिक्षा करेल. आणखी काही जणांना असे वाटत असते की, ईश्वरकल्पना जनमनात जागृत ठेवणे, हे त्यांचे पवित्र कर्तव्य आहे. त्यामुळे ते कुठल्या तरी कथापुराणात वर्णिलेला किंवा कुणी तरी केव्हातरी सांगितलेला गूढ अनुभवच खरा मानतात. तर्कबुद्धीला ते नकार देतात आणि ईश्वर तर आहेच असे म्हणत, त्याच्या अस्तित्वाचा व कर्तृत्वाचा प्रचार करत राहतात.

ईश्वरचिकित्सा करणे मान्य ठरवले तर एक गृहीत कृत्य म्हणून आपणाला 'ईश्वर आहे व तोच अंतिम सत्य आहे,' असे मानता येईल. त्यानंतर मात्र असे काही अंतिम सत्य अस्तित्वात आहे की नाही, हे आपल्या तर्कबुद्धीने आपल्याला तपासावे लागेल. जगात अनुभवास येणाऱ्या अगणित सत्य घटनांच्या आधारावर तर्काच्या साहाय्याने हा शोध करायचा आहे. सर्व घटना ही विभागीय सत्ये आहेत. ती सुंदर असतील किंवा असुंदर असतील, सुखकारक असतील किंवा दुःखदायक असतील, न्याय्य असतील किंवा अन्यायकारक असतील; पण ती जशी असतील तशीच आपण समजून घ्यायची आहेत. कसलाही अभिनिवेश न बाळगता समजून घ्यायची आहेत आणि तर्कबुद्धीचे हत्यार वापरून त्यातील तथ्य शोधायचे आहे. अशा प्रकारे आपण चिकित्सेद्वारे सत्यशोध करू शकतो. ईश्वरचिकित्सेची आवश्यकता अशा सत्यशोधासाठीच आहे. चिकित्सकाने आपल्या प्रतिपादनात जर सांभाळून शब्दयोजना केली असेल आणि तरीही अशी ईश्वरचिकित्सा केल्यामुळे कुणाच्या भावना दुखावल्या गेल्या असतील तर 'माझ्या भावना दुखवल्या गेल्या' असे म्हणणाऱ्याचेच काही तरी चुकत आहे, असे म्हणावे लागेल. तसे आपल्याकडे आस्तिक, धार्मिक भावनांचे अती लाड करण्याची रीतच आहे असे मला वाटते. (प्रस्तुत लेखकाच्या 'समग्र निरीश्वरवाद' या लोकवाङ्मय गृह प्रकाशित (मे २०१२) पुस्तकात अशा ११० चिकित्सा दिलेल्या आहेत. म्हणजे आस्तिकांना 'ईश्वर आहे' असे कशावरून वाटते ते सांगणारे ११० प्रतिनिधिक युक्तिवाद आणि प्रत्येक पानावर त्याचा प्रतिवाद असे दिले आहे. ज्यांना या तपशिलात रस असेल त्यांनी ते पुस्तक जरूर पाहावे.)

ईश्वर नाही हेच सत्य

प्राचीन माणसांनी व प्राचीन मानव समूहांनी 'ईश्वर आहे' असे मानलेले आहे. फक्त भारतातच 'ईश्वर नाही' असे सांगणाऱ्या विचारधारा अगदी ऋग्वेदरचना काळापासून

लोकायत, लोकायतिक, बार्हस्पत्य अशा नावांनी प्रचलित होत्या, हे आपण यापूर्वी पाहिले आहे. वेदकाळानंतरच्या षड्दर्शन रचना काळात 'सृष्टीत सर्वत्र अणू भरलेले आहेत आणि अणूंखेरीज सृष्टीत दुसरे काहीच नाही' असे ठासून सांगणारे 'वैशेषिक दर्शन' हे प्रसिद्ध तत्त्वज्ञान कणाद मुनीने मांडले होते. त्याच अडीच हजार वर्षांपूर्वीच्या काळात पकुध कात्यायनानेही एक प्रकारचा पद्धतशीर 'अणुवाद' मांडला होता. या दोन्ही शास्त्रज्ञ ऋषींनी ईश्वराचे अस्तित्व मानलेले नाही. त्याच सुमारास भारतात निर्माण झालेले बौद्ध व जैन हे धर्म मूलत: ईश्वराचे अस्तित्व न मानणारे धर्म आहेत. असे धर्म जगात इतरत्र कुठे निर्माण झाले होते, असे दिसत नाही. जगाच्या काही भागात एकोणिसाव्या शतकात ईश्वराचे अस्तित्व न मानणारा मार्क्सवाद स्वीकारला गेला. हे सर्व खरे असले तरी आजच्या जगाचा ढोबळ आढावा म्हणून बोलायचे तर 'हे जग ईश्वराचे अस्तित्व मानते', असेच म्हणावे लागेल. म्हणजे आजवरच्या हजारो पिढ्यांनी ईश्वरकल्पना मनात बाळगलेली आहे!

आतापर्यंतच्या बहुसंख्य विचारवंतांना 'जगाच्या मुळाशी कुणी तरी ईश्वर आहे', असे मानावे लागले. कारण त्यांचे भौतिक जगाविषयीचे ज्ञान अगदीच तुटपुंजे किंवा चुकीचे होते. पाचेक शतकांपूर्वी माणसाने शोधलेल्या विज्ञानामुळे विश्वविषयक अधिकाधिक भौतिक ज्ञान मिळायला सुरुवात झाली. विसाव्या शतकात तर मनुष्य निर्माण झाल्यापासून प्रथमच त्याला भौतिक विश्वाविषयीचे काही भरीव (संपूर्ण नव्हे पण विश्वासाह) ज्ञान प्राप्त झाले. त्या आधारावर त्याने आतापर्यंत जोपासलेली ईश्वरकल्पना तपासून पाहण्याची आणि जरूर तर नाकारण्याची गरज निर्माण झालेली आहे, असे मला वाटते. अर्थात ते अत्यंत कठीण आहे, हेही मान्य आहे.

पृथ्वीबाबत माणसाने मिळवलेले ज्ञान अगदी चार–पाच शतकांपूर्वीपर्यंत फार अपुरे व चुकीचे होते. पृथ्वी गोल व अधांतरी असून ती स्वत:भोवती व सूर्याभोवती सतत फिरत असून, ती प्रचंड विश्वाचा एक अतिक्षुद्र भाग आहे, अशा मूलभूत गोष्टीसुद्धा माणसाला माहीत नव्हत्या. या पृथ्वीबाहेर एक सूर्य, एक चंद्र व फार मोठे आकाश आहे, एवढेच त्याला त्याच्या नैसर्गिक डोळ्यांनी दिसत होते. त्यामुळे त्याला निर्माण करणाऱ्या व जगण्यासाठी हवा-पाणी व अन्न यांची सोय करून ठेवणाऱ्या त्या ईश्वराचे वसतिस्थान आकाशात असावे आणि तिथेच कुठे तरी त्याने माणसाच्या न्यायनिवाड्यासाठी व मृत्यूनंतरच्या जीवनसातत्यासाठी स्वर्ग व नरक बांधून ठेवले असावेत, अशा कल्पना माणसाने रचल्या.

आकाशात अनेक तारकापुंजयुक्त अशी जी एक आकाशगंगा आपल्याला साध्या डोळ्यांनी दिसू शकते, तिच्यासारख्या पण वेगवेगळ्या आकाराच्या सहस्रकोटी

आकाशगंगा या विश्वात आहेत. एकेका आकाशगंगेत सुमारे दशसहस्र कोटी तारे (म्हणजे सूर्य) आहेत. आपला सूर्य हा आकाशगंगेतला एक साधासा तारा असून आपली पृथ्वी त्याच सूर्याचा एक सामान्य ग्रह आहे. आकाशगंगेत आकाराने नगण्य असलेला तो सूर्यसुद्धा मानवाचे जग असलेल्या पृथ्वीच्या लाखोपट मोठा आहे. अशा अब्जावधी ताऱ्यांचे-आकाशगंगांचे प्रचंड वेग आणि त्यांच्यामधली त्याहून प्रचंड अंतरे, जी शेकडो प्रकाशवर्षांमध्ये मोजावी लागतात, ती लक्षात घेतल्यावर विश्व या अस्तित्वाचा काहीसा अंदाज आपल्यासारख्या सामान्य माणसालाही येऊ शकतो. या एवढ्या अवाढव्य विश्वाच्या निर्मितीमागे त्याच्या निर्मात्या ईश्वराचे काही 'मानवकेंद्रित प्रयोजन' आहे, हा आपला केवळ कल्पनाविलास आहे. त्या ईश्वरीशक्तीचे माणसाबरोबर देण्या-घेण्याचे काही व्यवहार शक्य आहेत, ही तर आपली अगदीच वेडी आशा आहे.

आपल्या विश्वाची ही रचना केवळ अतिप्रचंड आहे एवढेच नसून ती अतिसूक्ष्ममही आहे, हे माणसाला साधारण विसाव्या शतकापूर्वी फारसे माहीत नव्हते. आज विज्ञान आपल्याला सांगते की, प्रत्येक वस्तूचे सूक्ष्मातिसूक्ष्म कण म्हणजे अणू हे त्याहून अतिसूक्ष्म मूलकणांचे बनलेले असतात. हे मूलकण अमूर्त व निराकार असतात. शिवाय ते निर्जीव आणि कण व लहरी अशा द्विगुणी प्रकृतीचे असून अत्यंत गतिमान असतात. अणू घन नसून पोकळ असतात ते आपल्याला दिसू शकत नाहीत इतके सूक्ष्म असतात. त्यातील मूलकण इतके अतिसूक्ष्म असतात की, त्या मानाने सूक्ष्म कणाएवढा अणूही अतिप्रचंड असतो. अब्जावधी सूर्यांच्या अतिप्रचंडतेपासून मूलकणांच्या अतिसूक्ष्मतेपर्यंत मती गुंग करणाऱ्या विश्वव्यापी रचनेचा विश्वासार्ह शोध (म्हणजे त्याच्या नियमांचा शोध) विसाव्या शतकातील माणसाने विज्ञानाच्या आधारे घेतला आणि तो शोध घेताना त्याला कुणा ईश्वराचे अस्तित्व वा हस्तक्षेप मानावा लागला नाही, ही वस्तुस्थिती अतिशय महत्त्वाची नाही का?

विश्वच नव्हे तर अणूंचे सूक्ष्म कणसुद्धा प्रचंड शक्तिधारी असतात; अणूंच्या विभाजनातून आणि त्यांच्या एकत्रीकरणातून प्रचंड अशा शक्तीची निर्मिती होते, वस्तूंचे अणू जरी जड पदार्थ वाटत असले तरी ते तसे नसून मुळात जड पदार्थ हेच शक्तीचे एक रूप आहेत; वस्तू आणि शक्ती यांचे समीकरण निश्चित करता येते इत्यादी वैश्विक सत्ये विसाव्या शतकापूर्वी माणसाला पूर्णतः अज्ञात होती. रुदरफोर्ड आणि नील्स बोर यांनी पटवून देईपर्यंत अणूला एक केंद्र असते, हे तरी माणसाला कुठे माहीत होते? आइनस्टाइनने सिद्ध करेपर्यंत विश्वाची 'सापेक्षता' हे भौतिक शास्त्रातील महत्त्वाचे सत्य आणि मॅक्स प्लँकने पटवून देईपर्यंत पुंज सिद्धान्ताचे (क्वांटम विज्ञानाचे)

नियम माणसाला माहीत नव्हतेच. तसेच हायझेनबर्गने सिद्ध केलेले 'अनिश्चिततेचे तत्त्व' यासारख्या विज्ञानातील क्रांतिकारक सत्यांची काहीच माहिती नव्हती.

तसेच माणूस हा निसर्गातील इतर प्राण्यांसारखा एक प्राणीच असून तो ईश्वराच्या जादूने नव्हे, तर कोट्यवधी वर्षांच्या भौतिक उत्क्रांतीने निर्माण झालेला आहे, हेही माणसाला विसाव्या शतकापूर्वी कळलेले, पटलेले नव्हते. त्याचप्रमाणे माणसाचे शरीर व त्याचा मेंदू हे सूक्ष्म पण जिवंत पेशींनी बनलेले आहेत, त्यातील रसायने आणि डीएनए व त्यांची कार्ये कशी चालतात, हेही जेनेटिक्स व आधुनिक मेंदू विज्ञानांतील संशोधनाअभावी विसाव्या शतकापूर्वीच्या मानवाला माहीत नव्हते.

'वस्तूंच्या अणूंमधील शक्ती' हे चैतन्य सत्य व सर्वव्यापी असल्यामुळे काही लोकांना तो 'सर्वव्यापी ईश्वरी चैतन्याचा पुरावा' आहे असे वाटते, परंतु तसे म्हणता येत नाही. त्याची कारणे पुढीलप्रमाणे आहेत – १) ईश्वराला मनभावना, बुद्धी व इच्छा असतात, असे साधारणपणे मानले जाते. याउलट अणुशक्तीला हे गुण नाहीत. २) ईश्वराला न्याय, नीती व तारतम्य असते, असे मानतात. अणुशक्तीला हे गुणही नाहीत. ३) अणुतील शक्ती हा अणुचा स्वभाव (म्हणजे मूल गुण) आहे, पण तो 'ईश्वरी' कशावरून? विश्वरचनेच्या मुळाशी चैतन्य आहे हे मान्य, पण ती चेतना 'चिद्स्वरूप' कशावरून?

थोडक्यात, विश्व हे सर्वव्यापी चैतन्याने भरलेले असले तरी त्याला मन, बुद्धी, इच्छा व भावना नसल्यामुळे ते, जग मानते तसला ईश्वर असू शकत नाही. शिवाय हे अस्तित्व स्पष्ट अशा भौतिक नियमांनी बांधलेले म्हणजे 'परतंत्र' आहे, ते 'स्वतंत्र' ईश्वर कसे असू शकेल?

प्राचीन माणसाला, तत्कालीन विचारवंतांना, प्रेषितांना, ऋषिमुनींना व नंतरच्या काळातील संतश्रेष्ठांनासुद्धा हे विसाव्या शतकातील ज्ञान उपलब्ध नव्हते. म्हणून त्यांनी ईश्वर कल्पिला व मानला असावा. चार्वाकांनी मात्र त्यांना हे ज्ञान उपलब्ध नसतानाही ईश्वर स्पष्टपणे नाकारला. मग आज आपल्याला सहजपणे उपलब्ध असलेल्या या ज्ञानाच्या आधारावर पुन्हा ईश्वरचिकित्सा करून त्याला मनोमन व खात्रीपूर्वक नाकारणे, नक्कीच शक्य झाले पाहिजे. आपण आज विचारू शकतो, कुठे आहे तो ईश्वर?

नास्तिक म्हणजे दुर्जन?

स्वतंत्र विचार करू शकणारी काही थोडी माणसे बुद्धी वापरून ईश्वरचिकित्सा व धर्मचिकित्सा करतात आणि आपापल्या परीने सत्यशोध करून निरीश्वरवादी बनतात. स्वत:ला नास्तिक म्हणवून घेण्यात त्यांना काही वावगे वाटत नाही. जनमनात धार्मिकता

टिकून राहण्यात आणि ती वाढण्यात ज्यांचे वैयक्तिक हितसंबंध गुंतलेले असतात, असे लोक म्हणजे धर्मगुरू, गुरूबाबा, पुरोहित, मुल्ला, फादर वगैरे ईश्वरवादी किंवा स्वत:ला ईश्वरप्रतिनिधी म्हणवणारे लोक मात्र 'आस्तिक लोक पुण्यवान असतात आणि नास्तिक लोक पापी असतात,' असे चित्र वा समीकरण जाणीवपूर्वक निर्माण करतात. याचे एक कारण ते असे सांगतात की, आपला निर्माता व सांभाळकर्ता जो ईश्वर आहे, त्याच्याप्रती या नास्तिकांना कृतज्ञतेची भावना नाही. ते हे लक्षात घेत नाहीत की, नास्तिक माणसाला ईश्वराचे अस्तित्वच मान्य नसल्यामुळे त्यांच्यादृष्टीने ईश्वराप्रती कृतज्ञ असण्याचा किंवा त्याची पूजाप्रार्थना करण्याचा काही प्रश्नच येत नाही. हेच स्वघोषित प्रतिनिधी दुसरे कारण असे सांगतात की, 'नास्तिक माणूस ईश्वर मानत नसल्यामुळे तो कुठलेही नैतिक बंधन मानत नाही. ईश्वराची भीती न उरल्यामुळे तो कुठलेही दुष्कृत्य करतो. म्हणून तो पापी आणि दुर्जन असतो. त्यामुळे माणसाने व समाजाने आस्तिक आणि धर्मशील राहण्यातच समाजाचे हित आहे.' खरे तर समाज श्रद्धाशील राहण्यात हित आहे ते धार्मिक व राजकीय पुढाऱ्यांचे; समाजाचे नव्हे!

मुळात 'नास्तिक माणूस सज्जन व समाजहितदक्ष नसतो' हा युक्तिवाद सपशेल चुकीचा व दिशाभूल करणारा आहे. न्याय आणि नीती यांचा संबंध बहुतेक लोक जरी ईश्वर व धर्म यांच्याशी जोडत असले तरी दोन्ही कल्पना स्पष्टपणे वेगळ्या मानवी-सामाजिक आहेत. मानवी मनात ईश्वर व धर्म या कल्पना निर्माण होण्याच्याही पूर्वी, अगदी रानावनात भटकणाऱ्या माणसाने जेव्हा टोळ्या बनवल्या तेव्हापासूनच त्याच्या न्याय व नीतिविषयक काही कल्पना होत्याच. अशा प्राथमिक न्याय-नीतिकल्पनांनाच ईश्वर कल्पना जोडून धर्म बनलेले आहेत. म्हणजे धर्मातून नीती आलेली नसून, नीतीतून धर्म आलेले आहेत. शिवाय नीती ही कालपरिस्थितीनुसार सतत बदलत राहते, बदलली पाहिजे. याशिवाय एका धर्माची नीती ही दुसऱ्या धर्माची चक्क अनीतिसुद्धा असू शकते. उदाहरणार्थ, हिंदू धर्मात मूर्तिपूजा पूर्णत: नैतिक आहे, तर मुसलमान धर्मात ते मोठे पाप आहे. तेव्हा कुठल्याही धर्मातील नीतिनियम हे ईश्वरी नसून मानवनिर्मित आहेत.

सर्व संस्कृतीसुद्धा मानवनिर्मितच आहेत आणि त्या धर्माधिष्ठित असण्याची काहीच गरज नाही. नीती व संस्कृती धर्मनिरपेक्ष असू शकतात, तशा असायलाही हव्यात.

नीती हा सर्व धर्मांचा महत्त्वाचा व अत्यावश्यक भाग आहे. नीतीशिवाय धर्म असणे शक्य नाही, हेही खरेच आहे, परंतु ईश्वर व धर्म न मानणाऱ्यांचीही नीती असते. एवढेच नव्हे तर ईश्वर व धर्म न मानणाऱ्यांची नीती शुद्ध असते आणि धार्मिक

माणसाची नीती तुलनेने हीणकस असते, असेही म्हणता येईल. कारण देवधर्म न मानणारा मनुष्य सत्कर्म करतो तेव्हा तो ते सत् आहे, नीतीयुक्त आणि समाजोपयोगी आहे म्हणून करतो. ही झाली शुद्ध नीती. या उलट धार्मिक मनुष्य सत्कर्म करतो तेव्हा तो ते पुण्यप्राप्तीसाठी करतो. मृत्यूनंतर स्वत:ला मोक्ष किंवा सद्गती मिळावी, या अंत:स्थ हेतूने करतो. तेव्हा स्वार्थप्राप्तीसाठी असलेली नीती तुलनेने हिणकस ठरते. उद्या जगातील सर्व धर्म नाहीसे झाले तरीसुद्धा नीतिमत्ता व मानवी संस्कृती टिकूनच राहतील, राहिल्याही पाहिजेत.

प्रत्यक्षात मात्र आस्तिक वा धार्मिक माणूस सुसंस्कृत व नीतिमान समजला जातो आणि नास्तिक माणूस दुर्जन आहे की काय, अशी शंका व्यक्त केली जाते. हा समज पूर्णत: चुकीचा आहे. मनुष्य सद्वर्तनी, सदाचारी असतो किंवा दुर्वर्तनी, दुराचारी असतो, तो त्याच्या धर्मामुळे नव्हे तर त्याच्यावर झालेल्या संस्कारांमुळे. धर्मग्रंथांनी सांगितले म्हणून किंवा ईश्वराज्ञा आहे म्हणून धार्मिक मनुष्य चांगलाच वागतो, असे काही जगात दिसून येत नाही. खरे तर याउलटच दिसून येते. गुन्हेगार, भ्रष्टाचारी व पापी माणसे जास्त हिरिरीने ईश्वर मानतात आणि त्याच्या पूजाप्रार्थना, टिळा, गंध वगैरे लावून धार्मिक दिसण्याचा प्रयत्न करतात. शिवाय ईश्वराची पूजाप्रार्थना केली वा त्याच्याकडे क्षमायाचना केली, तर तो क्षमा करतो, अशा आधीच मिळालेल्या धार्मिक आश्वासनामुळे तो आपले दुराचार चालूच ठेवील ही शक्यता जास्त आहे किंवा आपले पाप धुतले जाण्याच्या आशेने तो शिर्डी, तिरुपतीला किंवा या ना त्या देवाकडे, गुरूकडे जास्तच जात राहील. याउलट सदाचार व सद्वर्तन हे आपले महत्त्वाचे सामाजिक कर्तव्य आहे, असे मानणारा माणूस धर्म मानत नसूनही दुर्वर्तन करणार नाही. कारण आपल्या दुर्वर्तनाचे पाप धार्मिक कर्मकांडाने, व्रतवैकल्याने धुतले जाईल, हे त्याला मान्य नसते. त्यामुळे आस्तिक व धार्मिक तो सज्जन आणि नास्तिक व धर्म न मानणारा तो दुर्जन, हे समीकरण अत्यंत गैरलागू, ठोकळेबाज आणि दिशाभूल करणारे आहे.

बहुतेक सुधारक हे बुद्धिप्रामाण्यवादी, संशयवादी आणि नास्तिक नसले तरी अज्ञेयवादी होते. आधुनिक भारताचे पहिले थोर महात्मा जोतिबा फुले यांनी 'निर्मिक' या नावाने ईश्वर मानलेला होता. त्याअर्थी ते आस्तिक होते. पण अर्थात त्यांचा निर्मिक धर्मातल्या देवासारखा नव्हता. सुधारकाग्रणी आगरकर हेसुद्धा नास्तिक नव्हे, पण अज्ञेयवादी होते. सावरकरांना अनेक लोक नास्तिक समजत असत. पण त्यांच्या लिखाणाचा अभ्यास केल्यावर असे दिसून येते की, त्यांचा कल जरी नास्तिकतेकडे होता आणि त्यांनी धर्मग्रंथवर्णित ईश्वर जरी साफ नाकारला होता तरी ते एक प्रकारचे

अज्ञेयवादीच होते. न्यायमूर्ती रानडे तर चक्क आस्तिक होते. ज्यांनी तत्कालीन समाजाच्या चुकीच्या रूढीपरंपरा मोडण्यासाठी आपले आयुष्य पणाला लावले, ती थोर माणसे आस्तिकच किंवा नास्तिकच होती, असे काहीही म्हणता येणार नाही.

अलीकडच्या काळातील बाबा आमटेंसारखे महान, थोर लोक समाजहितासाठी निरपेक्षपणे, दुर्बल, वंचितांसाठी, दुर्लक्षितांसाठी आपले आयुष्य खर्ची घालतात, ते आस्तिक किंवा नास्तिक असतात म्हणून तसे करतात, असे म्हणता येणार नाही. आगरकरांना काही लोक 'देव न मानणारा देवमाणूस' म्हणत असत. तसेच मुंबईतील 'चालना'कार अरविंद राऊत यांनी बहुश: १९५० नंतरच्या काळात महाराष्ट्रात (मुख्यत्वे मुंबई आणि उत्तर व मध्य कोकणात) पोटजाती व जाती निर्मूलन, अंधश्रद्धा निर्मूलन, समाजसुधारणा व एकूणच समाजसेवेचे आदर्श कार्य चार ते पाच दशके सातत्याने केले. त्यांनाही अनेक लोक 'देव न मानणारा देवमाणूस' असे म्हणत असत. एवढेच कशाला, आजकाल डॉक्टरी पेशा जरी अनेक कारणांनी टीकेचा धनी झालेला असला, तरी प्रत्यक्षात अनेक डॉक्टर असे असतात की, जे गरीब, गरजवंत, आजारी लोकांकडून पैसे न घेता त्यांच्यावर मोफत उपचार करतात. अशा डॉक्टरांनाही संबंधित लोक 'देवमाणूस'च मानतात की! इतरत्रही अशी परोपकारी माणसे भेटतात. अशी माणसे स्वत: ईश्वर-अस्तित्व मानत असतील किंवा नसतील. आस्तिक लोकांना असे वाटत असते की, अशी सत्कृत्ये करणाऱ्या माणसांना देवच तशी प्रेरणा देतो. याउलट नास्तिकांना वाटते की, इथे कुणाला तरी मदतीची गरज आहे; देव अस्तित्वात नसल्यामुळे तो काही याच्या मदतीला येऊ शकत नाही. त्यामुळे याला होईल तेवढी मदत करणे, हे माझे कर्तव्य आहे. अनेक क्षेत्रांमध्ये अनेक प्रकारची सत्कृत्ये करणारी परोपकारी माणसे पुष्कळ वेळा दिसून येतात. त्यांना ती प्रेरणा ईश्वर देतो असे बोलण्याची आपल्याकडे पद्धत आहे. खरे तर तो त्यांचा पिंड असतो किंवा जडणघडण, त्याचा देवाशी काही संबंध नाही.

'असोसिएशन ऑफ रुरल सर्जन्स ऑफ इंडिया'चे माजी अध्यक्ष डॉ. रवींद्रनाथ टोणगावकर यांचे उदाहरण पाहू. मेडिकल शिक्षणात सदैव प्रथम असलेले आणि त्या क्षेत्रातील उच्चतम पदव्या घेतलेल्या या डॉक्टरांनी हॉस्पिटल काढून व्यवसाय सुरू केला. धुळे जिल्ह्यातील दोंडाईचा या लहानशा गावात तो त्यांनी दीर्घकाळ चालवला, कारण तिथे गरीब, आदिवासींना डॉक्टरी उपचारांची काहीच सोय नव्हती. तिथल्या ज्या गोरगरिबांना त्यांनी रोगमुक्त केले किंवा त्यांचे जीव वाचवले, ते त्यांना 'देवमाणूस'च नव्हे तर अगदी 'देव' मानतात, पण त्यांच्या प्रकाशित लिखाणावरून असे दिसून येते की, ते स्वत: मात्र देवाचे अस्तित्व मानत नाहीत. ते निरीश्वरवादी, नास्तिक आहेत.

अज्ञेयवाद, निरीश्वरवाद आणि मानवतावाद

दैनंदिन कामाच्या रामरगाड्यात गुंतलेला सर्वसाधारण माणूस 'ईश्वर आहे की नाही?' या वादात बहुधा पडत नाही. अशा वादाचा काही उपयोग नाही असे ठरवून आपल्या समाजातील किंवा परिसरातील अनेकांप्रमाणे त्यानेही 'ईश्वराचे अस्तित्व, कर्तृत्व गृहीत धरून चालणे' हेच हिताचे आहे, असे मानून तो मार्गक्रमण करत राहतो. स्वतंत्र विचार करायला न घाबरणारी काही माणसे मात्र 'ईश्वर खरेच आहे का?' या शोधात जिज्ञासेने उडी घेतात. त्यातील काही आपल्या विचाराने 'अज्ञेयवादी' बनतात, तर काही जण 'निरीश्वरवादी'.

अज्ञेयवादी कुणाला म्हणावे?

अज्ञेयवादी माणसाची भूमिका अशी असते की, 'आजच्या मानवी ज्ञानाच्या व बुद्धीच्या साहाय्याने ईश्वर आहे की नाही, हे निश्चित करता येणार नाही; निदान मी तरी ते निश्चित करू शकत नाही'. दुसरे काही जण असे मानतात की, 'ईश्वराचे अस्तित्व किंवा नास्तित्व सिद्ध करता येणे कधीच शक्य नाही. एवढेच नव्हे तर, तसे करण्याची काही आवश्यकताही नाही'. काही जणांच्या मते अज्ञेयवाद ही एक उत्तम मध्यममार्गी भूमिका असून, ईश्वर आहे किंवा नाही ही टोकाची गृहीते सिद्ध करण्याचा प्रयत्न करणे म्हणजे फुकाची डोकेफोड आहे. काही जण काही मर्यादेपर्यंत शोध घेऊन, 'ईश्वराच्या अस्तित्वाला काहीही पुरावा नाही' इथपर्यंत येतात; परंतु 'अस्तित्वाला पुरावा नसणे, हाच नास्तित्वाचा पुरावा ठरतो' हे त्यांना कळत किंवा पटत नसल्यामुळे ते म्हणतात की, धर्मग्रंथात वर्णिलेला ईश्वर आम्हाला पटत नसला तरी अशी काही

तरी प्रचंड शक्ती अस्तित्वात असून, ती कशी आहे ते आम्हाला न कळणे शक्य आहे. त्यामुळे ते स्वतःला अज्ञेयवादी म्हणवतात.

काही जणांच्या बाबतीत अज्ञेयवाद ही पळवाट असू शकते. ईश्वर आहे की नाही यावर बोलायला नको, त्यामुळे अज्ञेयवादी असणे सोयीचे आहे. काहींच्या बाबतीत अज्ञेयवादी असणे ही निरीश्वरवादाकडे जाण्याची पायरी असू शकते. निरीश्वरवादी मनुष्यसुद्धा 'ईश्वराचे नास्तित्व' गणितासारखे सिद्ध करू शकत नाही हे खरे, पण तो असे मानतो की, ईश्वराच्या अस्तित्वाला काहीही पुरावा नसणे हाच ईश्वराच्या नास्तित्वाचा पुरेसा पुरावा आहे. पूर्णतः निरीश्वरवादी बनलेला माझ्यासारखा माणूस ईश्वराचे नास्तित्व जरी स्वतंत्रपणे व निर्विवादपणे सिद्ध करू शकत नसला तरी तो स्वतःला केवळ संशयवादी किंवा अज्ञेयवादी न म्हणवता निरीश्वरवादी किंवा नास्तिक म्हणवतो आणि आजूबाजूच्यांची नाराजी ओढवून घेतो.

वैज्ञानिकांना त्यांच्या त्यांच्या विषयातील संशोधन करताना ईश्वराचे अस्तित्व मानावे लागत नाही, हे तर निश्चित खरे आहे; परंतु काहींचे म्हणणे असते की, 'तर मग सगळे वैज्ञानिक नास्तिक का नाहीत?' अनेक मोठमोठे वैज्ञानिक वैयक्तिक जीवनात ईश्वराचे अस्तित्व मानत असतील किंवा नसतील हे शक्य आहे. अनेक वैज्ञानिक फक्त संशयवादी किंवा ईश्वरवादी किंवा भक्तसुद्धा असण्यात आश्चर्य असे काहीच नाही. कारण ते जे संशोधन करतात ते त्या त्या विज्ञानशाखेतील संशोधन असते; ते काही ईश्वराबाबतचे संशोधन नसते.

निरीश्वरवाद्यांना तात्त्विक पातळीवर जसा ईश्वरवाद अमान्य आहे, तसा अज्ञेयवादही अमान्यच आहे. त्यांचे म्हणणे असे असते की, व्यावहारिक पातळीवर समाजाने ईश्वरवाद मान्य करून ईश्वरकृपेसाठी पूजा, प्रार्थना, उत्सव, उन्माद इत्यादींमध्ये वेळ व श्रम खर्च करून त्यात आयुष्य वेचण्याऐवजी अज्ञेयवाद स्वीकारलेला बरा. त्यामुळे जो अध्यात्माचा अतिरेक माणूस जातीला निःसंशय हानिकारक आहे, निदान तो तरी टाळला जाईल आणि काही विशिष्ट धार्मिक गटांना अध्यात्माची झिंग येऊन ते दहशतवादी, आतंकवादी कृत्ये करून जगाला हैराण करतात, ते तरी टळेल किंवा कमी होईल. त्या दृष्टीने ईश्वरवाद मानण्यापेक्षा अज्ञेयवाद मानणे चांगले आहे.

याउलट निरीश्वरवादाची भूमिका अशी असते की, या विश्वात जे जे काही आहे ते ते सर्व भौतिक आहे. म्हणजे असे की, विश्वातील सर्व शक्ती, सर्व वस्तू (ज्या सर्व शक्तींचीच वेगवेगळी रूपे आहेत.), त्यांचे सर्व नियम आणि काळ व अवकाश (पोकळी) हे सर्व भौतिक-रासायनिक असून या विश्वात अतिभौतिक (म्हणजे भौतिकापलीकडील किंवा भौतिकाव्यतिरिक्त) असे काही तरी इथे किंवा आसपास

आहे, असे म्हणायला काहीही आधार नाही.

विश्व या भौतिक अस्तित्वात त्याच्या भौतिकतेचे आज स्पष्टपणे तीन स्तर निर्माण झालेले आहेत, ते लक्षात घेणे जरूर आहे. पहिला मूळ स्तर निम्न असून तो निर्जीव आहे. त्यातून निर्माण झालेला दुसरा 'सजीव स्तर' असून तो 'अन्नग्रहण करणारा' व 'टिकून राहण्याचे उद्दिष्ट असलेला' असा आहे. या दुसऱ्या सजीव स्तरातून निर्माण झालेला भौतिकाचा तिसरा स्तर हा 'मानव स्तर' असून हा उत्क्रांत सजीव प्राणीस्तर मन, बुद्धी व भावनाधारक आहे.

संपूर्ण विश्व हे अस्तित्व, अतिप्रचंड, टिकाऊ, चैतन्यमय, गतिमान व भौतिक नियम पाळणारे होते व आहे. म्हणजे ते केवळ निर्जीव, भौतिक प्रकारचे होते व आहे. त्याला मूलत: साधी सजीवताही नव्हती. म्हणजे अर्थात त्याला मन, बुद्धी, भावनाही नव्हत्या. तसेच त्याला इच्छा, उद्दिष्टे, योजना, प्रेरणा वगैरे काहीही नव्हते व नाही.

त्या मूळ निर्जीव, भौतिक चैतन्यातून अतिदीर्घ काळाने म्हणजे शे-सव्वाशे कोटी वर्षांनी पृथ्वी या ग्रहावर काही ठिकाणी आधी साधे, सूक्ष्म आकाराचे व क्षणभंगुर आयुष्य असलेले आणि ज्यांना टिकून राहण्याचे उद्दिष्ट व प्रेरणा आहे आणि ज्यांना पुनरुत्पादन क्षमता प्राप्त झालेली आहे, असे सूक्ष्म सजीव निर्माण झाले.

अशा साध्या सूक्ष्म सजीवांतून पुढील अतिदीर्घ काळात पायरीपायरीने उत्क्रांती होऊन शेवटी मन, बुद्धी, भावनाधारक व ज्ञानलालसा प्राप्त झालेला मानवी स्तर बनला. त्याने प्रयत्नपूर्वक आपली मन-बुद्धी व आपले ज्ञान विकसित केले. आपल्या आजच्या विश्वात या 'मानवी मन-बुद्धी'सह सर्व काही भौतिक आहे आणि ते नियमांनी बद्ध आहे. त्या नियमांचे उल्लंघन करू शकणारे असे इथे काहीही नाही. या मानवी स्तराने आपल्या विकसित मन-बुद्धीतून ईश्वर, धर्म, अध्यात्म, स्वर्ग, नरक, परलोक, पुनर्जन्म वगैरे अस्तित्वात नसलेल्या अनेक गोष्टी केवळ कल्पनेने रचलेल्या आहेत. थोडक्यात, ईश्वर किंवा सैतान या (भुताखेतांप्रमाणेच) केवळ मानवी कल्पना असून त्यात काही सत्य नाही, असे निरीश्वरवादाचे म्हणणे आहे.

यावर असा आक्षेप घेतला जाऊ शकेल की, मानवी मन-बुद्धी ही विज्ञान ज्या जड वस्तूंचा व त्यांच्या शक्तींचा अभ्यास करते, तशा प्रकारची जड वस्तू/शक्ती नसल्यामुळे तिला भौतिक म्हणता येणार नाही (म्हणजे ती ईश्वरीय किंवा आध्यात्मिक आहे.), परंतु असे म्हणणे बरोबर नाही. मानवी मन-बुद्धीचा वैज्ञानिक पद्धतीने अभ्यास नक्कीच करता येतो. शिवाय मेंदूच्या प्रत्यक्ष कार्यपद्धतीचा, त्यातील रासायनिक घटना, त्यातील विद्युत्प्रेरणा इत्यादींचाही अभ्यास आजचे प्रगत मेंदूविज्ञान करत

आहे. शिवाय वर पाहिल्याप्रमाणे, काळाच्या तुलनेत क्षणभंगुर असलेली आपली सजीवता, सचेतनादी गुण व मन-बुद्धी वगैरे सर्व बाबी या भौतिकापलीकडील नसून ते त्याचेच केवळ विस्तार किंवा नवनिर्मित स्तर आहेत. आपण मात्र सजीवांना किंवा मानवाला त्यांच्या 'प्राणा'बरोबर एक 'आत्मा'ही मिळालेला आहे, असे ठरवतो. तो आत्मा क्षणभंगुर नसून 'अमर' आहे आणि ईश्वराने दिलेला आहे, असेही मानतो. अशा प्रकारे आपण मानवी जीवनावर अध्यात्माचा आरोप करतो, ईश्वर परमात्म्याचे अस्तित्व मानतो आणि अध्यात्माला कुरवाळत आपले आयुष्य व्यतीत करतो.

निरीश्वरवादी कुणाला म्हणावे?

साक्षात्कार, चमत्कार, ईश्वर, देव, देवदूत, देवधर्म, स्वर्ग, नरक, परलोक इत्यादींना तर्कबुद्धीची कसोटी लावून त्यांना विचारांनी स्पष्टपणे नाकारणे म्हणजेच 'निरीश्वरवादी' असणे होय.

अशा प्रकारच्या विचारांनी निरीश्वरवादी बनलेला प्रत्येक मनुष्य बुद्धिप्रामाण्यवादी, इहवादी, विज्ञानवादी, वास्तववादी आणि विवेकवादी असतोच असतो; परंतु प्रत्येक बुद्धिवादी मनुष्य निरीश्वरवादी असेलच, असे मात्र म्हणता येत नाही. कारण असे बुद्धिवादी लोक असणे शक्य आहे की, जे व्यवहारात तर्कबुद्धी वापरतात; परंतु ती ईश्वर-चिकित्सेसाठी मात्र वापरत नाहीत. 'मी ईश्वराला मानत नाही, त्याला काही किंमत देत नाही किंवा माझा ईश्वरावर राग आहे,' असे म्हणणारा माणूसही निरीश्वरवादी ठरत नाही. इतर मानतात तशा ईश्वराचे अस्तित्वच निरीश्वरवादी माणसाला मान्य नसल्यामुळे त्याने ईश्वरावर राग धरण्याचा किंवा त्याला मान न देण्याचा काही प्रश्नच येत नाही. ईश्वर जर अस्तित्वातच नसेल तर त्याच्यावर राग तरी कसा असेल?

विश्वाची काही एक परमसत्ता असून ती मनबुद्धीइच्छायुक्त आहे, असे ज्यांना वाटते त्यांनी ती अस्तित्वात आहे याचे पुरावे दिले पाहिजेत. नाही तर ती दगडधोंडे, रसायने किंवा वीज, गुरुत्वाकर्षणासारखी फक्त भौतिक शक्ती आहे, असे म्हणावे लागेल. आध्यात्मिक ईश्वर शक्तीचे अस्तित्व तर्कबुद्धीने कधीही कुणालाही सिद्ध करता आलेले नाही.

काही लोक असे मानतात की, विविध धर्मांच्या व पंथांच्या वेगवेगळ्या उपासनापद्धती हे एकाच ईश्वराकडे पोहोचण्याचे वेगवेगळे मार्ग आहेत. परंतु काही असे मानतात की, फक्त त्यांच्या स्वत:च्या धर्मातील ईश्वर व त्यांची उपासनापद्धतीच खरी असून, इतर धर्मातील, पंथांतील ईश्वर व उपासनापद्धती खोट्या आहेत. एवढेच नव्हे, तर इतर धर्माच्या लोकांना ते नास्तिक मानतात. निरीश्वरवादासाठी ही कसोटी वापरणे हास्यास्पद आहे. 'आपण ज्या धर्मात जन्मलो त्या धर्मात सांगितलेला ईश्वर

जो नाकारतो, तो नास्तिक' अशी नास्तिकतेची व्याख्या होऊ शकत नाही. नास्तिक किंवा निरीश्वरवादी सर्व ईश्वरकल्पना नाकारतो. अरबस्तान व युरोपमध्ये अद्वैत मत सांगणाऱ्या काही संतांना नास्तिक ठरवून इतिहासकाळी त्यांचा मोठाच छळ झालेला आहे. त्यांच्या तेथील धर्मामध्ये ईश्वर आणि मनुष्य हे निर्माता व निर्मिती असे पूर्ण द्वैत सांगितले असल्यामुळे माणसाचा आत्मा हा परमात्म्याचाच अंश आहे, हे अद्वैत मत त्यांनी नास्तिक मत ठरवले. ते अर्थातच चूक आहे. अद्वैत मतसुद्धा पूर्णत: ईश्वरवादी मतच आहे.

भौतिक शक्तींहून अधिक अशी काही ईश्वरी शक्ती अस्तित्वात आहे का, या प्रश्राचे उत्तर निरीश्वरवादाने 'नाही' असेच दिले पाहिजे. प्रत्यक्षात कुणी ईश्वर नसून लोकांनी ईश्वराच्या फक्त अस्तित्वावर श्रद्धा ठेवली तर मोठे काही बिघडत नाही. आम्हा बुद्धिप्रामाण्यवाद्यांचा जास्त आक्षेप आहे, तो ईश्वराच्या कर्तृत्वावरील श्रद्धेला. आता असे पाहा की, आंधळा, बहिरा, मुका, नासमज, ध्येयशून्य व कर्तृत्वशून्य असा ईश्वर काही कुणी आस्तिक मानत असणे शक्य नाही; परंतु जर कुणाला काही तरी अज्ञात शक्ती अस्तित्वात आहे, असे म्हणायचे असेल आणि तरीही आपण विज्ञानवादी, वास्तववादी वा विवेकवादी आहोत, असे म्हणायचे असेल तर त्याला एवढे तरी मानावेच लागेल की, १) त्या शक्तीला इच्छा, मन, बुद्धी व भावना नाहीत. २) ती शक्ती माणसाचे किंवा मानवसमूहाचे भाग्य ठरवत नाही. ३) ती शक्ती मानवी जीवनात हस्तक्षेप करू इच्छित/शकत नाही. ४) ती मानवाकडून पूजा, प्रार्थना, उपासना यांची अपेक्षा करत नाही. ५) ती कुणालाही साक्षात्कार देत नाही. चमत्कार करत नाही. ६) तिचे स्वर्ग, नरक किंवा असे काहीही परलोक नाहीत आणि ती कुणा सजीवाला पुनर्जन्महीं देत नाही.

जर कुणी माणूस स्वत:ला निरीश्वरवादी समजत असेल आणि तरीही काही अज्ञात शक्ती अस्तित्वात असू शकेल, असे तो म्हणत असेल तर त्याला वर नोंदवलेले कर्तृत्व ईश्वराजवळ नाही, एवढे तरी मानावेच लागेल. अर्थात ईश्वरवाद्यांनासुद्धा असा कर्तृत्वशून्य ईश्वर नको असतो. त्यांना जो मानसिक आधार देईल, संकटसमयी धावून येईल, असाच ईश्वर त्यांना हवा असतो. निरीश्वरवादी माणूस वैश्विक-भौतिक शक्तीचे अस्तित्व नाकारत नाही, परंतु ईश्वरवादी लोक वैश्विक शक्तींचे वरच्यासारखे जे इतर कर्तृत्व मानतात, ते मात्र तो अवश्य नाकारतो.

सर्वसाधारणपणे ईश्वर हा सर्वज्ञ, सर्वसमर्थ व सर्वकल्याणकारी (म्हणजे प्रेमळ व दयाळू) आहे, असे मानले जाते; परंतु हे तीनही गुण एकत्र असलेला ईश्वर संभवतच नाही, असे आम्हाला वाटते. कसे ते पाहू. ईश्वर सर्वज्ञ असेल तर त्याला

सर्वांची दु:खे, त्यांच्यावर झालेले अन्याय, अत्याचार वगैरे माहीत असणार. तो सर्वसमर्थसुद्धा असल्यामुळे त्याला काहीही उलटसुलट करता येत असणार. शेवटी त्याचे प्रेम व त्याची दया सर्वांसाठी असल्यामुळे जगात सर्व जण सुखी व आनंदी असले पाहिजेत; परंतु प्रत्यक्ष जगात बहुतेक माणसे दु:खी आढळतात. यावरून असे दिसते की, तो सर्वज्ञ तरी नसेल किंवा सर्वसमर्थ तरी नसेल किंवा त्याचे प्रेम व दया तो सर्वांना नि:पक्षपातीपणे देत नसेल. खरे तर ईश्वराचे सर्वांवर प्रेम आहे, असे काही जगात दिसूनही येत नाही. मग साधारणपणे मानला जातो, तसा ईश्वर कुठे आहे?

ईश्वरवादी व निरीश्वरवादी दोघांनाही पुढील विधाने मान्य होतील – १) विश्वात एक अतिप्रचंड चैतन्य आहे. २) ते विश्वाच्या प्रत्येक कणात भरलेले आहे. ३) ते सतत कार्यरत आहे. ४) ते प्रवाही (गतिमान) आहे. ५) ते नियमबद्ध आहे. ६) ते नवनिर्मितीक्षम आहे. ७) मनुष्य व त्याचा प्राण (सजीवता) हा मूलत: त्याच चैतन्यातून निर्माण झालेला असावा. ८) ती त्या चैतन्याच्या तुलनेत अतिक्षुद्र आहे. आता या वैश्विक चैतन्यालाच जर कुणी ईश्वर म्हणत असेल तर तेवढा ईश्वर सर्वांनाच मान्य होईल. मात्र या चैतन्याला ईश्वरवादी लोक इतर अनेक मानवी गुण जोडतात. आता असे बघा की, हे चैतन्य वैश्विक, अतिप्रचंड व सर्वव्यापी आहे हे खरे, पण ते सजीव नव्हे. त्याला मन, बुद्धी, इच्छा व भावना नाहीत. ते नवनिर्मितीक्षमसुद्धा आहे, पण ते नियमांनी बांधलेले आहे, तसेच त्याला जाणीव, दया-माया, प्रेम वगैरे काही नाही. मग ते ईश्वर कसे? ते तर केवळ भौतिक-वैश्विक चैतन्य आहे.

अशा या भौतिक-वैश्विक चैतन्याविषयी आपल्याला प्रेम व आदर वाटणे शक्य आहे आणि साहजिकही, कारण प्रेम करणे हा मानवी मनाचा गुणधर्म आहे. आपली सजीवता आणि मनबुद्धी हे कोट्यवधी वर्षांच्या उत्क्रांतीने घडून आलेले चमत्कार आहेत. त्यामुळेच आपण अगदी डोंगर, नदी, समुद्र एवढेच काय, पण आपल्याशी संबंधित लहानसहान वस्तूंवरही प्रेम करतो. मग विश्वचैतन्य ही तर अशी माती आहे की, जिच्यातून आपला जन्म झालेला आहे. म्हणून तिच्याविषयी आपल्याला प्रेमादर वाटणे साहजिक आहे. आपण त्या चैतन्याची लेखन, काव्य, संगीत इत्यादी साधनांद्वारे स्तुती, सन्मान, सत्कार करणे हेही स्वाभाविक आहे. सद्भाव व्यक्त करणे हा मानवी सद्गुण असून तो आनंददायक आहे. त्याचा आपल्या मनावर व शरीरावर सुपरिणामही होतो; परंतु त्याचा अर्थ आपण जर असा लावला की, त्या चैतन्याने आपण केलेल्या स्तुतीने प्रसन्न होऊन आपल्याला ते सुपरिणाम दिलेले आहेत, तर ते चुकीचे म्हणावे लागेल. कारण ते चैतन्य काही देऊ शकत नाही (आशीर्वादही नाही) आणि कुणाशीही काही देण्या-घेण्याचा व्यवहारही करू शकत नाही.

अशा प्रकारच्या वैश्विक-भौतिक चैतन्याला कुणा माणसाने ईश्वर-ब्रह्म किंवा असेच काही नाव दिले आणि प्रेमादरापोटी त्याची स्तुती करून त्याला नमस्कार केला तरी इतर लोक त्या चैतन्याला ईश्वर मानतील का? बहुधा नाहीच! कारण तो ईश्वर आध्यात्मिक नाही, प्रार्थनेने तो प्रसन्न होत नाही, नवसाला पावत नाही. म्हणजे सर्व धार्मिक मानतात तसा तो ईश्वर नाही, पण त्याच कारणांनी अशा केवळ भौतिक शक्तीवर प्रेम करणारा असूनही जर तो तिच्याकडे काहीच मागत नसेल, तर मात्र तो माणूस निरीश्वरवादी म्हणता येईल, असे मला वाटते.

निरीश्वरवादाचे भवितव्य

काही लोकांना असे वाटते की, निरीश्वरवाद हे आपल्याकडे नवीन आलेले काही तरी पाश्चात्त्य फॅड आहे, परंतु निरीश्वरवाद नवीन नाही आणि पाश्चात्त्यही नाही. फॅशन, खूळ किंवा फॅड तर मुळीच नाही. प्राचीन हिंदू धर्मात काही लोक मानत होते, असा स्पष्ट (लखख) निरीश्वरवाद होता. त्याच्या मागे तर्कशुद्ध विचारसरणी होती आणि आता विसाव्या शतकातील जगभरच्या वैज्ञानिक शोधांनी त्याला आणखी पाठबळ मिळाले आहे.

आजचे पृथ्वीवरील जग हे अनेक राष्ट्रांचे व अनेक धर्मांचे बनलेले आहे. जगात एकेका राष्ट्रातसुद्धा अनेक धर्म आहेत आणि ही वास्तविकता पुढील काळातही बदलली जाण्याची शक्यता नाही. म्हणून धर्माधर्मांतील कटुता, परस्परद्वेष व धार्मिक दंगेयुद्धे आणि त्यामुळे निर्माण झालेल्या कोट्यवधी विस्थापितांचे/निर्वासितांचे जीवन-मरणाचे प्रश्न निदान कमी होण्यासाठी देवाधर्माचे महत्त्व किंवा मूलतत्त्ववाद कमी करण्याची आवश्यकता आहे. एवढेच नव्हे, तर देव, धर्म, कर्मकांड, प्रार्थना, नमाज इत्यादींना थारा न देता जर मनुष्य सद्‌वर्तन व परस्परसंबंधांना आत्मसात करेल तर तो संपूर्ण मानवी जीवन आनंदमय बनवेल, असे माझे मत आहे.

आधुनिक काळात जागतिकीकरणाने व इतर अनेक कारणांनी जग परस्परावलंबी, स्पर्धाशील व सहकार्यशील बनत आहे. विज्ञान-तंत्रज्ञानातील शोधांमुळे प्रगतिपथावर आहे. अशा वेळी हे आवश्यक आहे की, आपण सर्वांनी आता काल्पनिक शक्तींवर अवलंबून न राहता भौतिक निसर्गशक्तींचा तळागाळातील माणसांसह सर्वांच्या ऐहिक सुखासाठी जास्तीत जास्त उपयोग करून घेण्याचे ध्येय मानले पाहिजे. देववादाला नकार देऊन मानवजातीचा आत्मविश्वास वाढवला पाहिजे. हे सर्व कल्पित ईश्वर मानून नव्हे तर निरीश्वरवादानेच शक्य होईल.

निरीश्वरवादी मत अनुसरणाऱ्या माणसाला वैयक्तिक जीवनातही त्याचे अनेक उपयोग आहेत. असा मनुष्य श्रद्धेच्या पांगुळगाड्याच्या आधाराने नव्हे तर तर्कबुद्धीच्या

खंबीर आधाराने श्रद्धेचा अतिरेक व अंधश्रद्धा यांना नकार देतो. कालबाह्य पुराण कल्पनांना चिकटून न राहता सामाजिक सुधारणा घडवून आणण्यास तयार होतो. त्यामुळे श्रद्धातिरेक, अंधश्रद्धांमध्ये खर्च होणारी त्याची, समाजाची शक्ती व वेळ यांची बचत होते. त्यांचा उपयोग उत्पादन, विश्रांती व अभ्यास यासाठी करून समाजजीवनाचा दर्जा सुधारता येऊ शकतो.

कुठलाही अतिरेक वाईट असतो, तसा निरीश्वरवादाचा अतिरेकही वाईटच आहे. उदाहरणार्थ, आस्तिकांच्या कर्मकांडाला हसून त्यांचा उपमर्द करणे किंवा अस्तित्वात नसलेल्या ईश्वराची उपासना करणारे म्हणून त्यांना कमी लेखणे किंवा स्वत:स शहाणे समजून त्यांच्याशी फटकून वागणे, हे सर्व निरीश्वरवादाचे अतिरेक होत. निरीश्वरवाद्यांना ईश्वर केवळ काल्पनिक आहे, असे वाटते आणि संतांनी मात्र ईश्वरस्मरण करत जीवन जगावे, अशी शिकवण इतिहासकाळात दिली. निरीश्वरवाद्यांनी संतांच्या त्या काळातील अडचणी समजून घेणे आवश्यक आहे. त्यांची ईश्वराच्या अस्तित्व व कर्तृत्वाबद्दलची मते साफ नाकारूनही समाजसुधारक व थोर मानव म्हणून संतांचे मोठेपण मान्य करणे आवश्यक आहे. जे संतांबाबत तेच प्रेषित व धर्मसंस्थापकांबाबतही खरे आहे.

सामान्य माणसाचा सध्याचा धर्मनिष्ठा व ईश्वरनिष्ठेकडील ओढा पाहता निरीश्वरवाद हा प्रवाहाविरुद्धचा विचार आहे, हे मान्य करावे लागेल. त्यामुळे त्यावर अधिक मर्यादा येतात. मात्र तसे असूनही सार्वत्रिक शिक्षणामुळे समाजमनात वैज्ञानिक दृष्टिकोनाचा स्वीकार झाला आणि बुद्धिवादाचा प्रसार झाला, तर कालांतराने पुढची पायरी म्हणून हळूहळू निरीश्वरवाद अधिकाधिक लोकांना मान्य होईल, असे वाटते. ईश्वरकल्पना सर्वांच्याच मनात लहानपणापासून ठसलेली असल्यामुळे, जे लोक आपल्या मनावर बुद्धिवादी विचारांचा पुरेसा प्रयोग करतील, फक्त त्यांनाच निरीश्वरवाद पटू शकेल.

याच्या उलट दिशेला, महाराष्ट्रातील व भारतातील सामान्य माणसाची काहीएक वाटचाल चालू आहे आणि तिच्यामागे हितसंबंधियांचे एक कारस्थान कार्यरत आहे, असे दिसते. हितसंबंधी चौकडी अशी आहे- १) सत्तालोभी राजकारणी, २) धनलोभी गुरुबाबा, ३) धंदेवाईक वृत्तीचे देवळांचे मालक, ट्रस्टी व इतर, ज्यांची उपजीविका देवाधर्माच्या नावाने चालते आणि ४) पापी, भ्रष्टाचारी व गुन्हेगार लोक, ज्यांना आपल्या पापांना माफी मिळण्याच्या आशेने आजूबाजूला देवाधर्माचा गजर हवा असतो. त्यासाठी जनजीवनात देवाधर्माचे प्रस्थ वाढवण्याकरता ते सतत प्रयत्नशील असतात. याउलट सामान्य मनुष्य साधेसुधे जीवन जगत असतो, आपापली सुखदु:खे समाधानाने भोगत असतो. तरीही तो काही पापे करत नाही. कुणाला साधा त्रासही

देत नाही. त्याला देवाची आणि देवाकडून मिळणाऱ्या पापाच्या माफीची काय आवश्यकता आहे? परंतु वरील चौकडीच्या कारस्थानामुळे अशी शक्यता निर्माण होते की, हा सामान्य माणूस अधिकच देवभोळा, धर्मभोळा, दैववादी आणि कडवा (कदाचित तालिबानवादीसुद्धा) बनेल. शिवाय ऐहिक सुखदुःखे व सामाजिक प्रगती यांच्याकडे दुर्लक्ष करेल. अशा परिस्थितीत निरीश्वरवादाला पुढील काळात काही भवितव्य आहे का?

आमच्या मते नक्कीच चांगले भवितव्य आहे. जर काल्पनिक ईश्वराला श्रद्धेने स्वीकारून ईश्वरवादी मताचा जगभर इतका प्रसार व प्रचार होऊ शकतो, तर बुद्धिवान असलेल्या या मानवजातीत ईश्वर प्रत्यक्षात नाही, हे सत्य आज ना उद्या अनेक लोक स्वीकारतील असे वाटते. आज जरी देवदेवळे व देवळांपुढील रांगा वाढत आहेत, धार्मिक सिनेमे व पुस्तकांचा खप वाढत आहे, गुरूबाबा वाढत आहेत, जनतेचा धार्मिक जल्लोश व उन्माद वाढत आहे, तरी अखेरीस आज ना उद्या सत्याचाच जय होईल, असे वाटते.

आधुनिक जगात सर्वत्र विद्वन्मान्य झालेले मानवतावाद हे तत्त्वज्ञान वैज्ञानिक दृष्टिकोन आणि निरीश्वरवाद या दोन मूळ विचारांवरच आधारित आहे. गेल्या शतकात होऊन गेलेला महान बुद्धिवान विचारवंत आणि विश्वमानव मानवेंद्रनाथ रॉय (१८८७ ते १९५४) यांनी त्यांच्या आयुष्याच्या अखेरीस सांगितलेला 'मूलगामी मानवतावाद' (रॅडिकल ह्युमॅनिझम), ज्याला 'शास्त्रीय मानवतावाद' किंवा 'नवमानवतावाद' म्हणतात, ते तत्त्वज्ञानसुद्धा निरीश्वरवादीच आहे. महाराष्ट्रात होऊन गेलेले गाढे विद्वान व थोर विचारवंत तर्कतीर्थ लक्ष्मणशास्त्री जोशी हे रॉयिस्ट आणि निरीश्वरवादी होते. सध्या अमेरिकेत कार्यरत असलेले सुप्रसिद्ध ब्रिटिश शास्त्रज्ञ, 'गॉड डिल्यूजन'सह अनेक बेस्ट सेलर पुस्तकांचे लेखक रिचर्ड डॉकिन्स हे तर जगाला डार्विनचे तत्त्वज्ञान व निरीश्वरवाद पटवून देण्याचा अव्याहत प्रयत्न करत आहेत. ब्रिटिश राजवटीत १९३१ साली ब्रिटिशांनी ज्या तेवीस वर्षे वयाच्या क्रांतिकारकाला फाशी दिले तो भारताचा सुपुत्र शहीद भगतसिंग अखेरपर्यंत निरीश्वरवादीच होता. मृत्यूपूर्वी त्याने 'मी नास्तिक का आहे?' ही पुस्तिका लिहून ठेवलेली आहे. अंधश्रद्धा निर्मूलनाचे महान कार्य करत असताना ज्यांची हत्या झाली ते डॉ. नरेंद्र दाभोलकर आपले अंगीकृत कार्य नीट चालू राहावे म्हणून, जरी स्वतःला निरीश्वरवादी म्हणवून घेत नव्हते, तरी त्यांचे कार्य वैज्ञानिक दृष्टिकोन रुजवण्यासाठीच होते.

ठाणे शहरात मूळ असलेल्या 'ब्राइट' नावाच्या सुशिक्षित, तडफदार तरुण-तरुणींच्या एका ग्रुपबरोबर गेल्या दोन वर्षांपासून माझा संबंध आहे. हे तरुण (ज्यांची

पटावरील संख्या सध्या दोन हजारांपुढे गेली आहे) महाराष्ट्रात व बाहेरही 'शहीद भगतसिंग' यांचा स्मृतिदिन वगैरेच्या निमित्ताने एकत्र येतात, लोकांना जमवतात आणि व्याख्यानांद्वारे निरीश्वरवादी विचारांचा प्रचार करतात. जेव्हा असे पंधरा-वीस तरुण व्यासपीठावर शिस्तीत उभे राहून 'मी नास्तिक आहे आणि मी आयुष्यभर वैज्ञानिक दृष्टिकोनातून विचार करेन' अशी जाहीर शपथ घेतात, तेव्हा ते दृश्य पाहून आशादायी वाटते, निरीश्वरवादाला उज्ज्वल भवितव्य आहे, असेच वाटते.

निरीश्वरवादाचा प्रसार व्हावा

निरीश्वरवादाचा प्रसार हा उघडपणे ईश्वरवादाच्या विरोधात आहे. जगातील बहुतेक सर्वच धर्म ईश्वरवादी असल्यामुळे त्या दृष्टीने निरीश्वरवाद हा सर्वच धर्मांच्या विरोधात आहे. जगातील सर्व धर्मांमध्ये एक महत्त्वपूर्ण बाब समान आहे. ती म्हणजे स्वर्ग, नरक, ईश्वर, मोक्ष इत्यादी पारलौकिक गोष्टींच्या अनुरोधाने ते आपल्या ऐहिक जीवनाला वळण लावू पाहतात आणि त्यातच आपल्या ऐहिक जीवनाची कृतार्थता आहे असे (खोटेखोटेच) मानावे, असे सांगतात. याउलट निरीश्वरवाद्यांना मृत्यूनंतरचे जीवन आणि कुठल्याही पारलौकिक गोष्टीचे अस्तित्व मान्य नसते. त्यामुळे त्यांना जगातील सर्वच धर्म अमान्य असतात. शिवाय ऐहिक जीवन दु:खमय असून त्या जीवनापासून सुटका करून घेणे, हे आपले सर्वोच्च साध्य आहे, असेही सर्व धर्म मानतात. बौद्ध धर्माच्या बाबतीत हे खरे आहे की, त्याच्या मूळ स्वरूपात तो धर्म ईश्वरही मानत नाही आणि अमर आत्म्याचे अस्तित्वही मानत नाही; पण कालांतराने या धर्मातही विशिष्ट प्रकारचा आत्मा, पुनर्जन्म व आदिबुद्ध या नावाने ईश्वर आलेला आहे. याउलट पक्का निरीश्वरवादी माणूस ईश्वर, आत्मा, स्वर्ग, पुनर्जन्म, मोक्ष यापैकी काहीच मानत नसल्यामुळे निरीश्वरवाद सर्वच धर्मांच्या विरोधात आहे, असे म्हणावे लागते.

अशा या निरीश्वरवादाचा प्रसार व्हावा, म्हणजे जास्तीत जास्त लोकांनी तो स्वीकारावा, असे आम्हा विज्ञानवाद्यांना, विवेकवाद्यांना वाटते. 'ईश्वर आहे', ही केवळ कल्पना (गृहीत) असून 'तो नाही' हेच सत्य आहे. हे सिद्ध करण्याचा दुसरा काही मार्ग नसल्यामुळे 'ईश्वर अस्तित्वात आहे' असे सांगणाऱ्या सर्व युक्तिवादांचा पटण्याजोगा प्रतिवाद करून ते खोडता येतात, याची आम्ही खात्री करून घेतो/घेतली आहे.

आधुनिक काळात जगभर अस्तित्वात असलेले महत्त्वाचे सर्व धर्म हे इतिहासानुसार गेल्या फक्त पाच हजार वर्षांत आशिया खंडात निर्माण होऊन मग जगभर पसरलेले आहेत. सुमारे दहा हजार वर्षांपूर्वी याच खंडात विविध ठिकाणी

शेतीचा शोध लागून, रानटी व धावपळीचे जीवन संपून, शेतीचे व अन्न साठवणुकीचे स्थिर जीवन जगणे मानवाला शक्य झाले. त्यामुळे त्याला देव, ईश्वर, धर्म इत्यादी कल्पना रचायला स्वास्थ्य मिळाले. गेल्या चार-पाच सहस्रकांत माणसाने हे सर्व धर्म रचले खरे, पण तेव्हा किंवा नंतर लगेच त्याला विज्ञानाचा काही शोध लागला नाही. विज्ञान हे हत्यार माणसाला सापडले, ते गेल्या अवघ्या चार-पाच शतकांपूर्वी. जर मानवाला विज्ञान, तंत्रज्ञान आणि विचारांची वैज्ञानिक पद्धत हे शोध आधीच, म्हणजे पहिले धर्म निर्माण झाले, तेव्हाच किंवा त्यापूर्वीच लागले असते आणि त्यांचा प्रसारही आधीच झाला असता, तर काल्पनिक शक्तींवर आधारित धर्म निर्माण होऊ शकले नसते, समजा झाले असते तरी एवढे बलिष्ठ व प्रभावशाली नक्कीच झाले नसते!

धर्माला साधारणतः चार अंगे असतात. ती म्हणजे १) उपासना, २) तत्त्वज्ञान, ३) नीती व ४) जीवन जगण्याचे अनेक नियम. उपासना म्हणजे त्या त्या धर्माने मानलेल्या ईश्वराची आराधना कशी करावी त्याबाबतचे नियम. तत्त्वज्ञान म्हणजे विश्व, निसर्ग व मानव यांची निर्मिती ईश्वराने कशी केली त्याबाबतचे विचार. तिसरे महत्त्वाचे अंग आहे 'नैतिकता'. जरी सगळे धर्म 'चांगले वागा, वाईट वागू नका' असे सांगत असले तरी वेगवेगळ्या धर्मांची नैतिकता वेगवेगळी असते. ती प्रत्येक धर्मस्थापनेच्या स्थळ, काल, परिस्थिती व तेथील परंपरांनुसार ठरलेली असते. परिस्थिती बदलल्यावर नीती आणि नियम बदलले पाहिजेत, हे धर्मवाद्यांना पटत नाही. हेच जीवन जगण्याच्या इतर नियमांबाबत होते. जसे लग्न केव्हा करावे, कुणाशी करावे, संसारात स्त्रीचा दर्जा काय असावा, उच्च-नीचता मानावी का, पित्याच्या संपत्तीची वाटणी कशी व्हावी, इत्यादी. सर्वच धर्म शब्दप्रामाण्यवादी व श्रद्धावादी असल्यामुळे परिस्थिती बदलली तरी ते नियम बदलायला तयार नसतात. त्याचप्रमाणे धर्माधर्मांतील वेगळेपण हे त्यांच्यातील साम्यापेक्षा जास्त महत्त्वाचे, सारभूत आणि वैशिष्ट्यपूर्ण समजले जाते. अशा वेगळेपणाच्या आधारावरच धार्मिकांच्या मनात स्वधर्माविषयी अभिमान निर्माण होतो, रुजतो. त्यातूनच पुढे परधर्माविषयी शत्रुत्व भावना निर्माण होते. सर्व धर्म प्रेम, बंधुभाव वगैरे शिकवत असले तरी ते परधर्मीयांच्या मात्र जिवावर उठतात, एकमेकांवर युद्धे आणि अनन्वित अत्याचार लादतात. एकाच धर्माचे दोन पंथसुद्धा एकमेकांवर अत्याचार करतात. खरेच जगात धर्म व पंथ या कारणाने जेवढा रक्तपात झालेला आहे (आणि आजसुद्धा होत आहे) तेवढा इतर कुठल्याही कारणाने झालेला नाही.

आम्हाला असे वाटते की, जगातले सगळे धर्म आणि पंथ हे फक्त शब्दप्रामाण्यवादी व श्रद्धावादी नसून ते वेगवेगळे श्रद्धाव्यूह आहेत, म्हणून ते सगळेच

मानवी बुद्धीची फसवणूक करणारे आहेत. धर्म व पंथ या संस्था मानवी मनाला गुलाम करणाऱ्या प्रभावी संस्था आहेत, पण जगाला माणसांची शांतता हवी आहे; गुलामांची शांतता वा स्मशानशांतता नव्हे. त्यामुळे आजचे जगातील प्रचलित धर्म व पंथ जागतिक शांततेचा संदेश देऊ शकतील काय, हा प्रश्न अत्यंत महत्त्वाचा ठरतो.

आज प्रचलित असलेले सर्व धर्म व पंथ, त्यांचे मनुष्यजीवनातील महत्त्व कमी न करता टिकवून ठेवणे किंवा लोकांना अधिकच धार्मिक बनवणे, हे हिताचे आहे, असे काही वाटत नाही. कशाला हवेत हे इतके धर्म आणि पंथ आणि त्यांचे जीवनातील एवढे महत्त्व? मन:शांती आणि मानसिक आधारासाठी? आपण काय लहान बाळे आहोत? आपल्या आसपासच्या समाजाने आपला स्वीकार करावा म्हणून? मग त्यासाठी चांगले वागले आणि समाजहितकारी कृत्ये करणे पुरेसे आहे. धर्म आणि पंथ आपापल्या अनुयायांना प्रेम, बंधुभाव यांची शिकवण देतात, पण मग दुसऱ्या धर्माच्या अनुयायांवरसुद्धा प्रेम करा, त्यांनाही बंधुभावाने वागवा, असे सर्व धर्म शिकवतात का? आपले धर्म मानवता शिकवतात की संकुचितता? धर्म जर मानवता शिकवत असतील, तर जगात धर्म–पंथांच्याच नावाने दंगली, कत्तली, दंगे, दहशतवाद चालू आहेत, ते का? कुणी काहीही म्हणो, पण दहशतवाद, अतिरेकी कृत्ये, धार्मिक दंगली हे सर्व स्पष्टपणे धर्मश्रद्धांचेच परिणाम आहेत. असे हे धर्म जागतिक शांततेचा संदेश कसा देऊ शकतील?

धर्म आपली अशी समजूत करून देतात की, श्रद्धा हितकारक असून तोच एक ज्ञानप्राप्तीचा मार्ग आहे, सगळे ज्ञान धर्मग्रंथात आहे, सत्य काय ते धर्मग्रंथातून कळते. याउलट आम्ही असे मानतो की, श्रद्धा हा ज्ञानप्राप्तीचा मार्ग असू शकत नाही. आमच्या मते सत्यशोध हा फक्त प्रत्यक्ष प्रमाणाने, निरीक्षण, परीक्षणाने आणि वैज्ञानिक पद्धत वापरूनच होऊ शकतो. श्रद्धेमुळे चुकीचे ज्ञान टिकून राहते, नवीन ज्ञान प्राप्त होऊ शकत नाही. त्यामुळे श्रद्धेने आपल्या जीवनात घातलेला धार्मिकता व धर्माभिमान हा धुमाकूळ चालूच राहतो, तसेच सामान्य माणसावर दहशत, दंगे व अत्याचार चालूच राहतात.

आजच्या बहुतेक ईश्वर कल्पना व धर्मकल्पना हातात हात घालूनच आलेल्या आहेत आणि त्या एक दुसरीच्या आधाराने टिकलेल्या आहेत. त्यामुळे जगात धर्म व त्यांचे महत्त्व टिकून राहिल, तर ईश्वरावरील श्रद्धेच्या नावाने नवनवे गुरू, पंथ, देव, नवनव्या श्रद्धा व अंधश्रद्धा निर्माण होत राहतील आणि जग आहे तसेच (धर्मांमध्ये) विभागलेले, हिंसामय व अशांत राहिल.

विज्ञान, तंत्रज्ञानाच्या व आधुनिक संपर्क साधनांमुळे वेगाने बदलणाऱ्या जगाच्या

आजच्या परिस्थितीत सर्व जगाच्या हिताचे काय आहे, ते पाहिले पाहिजे. कारण सबंध जग अत्यंत परस्परावलंबी झालेले आहे. न्याय व नीती ही धार्मिक मूल्ये नसून ती मानवी मूल्ये आहेत, हे आपणाला कळले पाहिजे. एवढ्या वेगवेगळ्या व परस्परविरोधी धर्मांची या जगाला यापुढे गरज नाही, हे आपण मान्य केले पाहिजे. तसेच चांगल्या हेतूंनी, पण भिन्न स्थलकाल परिस्थितीतून जगातील सर्व धर्म बनलेले असल्याने ते मानवनिर्मित आहेत. धर्मग्रंथांना व ईश्वर कल्पनांना चिकटून राहण्याचा काळ संपत आलेला असल्यामुळे आता जगाने धर्मनिरपेक्ष आणि निरीश्वरवादी बनावे असे वाटते. अशा निरीश्वरवादाच्या आधारावरच 'मानवधर्म' (म्हणजे सर्व मानव जातींचा एकच धर्म) निर्माण करता येईल. अशा एखाद्या धर्मानेच यापुढील काळात पृथ्वीवर सर्व मानवजात सुखाने नांदू शकेल, असे वाटते.

मानवतावाद

'मानवतावाद' ही माणूस म्हणून जगण्याची व इतरांना माणसासारखे जगता यावे म्हणून मदत करण्याची साधीसोपी जीवनपद्धत आहे. यात कुठलेही कर्मकांड नाही, कडक आज्ञा नाहीत, गूढ भाषाही नाहीत. वंशभेद, वर्णभेद, लिंगभेदही नाहीत. त्यात मानव ही एकच जात आहे. या सबंध मानवजातीसाठी मानवतावाद हा एकच एक धर्म आहे. त्यामुळे त्याला 'मानवधर्म' असेही म्हणता येते. मानवजातीला या धर्मात स्पष्ट अशी ध्येये आहेत. ती म्हणजे स्वातंत्र्य, समता, बंधुता व सामाजिक न्याय; पण मानवतावाद मानवी कल्याणापलीकडेसुद्धा आहे. त्यात प्राणिमात्रावरील दया व निसर्गावरील प्रेम अंतर्भूत आहे. परंतु एका कारणामुळे हे मानवतावादी तत्त्वज्ञान वाटते तेवढे सोपे नसून कठीण ठरते. ते कारण म्हणजे त्यातील एक गृहीत असे आहे की, विश्वाची व त्यातील सर्व घटनांची संगती निसर्गाच्या भौतिक नियमानुसार लावता आली पाहिजे. निसर्गापलीकडील किंवा भौतिकापलीकडील म्हणजे अद्भुत कारणे मानायला मानवतावाद तयार नाही.

मानवतावाद हे तत्त्वज्ञान जरी अलीकडच्या काळातील असले तरी मानवता ही फार प्राचीन असून, मानवतावादाचे पहिले मूलतत्त्व 'नीतिमत्ता' हे तर आणखीनच प्राचीन आहे. माणसात नीतिमत्ता स्वाभाविकतःच असते, असे मानवतावाद मानतो. एवढेच नव्हे तर सुसंस्कृत माणसापूर्वीच्या असंस्कृत माणसात आणि तत्पूर्वीच्या उत्क्रांती अवस्थेतील रानटी पूर्वमानवातसुद्धा नीतिमत्ता असली पाहिजे, हळूहळू ती उन्नत होत गेली असली पाहिजे, असे मानवतावाद मानतो. रानटी टोळी अवस्था सोडून सुमारे दहा हजार वर्षांपूर्वी जेव्हा मानव स्थिर जीवनाकडे वळून सुसंस्कृत बनू लागला, तेव्हाच नीतिमत्ता व मानवता निर्माण झाल्या. नीतिमत्ता व सुसंस्कृतपणा

यांच्यापेक्षा मानवतावाद हे तत्त्वज्ञान अधिक व्यापक असून, हा व्यापक विचार पुष्कळ नंतरच्या काळात निर्माण झालेला आहे.

आज मानवतावादी विचार कमी–अधिक प्रमाणात का होईना, पण सर्व जगभर मान्यता पावलेले आहेत. जगभरातील अनेक जुन्या मूल्यांची उलथापालथ होऊन त्या जागी नवी मूल्ये प्रस्थापित झाली आहेत, होत आहेत. विशेषत: फ्रेंच राज्यक्रांतीने (इ. स. १७८१ ते १७९३) जगभरातील मूल्यबदलांना सुरुवात केली, असे मानले जाते. त्यानंतर गेल्या दोन–अडीच शतकांतील महत्त्वाच्या अनेक जागतिक घटना ही नवी मूल्ये जगभर प्रसृत व्हायला कारणीभूत झालेल्या आहेत. त्या घटना थोडक्यात अशा : युरोपात सुरू होऊन मग जगभर पसरलेले औद्योगिकीकरण, अमेरिकेचे स्वातंत्र्युद्ध व नंतरचे यादवीयुद्ध, विसाव्या शतकातील दोन जागतिक महायुद्धे, रशियन साम्यवादी क्रांती व तिचा अस्त, वसाहतवाद नष्ट होऊन जगात नवीन स्वतंत्र राष्ट्रांची निर्मिती, जर्मनीचे एकीकरण, विज्ञान तंत्रज्ञानाचे शोध, त्यांनी जगभर उत्पन्न केलेल्या दळणवळणाच्या, संपर्काच्या सोयी व साधने अशा सर्व कारणांनी जगभर नवविचार पसरले, मोठे वैचारिक अभिसरण झाले, मानवतावादी मूल्ये चर्चिली गेली. त्यांना जगभर एक प्रकारची मान्यता मिळाली. गेल्या काही दशकांमध्ये वैचारिक जगात मानवतावाद हे अगदी चलनी नाणे बनले आहे. त्यामुळे इतर सर्व तत्त्वज्ञाने व सर्व धर्म 'आम्ही मानवतावादीच आहोत' असे म्हणू लागली आहेत. स्वत:ला मानवतावादी म्हणवणारे अनेक तत्त्वज्ञ व संस्था जगभर निर्माण झाल्या आहेत. त्यामुळे मानवतावादाचा नेमका अर्थ समजून घेणे आवश्यक आहे.

मानवतावादात नीतीला पहिले स्थान असून, या तत्त्वज्ञानात सर्वांत जास्त भर आहे तो माणसाच्या नैतिक प्रगतीवर. नैतिकता म्हणजे इतरांची कदर करणे. सहानुभूती, मैत्री, दया व प्रेम यांच्या पायावर उभी असलेली नैतिकता मानवाच्या मूळ स्वभावातच आहे, असे मानवतावाद मानतो. त्यामुळे या नीतीला ईश्वरासारख्या बाह्य शक्तीच्या मंजुरीची काही जरुरी नाही. जगातील सर्व धर्मांमध्ये जरी नीती तत्त्व महत्त्वपूर्ण आहे, तरी मूलत: ती जगातील सर्व धर्मांपेक्षा जुनी आहे. शिवाय धार्मिक नीती ईश्वराच्या हुकमावर आधारित असते. ती पाळल्यामुळे काही बक्षीस आणि न पाळल्याने काही शिक्षा होणार असते. याउलट मानवतावादी नीती ही मानवांमध्ये स्वभावत:च असून, त्यात वृद्धी किंवा बदल मानव स्वत:च आपल्या बुद्धीने करतो. म्हणजे मानव हाच मूल्यांचा निर्माता व निर्धारक आहे. शिवाय नम्रता, स्वाभिमान, बौद्धिक सचोटी, स्वत: निश्चित केलेले मत स्वीकारण्याचे धैर्य इत्यादी सांस्कृतिक गुणसुद्धा मानवतावाद स्वीकारण्यासाठी आवश्यक आहेत. त्याचा मूळ दृष्टिकोन अनुभववादी आहे,

अंतर्ज्ञानवादी नाही. व्यवहारवादी आहे, आदर्शवादी नाही. पुरावा असेल तरच आग्रह धरणे मानवतावादाला मान्य आहे. मानवी समाजाबद्दल प्रेम व सामाजिक जबाबदारीची जाणीव ही मानवतावादात अत्यंत आवश्यक आहे. तो मानवकेंद्रित आहे, पण व्यक्तिकेंद्रित नाही. समाजवादी व लोकशाही मूल्ये मानवतावादाला मान्य आहेत. प्रत्यक्षात धार्मिकांना असे वाटते की, नीतीसारखी जी उदात्त तत्त्वे सर्व धर्मांमध्ये आहेत, तीच जर मानवतावादात असतील तर तो वेगळा कुठे आहे? तो धर्मातच समाविष्ट आहे. म्हणजे सगळेच धर्म मानवतावादी असून, त्यातल्या त्यात माझा धर्म जास्त मानवतावादी आहे. हे खरे आहे का? १) सर्व धर्मांत विश्वाची पालनकर्ती अशी ईश्वरासारखी दिव्य शक्ती आणि तिचा मानवी जीवनात हस्तक्षेप मानलेला असतो. मानवतावादाला अशा कुणा शक्तीचे अस्तित्व मान्य नाही. २) मानवतावादाला धर्माप्रमाणे दृष्टान्त, साक्षात्कार हेही मान्य नाहीत. ती केवळ मते होत. ३) बहुतेक सर्व धर्मांनी निराशावाद जोपासलेला आहे. जसे ख्रिस्ती धर्मात माणूस मूळ पापाचा बोजा घेऊन जन्मतो, हिंदू धर्मात कलियुगात लाखो वर्षे माणसाची सतत अधोगतीच होणार आहे वगैरे. याउलट मानवतावाद आशावादी आहे. ४) माणसाच्या धार्मिकतेवरून त्याच्या जीवनाचा दर्जा ठरवणे मानवतावादाला मान्य नाही. ५) ऋषिमुनी किंवा असे कुणी चमत्कार करू शकतात, हे धर्माला मान्य, पण मानवतावादाला अमान्य आहे. ६) अपरिवर्तनीय तत्त्व, त्रिकालाबाधित सत्य, अखेरचे सत्य अशा कितीतरी श्रद्धा धर्मांमध्ये आहेत, पण मानवतावादाला त्या मान्य नाहीत. ७) तसेच स्वर्ग, नरक, परलोक किंवा आत्मा, पुनर्जन्म इत्यादी धर्ममान्य कल्पना मानवतावादाला अमान्य आहेत.

मानवतावादी माणूस परलोकाकडे दृष्टी ठेवून जीवन जगण्याच्या मानसिकतेचा त्याग करतो, मृत्यूनंतर आपल्या तथाकथित आत्म्याचे काय होईल अशी काळजी तो करत नाही. वर्णभेद, जातीयता व अस्पृश्यता या परंपरा मानवताविरोधी आहेत, असेही तो मानतो. मानवतावादी माणसाला जसा धर्माचा मानवतेवरील हक्क मान्य नसतो, तसेच तो कम्युनिस्ट तत्त्वज्ञानाचाही मानवतेवरील हक्क मान्य करत नाही. त्याची कारणे अशी – १) मार्क्सवादात मानवतावादाचे स्वतंत्र निवेदन नाही. २) मार्क्सवादात माणसाला समाजाच्या बांधकामांतील दगड असे स्वरूप मिळाले, ते मानवतावादाला मान्य नाही. ३) मानवतावाद हा केवळ कामगारवर्गाचा किंवा अमुकतमुक वर्गाचा, पंथाचा, पक्षाचा किंवा विभागाचा असा असणे शक्य नाही. ४) रशियात झालेल्या प्रत्यक्ष प्रयोगावरून असे दिसते की, कम्युनिझम ही एका पक्षाची किंवा व्यक्तीची हुकूमशाही असून त्यात माणसाला महत्त्व नाही. म्हणून साम्यवाद

मानवतावादाविरोधी आहे.

मानवतावादात वैज्ञानिक दृष्टिकोन हे अत्यंत आवश्यक मूल्य आहे. वैज्ञानिक दृष्टिकोन असलेला एखादा माणूस मानवतावादी नसणे शक्य आहे. परंतु प्रत्येक मानवतावादी माणसापाशी वैज्ञानिक दृष्टिकोन मात्र असायलाच हवा. कारण वैज्ञानिक दृष्टिकोन, विवेक आणि मानवी विचारशक्ती (जी मूलत: निर्मितीक्षम आहे) या गोष्टी मानवी ज्ञानाच्या सीमा वाढवण्यासाठी उपयुक्त आहेत, असे मानवतावाद मानतो.

प्रेषित, अवतार, अंतर्ज्ञान, शाप किंवा वर, शिक्षा किंवा कृपा, प्रार्थनेने प्रसन्न होणे अशा गोष्टी मानवतावादात बसत नाहीत. मानवी जीवनात अजिबात हस्तक्षेप न करणारा, कुणाला मदत न करणारा, न्याय न देणारा म्हणजे मानवाबद्दल पूर्णत: उदासीन असलेला असा एखादा ईश्वर मानणारा कुणी माणूस स्वत:ला आस्तिक म्हणवत असला तरी तसा माणूस मानवतावादी असणे शक्य आहे. अज्ञेयवादी व निरीश्वरवादी माणसे मानवतावादी असणे शक्य आहे. तसे पाहता मानवतावादी जीवन हे ईश्वरविरहित जीवन म्हणावे लागेल, कारण सर्वसाधारण माणूस जशा ईश्वराचे अस्तित्व मानतो, तसला ईश्वर, मानवतावाद मानत नाही.

मानवजातीचे आजचे आणि उद्याचे जीवन त्याच्याच हातात आहे, असा मानवतावादाचा ठाम विश्वास असतो. पृथ्वीवर माणूस जातीला काही धोका निर्माण झालाच तर कुणी ईश्वर किंवा त्याचा अवतार मानवाला वाचवायला येणार नाही, असे मानवतावाद मानतो. तसेच एखादा माणूस निरीश्वरवादी असूनसुद्धा मानवतावादी नसणे शक्य आहे, परंतु प्रत्येक मानवतावादी माणूस मात्र निरीश्वरवादी असलाच पाहिजे.

तीन विनाशकारी अतिरेक

अन्नासाठी भटकत भटकत आणि कौशल्ये आत्मसात करत पृथ्वी व्यापणे, ही मानव-विजयाची पहिली पायरी होती. त्यानंतर शेती, अन्न उत्पादन, अन्नसंग्रह, शांत व स्थिर जीवन आणि त्यातून विविध मानवी संस्कृतींची निर्मिती व संवर्धन ही मानव-विजयाची दुसरी पायरी होती, तर विज्ञानाचा शोध ही मानव-विजयाची तिसरी पायरी आहे.

पहिले तीन टप्पे पार करत असताना अलीकडे मात्र काही बाबतीत मानवाने तीन विनाशकारी अतिरेक निर्माण केले आहेत. त्यामुळे विजयाचा चौथा टप्पा गाठण्याकरता मानव पृथ्वीवर शिल्लक राहिल की नाही, अशी भीती निर्माण झाली आहे. पहिला अतिरेक आहे, लोकसंख्यावाढ. दुसरा, धर्मातिरेक आणि तिसरा आहे, प्रदूषणातिरेक.

म्हातारी पृथ्वी आणि पोरांची लेंढारे

'पोरांची लेंढारे' हा ग्रामीण शब्द वापरला आहे, तो अतिरेकी लोकसंख्यावाढीमुळेच. जगाची लोकसंख्या सात अब्जांच्या (७०० कोटींच्या) वर गेलेली आहे. त्यातील अर्ध्याहून अधिक लोक एकट्या आशिया खंडात दाटीवाटीने राहत आहेत. त्यापैकी चीन, भारत व उर्वरित आशिया खंडात प्रत्येकी सव्वाशे कोटी किंवा अधिक लोकसंख्या आहे. जगात मानवजात सुमारे दीड लाख वर्षांपूर्वी आफ्रिका खंडाच्या उत्तरपूर्व भागात उत्क्रांत झाली, तेव्हा या 'होमो सॅपियन'ची एकूण लोकसंख्या फक्त दहा हजार असावी. त्यानंतर त्यांची संख्या वाढत जाऊन हजारांतून लाखांत, कोटींत आणि मागील सहस्रकाच्या अखेरीस ती अब्जात पोचली. गेल्या काही दशकांत ही लोकसंख्या भरमसाठ वाढून आता ती सात अब्जांवर

पोहोचली आहे. म्हणजे या माणूस जातीचा आता भूमीला भार झालेला असावा, असे वाटते. आणखी एक शतक सरण्याच्या आतच या सात अब्जांचे १४ किंवा २८ अब्जसुद्धा होऊ शकतील. साथीच्या व इतर रोगांवर औषधोपचार उपलब्ध होत असल्यामुळे आणि प्रत्येक माणसाला आपल्या वंशवृद्धीसाठी मुले हवी असल्यामुळे आणि ज्याचा त्याचा देव (प्रयत्न) त्याला ती देत असल्यामुळे जगात अनेक ठिकाणी भयंकर लोकसंख्यावाढ होत आहे. स्वातंत्र्य मिळाले तेव्हा भारताची लोकसंख्या ३५ कोटी होती, आता सव्वाशे कोटी झालेली आहे. या प्रचंड वेगाने लोकसंख्या वाढत राहिली तर चालू शतक संपण्यापूर्वीच ती किती होईल? चारशे कोटी? साडेचारशे कोटी? खरे तर भारताच्या आजच्या अनेक समस्यांचे मूळ अफाट लोकसंख्या हेच आहे. तरीही आमचे काही वाचाळ नेते, प्रत्येक (हिंदू) स्त्रीने चार किंवा अधिक मुलगे जन्माला घालावेत (व आपापले कुटुंब दरिद्री बनवावे!) असे सांगत आहेत!

अन्नोत्पादन वाढवण्यासाठी आपण काही उपाय योजत असलो तरी, सर्वांना खायला पुरेसे अन्न नाही, अशी स्थिती भारतात लवकरच येऊ शकेल! सबंध जगातसुद्धा तशी स्थिती भविष्यात येणे सहज शक्य आहे. कारण अखेरीस मर्यादित जमीन किती जणांना अन्न-वस्त्र-निवारा पुरवू शकेल, त्याला काही नैसर्गिक मर्यादाही आहेतच. आपण त्या मर्यादा ओलांडून पलीकडे जाणार, असे स्पष्ट दिसत आहे. जे अन्नाचे तेच पाण्याचे! आजच जगभर पिण्याच्या पाण्याचा तुटवडा भासू लागला आहे. पुढील काळात जगभर पाण्यासाठी जनतेचे उठाव आणि युद्धेसुद्धा होतील, असे जाणकार म्हणतात.

खरेच जगभर अन्नपाण्याची टंचाई निर्माण झाली, तर काय होईल? आजच भारतातील गरिबांची मुले कुपोषित आहेत. तसेच मराठवाडा-विदर्भासारख्या प्रदेशांत काही गरीब व दुर्दैवी शेतकरी दरवर्षी काही हजारांत आत्महत्या करत आहेत. शहरी नोकरदाराला त्याच्या मासिक पगारातून कुटुंबाला महिनाभर पुरेल एवढे अन्न-पाणी विकत घेता येत नाही, अशी स्थिती निर्माण झाली, तर अनेकांची उपासमार होणे किंवा अनेक जणांना जीव द्यावासा वाटणे, या घटना वरकरणी वाटतात तेवढ्या अशक्य किंवा फार दूरच्या नक्कीच नाहीत. खरोखर जगाची स्थिती 'म्हातारी पृथ्वी आणि उपाशी पोरांची लेंढारे,' अशी झाली आहे. निदान त्या दिशेला आपली वाटचाल चालू आहे.

असे घडणे अशक्य मात्र मुळीच नाही. म्हणजे सुरुवातीला विजयाकडे निघालेला मानव आता विनाशाकडे जात आहे! मृतवत झालेल्या पृथ्वीवर पुन्हा केव्हा सजीव निर्माण होतील किंवा नाही, हे कुणीच सांगू शकणार नाही. ते झाले किंवा न झाले तरी त्याचा आपल्याला उपयोग तरी काय?

विज्ञानाबद्दल काही लोकांना असे वाटते की, 'विज्ञान नियम व सिद्धान्त

शोधून काढते व हे असे असे असतं' असे म्हणते आणि तिथेच विज्ञानाची उत्तरे संपतात. ते नियम व सिद्धान्त बनविणारा कुणी तरी गॉड, अल्ला, ब्रह्म असतो, हे सत्य विज्ञानवादी लोकांना कळत नाही'. आम्ही म्हणतो की, विश्व व त्याचे नियम बनवायला जर कुणी गॉड, अल्ला असावा लागतो, तर त्याला बनवायला त्याचाही कुणी तरी बाप असायला हवा. तो कोण? बरे, देवाच्या त्या कुणा बापाने कोणत्या हेतूने या सर्वसमर्थ गॉडला जन्म दिला? माणसांप्रमाणे स्वत:ची वंशवृद्धी करण्यासाठी? बरे, तो गॉड, अल्ला आला व त्याने पृथ्वीवर अब्जावधी माणसे निर्मिली, ती कशासाठी? खेळ (माया) म्हणून? नंतर त्याने माणसांना अनेक वेगवेगळे धर्मपंथ सांगितले ते कशाला? सबंध मानवजातीला एकच धर्म व सर्व प्रेषितांना सारखी व सुसंगत माहिती तो देऊ शकत नव्हता? असे अनेक अनुत्तरित प्रश्न असूनही जर कुणाला काहीही कारणाने गॉड, अल्ला मानायचाच असेल, तर माना, पण अशा केवळ कल्पित ईश्वरावर निदान विसंबून तरी राहू नका. उद्या मानवजातीसाठी कठीण समय आला व ती- तुमच्या नसेल तरी तुमच्या मुलानातवंडांच्या- संपूर्ण विध्वंसाकडे वाटचाल करू लागली, तर कुणी ईश्वर किंवा अवतार तिला वाचवायला येणार नाही. त्यासाठी कितीही चर्च, देवळे, मशिदी बांधल्या किंवा नमाज, प्रार्थना, तपश्चर्या केल्या तरीही त्याचा काही उपयोग होणार नाही. योग्य उपाय योग्य वेळी अमलात आणले गेले तर कदाचित मानवाची बुद्धीच मानवजातीला आगामी विनाशापासून वाचवू शकेल.

'लोकसंख्यातिरेक' या घोडचुकीचे मूळ कारण 'धर्म' हेच आहे. कारण सगळे धार्मिक लोक मुले ही 'देवाची देणगी' मानतात. भारतीय लोकांना तर मृत्यूनंतर स्वर्गमोक्ष मिळावा म्हणून मुलानेच प्रेताला अग्नी देणे जरूर असते. अशा या हानीकारक धार्मिक कल्पना सोडून मानवजातीने विवेकाच्या साहाय्याने गंभीरतेने लोकसंख्या नियोजन करून लोकसंख्येचा विस्फोट रोखणे आणि निरीश्वरवाद व मानवधर्म स्वीकारणे आवश्यक आहे.

धर्मातिरेकातून विनाशाकडे

मानवजातीने चांगल्या हेतूंनी निर्माण केलेले विविध धर्म तिची दिशाभूल करत आहेत आणि तिला विनाशाकडे नेत आहेत. तसे जगभरातील सर्वच लहानमोठ्या धर्मपंथांतील अनेक श्रद्धा व अंधश्रद्धा माणसांची सतत दिशाभूल करत आल्या, अजूनही करत आहेत. पूर्वी यज्ञ, मंत्रपठण व नंतर गुरूंचे अंगारे, गंडेदोरे वगैरे धार्मिक उपायांनी फसून त्यात आनंद मानणारी माणसे आधुनिक काळात अंगारे व गंडेदोऱ्यांबरोबरच श्रीयंत्रे, कवचे, सुरक्षाकवचे, एकमुखी रुद्राक्ष, पंचमुखी रुद्राक्ष, भविष्य कथन, वास्तुशास्त्र, फेंग शुई, रेकी, अमूल्य रत्ने, पिरॅमिडची पॉझिटिव्ह एनर्जी यांसाठी आपला कष्टाचा पैसा खर्च करणारी माणसे वेळेचा अपव्यय आणि स्वत:ची

दिशाभूल करून घेत आहेत. सर्व धर्म व त्यांच्यातील पंथ हे वेगवेगळ्या काळी, वेगवेगळ्या परिस्थितीत व परंपरेत निर्माण झालेले असल्यामुळे त्यांच्यात दर एका साम्याबरोबर पाच–दहा लहानमोठ्या बाबतीत वेगळेपण असते. त्यामुळे प्रत्येक धर्म, पंथ एकंदर वेगळाच ठरतो. शिवाय धार्मिक लोकांच्या दृष्टीने त्यांचा स्वत:चा धर्म इतर धर्मांहून श्रेष्ठ असतो आणि त्याचे वेगळेपण हे धर्माधर्मांतील साम्यापेक्षा महत्त्वाचे व वैशिष्ट्यपूर्ण असते. वेगळेपणाच्या त्या आधारावरच त्यांच्या मनात स्वधर्माभिमान, पंथाभिमान निर्माण होतो, रुजतो, वाढतो. त्याचीच परिणती पुढे दुसऱ्या धर्मपंथाविषयी सामूहिक शत्रुत्वभावना निर्माण होण्यात होते.

सर्व धर्म वरकरणी जरी प्रेम, बंधुभाव इत्यादी शिकवत असले, तरी त्यांचे अनुयायी मात्र दुसऱ्या धर्माच्या लोकांच्या जिवावर उठतात, त्यांच्यावर युद्धे व अत्याचार लादतात. आजपर्यंतच्या ज्ञात मानवी इतिहासात जास्तीत जास्त युद्धे, दंगेधोपे, अत्याचार धर्म किंवा पंथ या एकाच कारणाने झालेले आहेत, असे दिसते. जागतिक महायुद्धे जरी धर्मावर आधारित नव्हती तरी दुसऱ्या महायुद्धात ख्रिस्ती धर्माभिमानी हिटलरच्या नाझी सैन्याने अनेक युरोपीय देशातील ज्यू धर्मीय नागरिकांना घराघरांतून शोधून वा पकडून आणून ठार मारले. चीन, जपान, कंबोडिया वगैरे बौद्ध धर्माचा प्रभाव असलेल्या राष्ट्रांनीसुद्धा आक्रमणे, विध्वंस व नागरिकांवरील क्रौर्याची अगणित उदाहरणे नोंदवली आहेत. भारत–पाकिस्तान फाळणीच्या वेळी लक्षावधी निष्पाप नागरिकांवर कोसळलेला हिंसेचा आगडोंब हाही केवळ धर्मकारणेच होता. महात्मा गांधी व इंदिरा गांधी यांच्या हत्या धर्मभावनेने झपाटलेल्या लोकांकडून झाल्या. तद्नंतर दिल्लीत हजारो शीख नागरिकांवर झालेला अत्याचारही धर्मभावनांमुळेच झाला. अलीकडेच श्रीलंकेत तामिळ विरुद्ध बौद्धधर्मीय सिंहली भाषिकांमध्ये यादवी युद्ध होऊन गेले. इस्रायल व पॅलेस्टाइनमधला हिंसाचार ही दैनंदिन बाब झाली आहे. ज्यूंचे इस्रायल हे राष्ट्र व आजूबाजूची कडवी मुसलमान धर्मीय अरब राष्ट्रे हे दोन धार्मिक गट एक दुसऱ्यांचा नाश करायला टपून बसलेले आहेत.

असे संघर्ष व हिंसाचार दोन वेगवेगळ्या धर्मांमध्येच होत आहेत असे नसून, एकाच धर्माच्या दोन पंथातही तेच घडते आहे. ख्रिस्ती धर्मातील कॅथॉलिक व प्रोटेस्टंट पंथीयांनी एक दुसऱ्यांच्या कत्तली केलेल्या आहेत. तरी मुसलमान धर्मातील सुन्नी व शिया पंथीय लोक अल्लाच्याच कृपेने एक दुसऱ्यांच्या मशिदीत व वस्तीत (भारताव्यतिरिक्त देशात) मोठमोठे बॉम्बस्फोट घडवत आहेत. इराक, सीरिया, लिबिया वगैरे इस्लामिक देशांत तर धार्मिक यादवीमुळे नेमके काय घडत आहे, ते कळणेही कठीण झाले आहे. सध्या आफ्रिका खंडातील अनेक देशांतही धर्माधारित अत्याचारांचा कहर चालूच आहे. काही महिन्यांपूर्वी नायजेरियन अतिरेक्यांनी मुलींच्या एका शाळेतील अडीचशे

शाळकरी मुलींना शाळेतून पळवून नेले होते! अरब आणि जगातील इतर अनेक राष्ट्रांमध्ये तालिबान, अल् कायदा, बोको हराम, आयसिस (म्हणजे इस्लामिक स्टेट) वगैरे कट्टर इस्लामधर्मीय, असहिष्णू, मूलतत्त्ववादी (सनातन धर्मीय) संघटना श्रीमंत अरब राष्ट्रांच्या आर्थिक मदतीने जगभर हिंसाचार घडवून आणण्यासाठी तत्पर आहेतच.

एवढेच काय, पण प्रगत पाश्चात्त्य राष्ट्रांतील लोकांचा धर्माभिमानही काही कमी आहे, असे नाही. सध्या इराक, सीरिया, लिबिया वगैरे राष्ट्रांतील धर्मपंथजन्य हिंसाचारामुळे, आपापले घरदार व सर्वस्व सोडून परागंदा झालेले, बायका-पोरांना घेऊन लपतछपत पळत सुटलेले लक्षावधी लोक आश्रयार्थी म्हणून तुर्कस्तान व युरोपीय राष्ट्रांत शिरून जिवंत राहण्यासाठी आधार शोधत आहेत. असे म्हणतात की, आजमितीला धर्मपंथच्छल या एकाच कारणाने विस्थापित झालेल्या निरपराध नागरिकांची जगभरातील एकूण संख्या सहा कोटी आहे. इतक्या लोकांना आधार मिळाला नाही, तर ते अन्नपाण्यावाचून तडफडून मरणार आहेत. ही माणसे आणि त्यांची दुर्दैवी बायका-पोरे ही आपली कुणी नातेवाईक वगैरे नाहीत हे खरे; पण तरीही मानव या नात्याने ते आपले बहीण-भाऊ व मुले-बाळे नाहीत का?

थोडक्यात, ईश्वराने निर्मिलेले सर्व धर्म मूलत: जरी कितीही चांगल्या हेतूंनी निर्माण झालेले असले आणि प्रत्येकाला स्वत:चा धर्म कितीही श्रेष्ठ वाटत असला, तरीही आपल्या या धर्मांचा जगावरील प्रत्यक्ष परिणाम दहशतवाद आणि अतोनात हिंसाचार हाच आहे. धर्मतत्त्वे आणि धर्मशिक्षणांतून स्वधर्माभिमान, त्यातून इतर धर्मपंथीयांचा दुष्टावा आणि त्यातून भयानक हिंसा अशी ही अलिखित साखळी आहे. चालू शतकात तर ही साखळी विविध मूलतत्त्ववादी, असहिष्णू संघटनांच्या बळांवर मोठाच वेग घेत आहे. मानवी मनात रुजलेल्या आणि आता वाढत असलेल्या धर्मजन्य असहिष्णुतेचे दुष्टचक्र ही एकच बाब जगातील अब्जावधी माणसांचा नाश व्हायला पुरी पडेल, असे वाटते.

बरे, आजकाल धर्मविद्वेषाच्या मदतीला अण्वस्त्रेसुद्धा उपलब्ध आहेत. धर्मवेड्या राष्ट्रांकडेही ती आहेत. जगात जर धर्मद्वेषाकारणे मोठे अणुयुद्ध झाले, तर या पृथ्वीवरील संपूर्ण मानवजात नष्ट व्हायला कितीसे दिवस लागतील? मी निरीश्वरवादी अवश्य आहे, पण निराशावादी मात्र नाही. एक सामान्य माणूस म्हणून मला अशी आशा आहे की, मनुष्यजात या समस्येचा समंजसपणे विचार करेल. जगातील आजचे सर्व धर्मपंथ हे मानवी बुद्धीची फसवणूक आहेत, हे समजून घेईल आणि आपापला स्वधर्माभिमान, पंथाभिमान सोडून देईल. निदान कमी करेल व मानवधर्म स्वीकारेल. आजच्या आधुनिक जगाला इतक्या धर्मांची जरुरी नाही. धर्म व ईश्वर यांची सामाजिक उपयुक्तता आता संपलेली आहे. या जगातील सबंध मानवजातीचा

विध्वंस होण्याची वेळ आली तर कुठल्याही धर्मग्रंथातील ईश्वर तिला वाचवण्याची सुतराम शक्यता नाही. त्यामुळे त्यासाठी जे काही करायचे ते आपणच करायचे आहे, हे तिला उमगेल व ते ती करेल.

प्रदूषणातिरेकातून विनाशाकडे

झाडे किंवा वृक्ष हे पृथ्वीवरील अत्यंत महत्त्वाचे व ठळक सजीव प्रकार आहेत. अलीकडेच अमेरिकेतील येल विद्यापीठाने आंतरराष्ट्रीय वैज्ञानिकांच्या टीमच्या साहाय्याने सॅटेलाइट वापरून एक संशोधन केले आहे. त्यात त्यांनी असा अंदाज बांधला आहे की, जगात आता फक्त तीन ट्रिलियन (म्हणजे तीन हजार अब्ज) झाडे उरली आहेत. जगाची लोकसंख्या अंदाजे सात अब्ज आहे. याचा अर्थ पृथ्वीवर आज दर माणशी सुमारे ४२५ झाडे आहेत. म्हणून तर आपल्या हवेच्या आवरणात पुरेसा प्राणवायू (ऑक्सिजन) आहे आणि आपण अजूनपर्यंत जिवंत आहोत. मी काही कुणी वैज्ञानिक वगैरे नाही, पण एक सामान्य माणूस म्हणून माझी अशी माहिती आहे की, आपल्या वातावरणात ऑक्सिजनचा पुरवठा करणारा एकमेव स्रोत झाडे आणि वनस्पती हाच आहे. असे असले तरी प्रत्यक्षात मात्र लोकसंख्या वाढत असताना जगभरातील झाडांची संख्या कमी कमी होत आहे. त्याची कारणे अशी–

१) अमेरिकेपासून ऑस्ट्रेलियापर्यंत जगभर अनेक ठिकाणी आगी लागून वारंवार हजारो, लाखो एकर जंगले जळत आहेत आणि आपण (म्हणजे अमेरिकासुद्धा) या आगी रोखू शकत नाही. २) खनिजे, लाकडे व इतर वनसंपत्तींसाठी आणि अन्नोत्पादन व निवासासाठी मनुष्यप्राणी हजारो वर्षे जंगले उद्ध्वस्त करत आला आहे. नवीन जंगलांची तो फारशी लागवड करत नाही. ३) अलीकडच्या काळात औद्योगिकीकरण व शहरीकरणासाठीही जंगले उद्ध्वस्त केली जात आहेत. त्यामुळे येत्या काही दशकांतच (म्हणजे आपल्या मुला–नातवंडांच्या काळातच) अशी वेळ येईल की, जगात दर माणशी कमी झाडे उरून सजीव प्राण्यांना पुरेसा ऑक्सिजन ती देऊ शकणार नाहीत. आतापर्यंत जग जसे चालू राहिले, तसेच यापुढेही चालू राहिल, असे जर तुम्हाला वाटत असेल तर हे गृहीत कसे चुकीचे आहे, हे समजून घेणे आवश्यक आहे. प्राणवायूशिवाय या पृथ्वीवर सजीव प्राणी आणि माणूस काही मिनिटे तरी जगू शकतील काय?

तशी वेळ आलीच तर, मनुष्यजात मंगळावर किंवा प्रचंड विश्वातल्या इतर कुठल्या ग्रहावर जाऊन वस्ती करेल, असे तुम्हाला वाटते का? उगाच खोटी स्वप्ने बघू नका. अब्जावधी लोकसंख्येने असे जाणे, शक्य तरी आहे का? तिथे तरी पाणी, झाडे व प्राणवायू आहे, हे कशावरून? असा ग्रह आहे तरी कुठे? तिथे पोहोचायला किती हजार वर्षे लागतील? खरेच ते प्रत्यक्ष घडू शकेल काय? माणसाने स्वत:ची

फसवणूक करण्यात काही अर्थ नाही.

थोडक्यात, मानवाने स्वत:च घडवलेला व त्याला विनाशाकडे नेणारा प्रदूषणातिरेक हा तिसरा अतिरेक होय. पृथ्वीवर सतत प्रदूषण वाढत आहे. कारण जगभर सर्वत्र व सतत मोटारी धावत आहेत, ऊर्जाचलित साधने व त्यासाठी ऊर्जा उत्पादनाकरता वीज केंद्रे सतत धडधडत आहेत. विविध उद्योग व बांधकामे वाढत आहेत आणि शेतीत व इतरत्रही घातक रसायनांचा वापर वाढत आहे. अशा प्रकारे वातावरणातील कार्बन आपण सतत वाढवत आहोत.

अमेरिकेच्या नासामधील गोडार्ड इन्स्टिट्यूट ऑफ स्पेस स्टडीजचे संचालक व प्रमुख शास्त्रज्ञ डॉ. जेम्स हॅनसेन हे त्यांच्या 'स्टॉर्म्स ऑफ माय ग्रॅण्डचिल्ड्रेन' या पुस्तकात व इतरत्र असे दाखवून देतात की, पृथ्वीवरील वातावरणात माणसांच्या कृतीमुळे दर वर्षी एक हजार कोटी टन कार्बनडाय ऑक्साइड व तत्सम वायूंची भर टाकण्यात येत आहे. त्यापैकी चारशे कोटी टन कार्बन वनस्पतींकडून म्हणजे उरलेल्या जंगलांकडून व महासागरातील हरितद्रव्यांकडून शोषला जात आहे. म्हणजे दर वर्षी सहाशे कोटी टन कार्बनची निव्वळ भर पडत आहे. वातावरणातील कार्बनच्या वाढीचा हा वेग, पूर्वी येऊन गेलेल्या सर्वांत वेगवान उष्णयुगातील वाढीपेक्षा वीस हजार पट जास्त आहे, असे ते म्हणतात. त्यांच्या अभ्यासानुसार, हवेत कार्बन उत्सर्जन असेच चालू राहिल्यास, येत्या दोन-चार दशकांतच तापमानवाढ (ग्लोबल वॉर्मिंग) अनियंत्रित होणार आहे. म्हणजे वातावरणातील अतिकार्बनमुळे आपली पृथ्वी अर्ध्या वयातच दूषित हवेने म्हातारी होऊन तिला ताप चढणार आहे.

याचा अनुभव आपण सध्यासुद्धा घेत आहोत, असे वाटते. उत्तर भारतात काही ठिकाणी व जगात इतरत्रही काही भागांत उन्हाळ्याच्या दिवसात शेकडो माणसे उष्माघाताने मेली, असे आपण वृत्तपत्रांत वाचतो? परंतु तो परिणाम तेवढाच नाही. ग्लोबल वॉर्मिंग ही अतिरंजित भीती किंवा दूरवरची शक्यता नसून, त्याचे प्रत्यक्ष परिणाम आताच दिसू लागले आहेत. १) अलीकडेच हिमालयावरील बर्फ वितळून नद्यांचे व हिमनद्यांचे ओघ घटून आणि ढगफुटी, डोंगर फाटणे वगैरे अनेक कारणे एकत्र येऊन उत्तराखंडात केवढी भीषण दुर्घटना घडली, ते आपण अनुभवले आहे. आता अमरनाथला बर्फाचे शिवलिंग बनत नाही, तेथील डोंगर बर्फाच्छादित नसतात आणि बियाससारखी मोठी नदीसुद्धा काही भागांत फक्त पावसाळ्यातच वाहते, असे म्हणतात. २) उत्तर ध्रुव आणि दक्षिण ध्रुवावरील बर्फ वितळून जगभर समुद्राच्या पाण्याची पातळी वाढत असून त्यामुळे लवकरच जगातील बहुतेक किनारपट्ट्या बुडणार आहेत. येत्या काही दशकांतच न्यूयॉर्क, टोकियो, मुंबईसारखी समुद्रकाठची महानगरे, समुद्राची जलपातळी वाढून बुडणार आहेत; तिथे माणसे राहू शकणार नाहीत.

३) आपल्याकडे मोठी वादळे फारशी येत नाहीत; परंतु जगात अनेक ठिकाणी वादळे व त्यांची विध्वंसकता वाढत आहे. ४) पावसाचे चक्र बिघडून अनियमित झाले असून, कुठे अतिवृष्टी तर कुठे दुष्काळ असे अनुभवास येत आहे. ५) शेवटी हेही लक्षात घेऊ या की, यापुढे आपण लगेच नूतनीकरणक्षम वा अकार्बनी ऊर्जास्रोत वापरले तरी, आपण गेल्या दोन-अडीच शतकातील औद्योगिकीकरणाने वातावरणात आधीच भरून ठेवलेला कार्बन येती हजार वर्षे तसाच राहणार आहे.

हवा, आवाज, पाणी, किरणोत्सर्ग किंवा नष्ट होऊ न शकणाऱ्या कचरा किंवा प्रकाश, अशा अनेक प्रकारचे प्रदूषण असू शकते. रासायनिक कारखान्यांतील प्रदूषित पाणी नदीनाल्यांत सोडल्याने तेथील जीवजाती नष्ट होत आहेत. पूर्वीच्या अनेक स्वच्छ नद्या आता गटारे बनत आहेत. आपणच दूषित केलेली गंगा शुद्ध करणे आता आपल्यालाच अशक्य होत आहे. समुद्रातील तेलगळती, टँकरमधील तेलगळती, शहरांचे सांडपाणी वगैरे कारणांनी समुद्र दूषित होऊन त्यातील जलचरांचे जीवन साफ उद्ध्वस्त होत आहे. समुद्रातील हरितद्रव्य व पाण्यावरील समुद्रपक्षीसुद्धा नष्ट होत आहेत. आपल्या अणुभट्ट्यांमधील किरणोत्सारी कचरा हाही आणखी एक भयानक विषय आहे. सध्या हा कचरा समुद्रातील खोल चरांमध्ये सोडला जातो; पण असे हे किती दिवस करता येईल? क्लोरोफ्लुरोकार्बनमुळे वातावरणाच्या वरच्या ओझोनच्या थराला खिंडारे पडली आहेत. त्यातून सूर्यकिरणातील घातक किरणे वातावरणात शिरून त्यात सजीवांना सुखाने जगणे अशक्य होईल. शहरी जीवनात प्रदूषणजन्य आजार वाढू लागले आहेत. थोडक्यात, माणसाने पृथ्वीवरील निसर्गाला प्रदूषित करून त्याची वाट लावलेली आहे. आपल्या मुला-नातवंडांना चालू एकविसावे शतक तरी या निसर्गात सुखाचे जीवन जगता येईल, असे वाटत नाही.

मानवजातीचा अतोनात हव्यास व लोभ हीच प्रदूषणातिरेकाची मूळ कारणे आहेत. लाकडांसाठी जंगलतोड, खनिजांसाठी खाणी उत्खनन, अमाप ऊर्जा वापर, अनैसर्गिक शेती, शहरीकरण, औद्योगिकीकरण आणि आज आपण सर्व जण ज्याच्या पाठी लागलो आहोत, तो आपला 'विकास' या सर्व गोष्टी वातावरणाचा समतोल सांभाळून आणि त्याला भकास न बनवता करता येणे अशक्य आहे.

मानवाने पृथ्वी व्यापणे, विविध संस्कृती निर्मिणे आणि विज्ञान शोधून काढणे अशी विजयाची तीन पावले टाकलेली आहेत खरी, परंतु त्यानेच लोकसंख्यातिरेक, धर्मातिरेक व प्रदूषणातिरेक असे तीन विनाशकारी अतिरेक निर्माण केल्यामुळे पृथ्वीवरील सर्व सजीवांच्या संपूर्ण विनाशाची शक्यता निर्माण झालेली आहे. या विनाशापासून मानवजातीला वाचवण्यासाठी मानवाने स्वतःच योग्य उपाय शोधून ते अमलात आणले पाहिजेत. ते आपले कर्तव्य आहे.

लेखक-परिचय

श्री. शरद जगन्नाथ बेडेकर

श्री. शरद जगन्नाथ बेडेकर. जन्म : २३-१२-१९३६. बालपण : महाराष्ट्रात रेवदंडा, जिल्हा-रायगड. पदवीपर्यंतचे शिक्षण : कॉमर्स, स्टॅस्टिस्टिक्स. पदव्युत्तर शिक्षण : बिझनेस मॅनेजमेंट (मुंबई विश्वविद्यालय). उपजीविकेसाठी खासगी कंपन्यांमध्ये नोकरी आणि नंतर याच विषयांमध्ये सल्लागार व अध्यापन. सध्या निवृत्त.

गेल्या वीस वर्षांहून अधिक काळ बेडेकर ईश्वर, धर्म आणि त्यासंबंधित विषयांवर मराठीत लेखन करत आहेत. या लेखनासाठी त्यांना महाराष्ट्र राज्य पुरस्कारासह (१९९८) इतर काही पुरोगामी सामाजिक संस्थांकडून अन्य चार पुरस्कार मिळालेले आहेत. बेडेकरांचे विचार पूर्णतः निरीश्वरवादी आहेत. संधी मिळाली त्या-त्या वेळी त्यांनी आत्मनिवेदन, भाषण, चर्चासत्र या मार्गांनीही आपले विचार लोकांसमोर मांडलेले आहेत.

लेखकाची इतर पुस्तके

१) ईश्वरविरहित जीवन (खंड १), ग्रंथाली, मुंबई, २०११

२) ईश्वरविरहित जीवन (खंड २), ग्रंथाली, मुंबई, २०११

३) विचारवंतांचा विवेकविशेष, ग्रंथाली, मुंबई, २०११

४) आत्मा हा भ्रम, परमात्मा महाभ्रम तर मग अध्यात्म ते काय?, ग्रंथाली, मुंबई, २०१२

५) समग्र निरीश्वरवाद, लोकवाङ्मय गृह, मुंबई, २०१२

६) मला समजलेले पाच हिंदू धर्म, ग्रंथाली, मुंबई, २०१३